TẠP A-HÀM ĐƠN HÀNH BẢN

GIÁO HỘI PHẬT GIÁO VIỆT NAM THỐNG NHẤT
ỦY BAN PHIÊN DỊCH TRUNG ƯƠNG

ĐẠI TẠNG KINH VIỆT NAM

THANH VĂN TẠNG
Tập 34

KINH BỘ XVI

TẠP A-HÀM ĐƠN HÀNH BẢN
Việt dịch & chú thích:
Thích Nguyên Hiền

Hội Đồng Hoằng Pháp
PL. 2569 - DL. 2025

ĐẠI TẠNG KINH VIỆT NAM
THANH VĂN TẠNG - Tập 34 – KINH BỘ XVI
TẠP A-HÀM ĐƠN HÀNH BẢN
Việt dịch & chú thích: Thích Nguyên Hiền

Ban Báo Chí & Xuất Bản Hội Đồng Hoằng Pháp
Ấn hành lần thứ nhất, quý IV/2025

Trách nhiệm xuất bản: Thích Nguyên Siêu
Chuyết văn: Tâm Huy
Sửa bản in: Nguyên Đạo
Trình bày: Nhuận Pháp
Thiết kế bìa: Quảng Pháp, Nhuận Pháp

https://hoangphap.org

Copyright © 2025. All rights reserved - Bản quyền thuộc về
Hội Ấn Hành Đại Tạng Kinh Việt Nam | Vietnamese Tripitaka Foundation

MỤC LỤC PHÂN TÍCH

Giới thiệu công trình phiên dịch Đại Tạng Kinh Việt Nam	ix
Duyên khởi	xxiii
Phàm lệ	xxix
Bảng viết tắt	34
PHẬT THUYẾT HẢI BÁT ĐỨC KINH	37
PHẬT THUYẾT THỌ TÂN TUẾ KINH	43
PHẬT THUYẾT TÂN TUẾ KINH	50
PHẬT THUYẾT GIẢI HẠ KINH	61
PHẬT THUYẾT NGHĨ DỤ KINH	66
PHẬT THUYẾT QUẢNG NGHĨA PHÁP MÔN KINH	69
PHẬT THUYẾT PHỔ PHÁP NGHĨA KINH	89
KINH NGŨ UẨN GIAI KHÔNG	106
PHẬT THUYẾT TAM CHUYỂN PHÁP LUÂN KINH	108
ƯƠNG-QUẬT-MA-LA KINH	111
QUYỂN THỨ NHẤT	111
QUYỂN THỨ HAI	163
QUYỂN THỨ BA	209
QUYỂN THỨ TƯ	241
PHẬT THUYẾT PHÓNG NGƯU KINH	272
DUYÊN KHỞI KINH	279
PHẬT THUYẾT TỨ NHÂN XUẤT HIỆN THẾ GIAN KINH	282
PHẬT THUYẾT THẬP NHẤT TƯỞNG TƯ NIỆM NHƯ LAI KINH	287

PHẬT THUYẾT A-TỐC-ĐẠT-KINH	290
PHẬT THUYẾT THẤT XỨ TAM QUÁN KINH	293
PHẦN MỘT	293
PHẦN HAI	300
PHẦN BA	301
PHẦN BỐN	303
PHẦN NĂM	303
PHẦN SÁU	304
PHẦN BẢY	305
PHẦN TÁM	306
PHẦN CHÍN	307
PHẦN MƯỜI	307
PHẦN MƯỜI MỘT	309
PHẦN MƯỜI HAI	310
PHẦN MƯỜI BA	311
PHẦN MƯỜI BỐN	312
PHẦN MƯỜI LĂM	313
PHẦN MƯỜI SÁU	314
PHẦN MƯỜI BẢY	315
PHẦN MƯỜI TÁM	317
PHẦN MƯỜI CHÍN	318
PHẦN HAI MƯƠI	319
PHẦN HAI MƯƠI MỐT	319
PHẦN HAI MƯƠI HAI	320
PHẦN HAI MƯƠI BA	321
PHẦN HAI MƯƠI BỐN	322
PHẦN HAI MƯƠI LĂM	323
PHẦN HAI MƯƠI SÁU	324
PHẦN HAI MƯƠI BẢY	325
PHẦN HAI MƯƠI TÁM	326
PHẦN HAI MƯƠI CHÍN	328
PHẦN BA MƯƠI	329
PHẦN BA MƯƠI MỐT	330
PHẦN BA MƯƠI HAI	332
PHẦN BA MƯƠI BA	332
PHẦN BA MƯƠI BỐN	333
PHẦN BA MƯƠI LĂM	333

PHẦN BA MƯƠI SÁU ... 334
PHẦN BA MƯƠI BẢY ... 334
PHẦN BA MƯƠI TÁM ... 335
PHẦN BA MƯƠI CHÍN ... 335
PHẦN BỐN MƯƠI ... 336
PHẦN BỐN MƯƠI MỐT ... 337
PHẦN BỐN MƯƠI HAI ... 338
PHẦN BỐN MƯƠI BA ... 339
PHẦN BỐN MƯƠI BỐN ... 340
PHẦN BỐN MƯƠI LĂM ... 341
PHẦN BỐN MƯƠI SÁU ... 342
PHẦN BỐN MƯƠI BẢY ... 345

Sách dẫn ... 347

GIỚI THIỆU CÔNG TRÌNH PHIÊN DỊCH
ĐẠI TẠNG KINH VIỆT NAM

Yo vo, ānanda,
mayā dhammo ca vinayo ca desito paññatto,
so vo mamaccayena satthā.*

I. SƠ LƯỢC QUÁ TRÌNH PHIÊN DỊCH

Trước khi nhập Niết-bàn, đức Phật có di giáo tối hậu cho các chúng đệ tử: "Pháp và Luật mà Ta đã thuyết và quy định, là Đạo Sư của các ngươi sau khi Ta diệt độ." Phụng hành di giáo của đức Thế Tôn, các vị Trưởng lão A-la-hán đã thực hiện cuộc kiết tập lần thứ nhất tại thành Vương Xá, cùng hòa hiệp phúng tụng tất cả những điều đã được Phật giảng dạy trong suốt bốn mươi lăm năm giáo hóa; nền tảng của văn hiến Phật giáo mà về sau được gọi là Tam tạng được thành lập từ đó.

Kể từ đó, giáo pháp của đức Thích Tôn theo bước chân du hóa của các Thánh đệ tử lan tỏa khắp bốn phương. Nơi nào Giáo pháp được truyền đến, nơi đó bốn chúng đệ tử học tập và hành trì theo phương ngôn của bản địa, như điều đã được đức Phật chỉ giáo: *anujānāmi, bhikkhave, sakāya niruttiyā buddhavacanaṃpariyāpuṇitun"ti*. "Này các tỳ-kheo, Ta cho phép các ngươi học Phật ngôn bằng chính phương ngữ của mình." Y cứ theo lời dạy này, ngay từ khởi thủy Phật ngôn đã được chuyển thể qua nhiều phương ngữ khác nhau. Khi các bộ phái Phật giáo phát triển, mỗi bộ phái cố gắng thành lập Tam tạng Thánh điển theo phương ngữ của địa phương được xem là căn cứ địa. Khi

---

* Này Ānanda! Pháp và Luật mà Ta đã thuyết và qui định, là Đạo Sư của các ngươi sau khi Ta diệt độ.

mà hệ thống văn tự tại cổ Ấn Độ chưa phổ biến, sự lưu truyền Thánh điển bằng khẩu truyền là phương tiện chính. Do khẩu truyền, những biến âm do khẩu âm của từng địa phương khác nhau thỉnh thoảng cũng ảnh hưởng đến một vài thay đổi nhỏ trong các văn bản. Những biến thiên âm vận ấy trong nhiều trường hợp dẫn đến những giải thích khác nhau về một điểm giáo nghĩa giữa các bộ phái. Tuy nhiên, nhìn từ đại thể, các giáo nghĩa trọng yếu vẫn được hiểu và hành trì như nhau giữa tất các các truyền thống, nam phương cũng như bắc phương. Điều có thể được khẳng định qua các công trình nghiên cứu tỉ giảo về văn bản trong hai nguồn văn hệ Phật giáo hiện tại: Pali và Hán tạng. Các bản Hán dịch xuất xứ từ A-hàm, và các bản văn Pali hiện đọc được, đại bộ phận đều tương ứng với nhau. Do đó, những điều được cho là dị biệt giữa hai truyền thống nam và bắc phương, mà thường hiểu lệch lạc là Tiểu thừa và Đại thừa, chỉ là sự khác biệt bởi môi trường lịch sử văn minh theo các địa phương và dân tộc. Đó là sự khác biệt giữa nguyên thủy và phát triển. Phật pháp truyền sang phương nam, đến các nước Nam Á, nơi đó sự phát triển văn minh và các định chế xã hội chưa đến mức phức tạp, nên giáo pháp của Phật được hiểu và hành gần với nguyên thủy. Về phương bắc, tại các vùng đông bắc Ấn, và tây bắc Trung Quốc, nhiều chủng tộc dị biệt, nhiều nền văn hóa khác nhau, và do đó cũng xuất hiện nhiều định chế xã hội khác nhau. Phật pháp được truyền vào đó, một thời đã trở thành quốc giáo của nhiều nước. Thích ứng theo sự phát triển của đất nước ấy, từ ngôn ngữ, phong tục, định chế xã hội, giáo pháp của đức Phật cũng dần dần được bản địa hóa.

Thánh điển Tam tạng là nguồn suối cho tất cả nhận thức về Phật pháp, để học tập và hành trì, cũng như để nghiên cứu. Kinh tạng và Luật tạng là tập đại thành Pháp và Luật do chính đức Phật giảng dạy và quy định, là sở y cho tri thức và hành trì của Thánh đệ tử để tiến tới thành tựu cứu cánh Minh và Hành. Kinh và Luật cũng bao gồm những diễn giải của các Thánh đệ tử được thân truyền từ kim khẩu của đức Phật. Luận tạng, theo truyền thống Thượng tọa bộ nam phương, và cũng theo truyền thống Hữu bộ, do chính đức Phật thuyết. Nhưng các đại luận sư như Thế Thân (*Vasubandhu*), cũng như hầu hết các nhà nghiên cứu Phật học trên thế giới hiện đại, đều không công nhận truyền thuyết này, mà cho rằng đó là tập đại thành các công trình phân tích, quảng diễn, và hệ thống hóa những điều đã được Phật thuyết trong Pháp và Luật. Kinh và Luật tạng được thành lập trong một khoảng thời gian nhất định, trực tiếp hoặc gián tiếp từ kim khẩu của Phật, và là sở y chung cho tất cả các bộ phái Phật giáo, bao gồm cả Phật giáo Đại thừa, mặc dù có những sai biệt do vấn đề truyền khẩu với các khẩu âm và phương ngữ khác nhau, theo thời gian và địa vức.

Luận tạng là bộ phận Thánh điển phản ánh lịch sử phát triển của Phật giáo, bao gồm các phương diện tín ngưỡng tôn giáo, tư duy triết học, nghiên cứu khoa học, định chế và tổ chức xã hội chính trị. Tổng quát mà nói, đó không chỉ là phản ánh lịch sử phát triển của nội bộ Phật giáo, mà trong đó cũng phản ánh toàn bộ văn minh tại những nơi mà giáo lý của đức Phật được truyền đến. Điều này cũng được chứng minh cụ thể bởi lịch sử Việt Nam.

Mỗi bộ phái Phật giáo tự xây dựng cho mình một nền văn hiến Luận tạng riêng biệt, tập hợp các luận giải giáo nghĩa, bảo vệ kiến giải Phật pháp của mình, bài trừ các quan điểm dị học. Đây là nền văn hiến đồ sộ, liên tục phát triển trên nhiều khu vực địa lý khác nhau. Cho đến khi Hồi giáo bành trướng tại Ấn Độ, Phật giáo bị đào thải. Một bộ phận văn hiến Phật giáo được chuyển sang Tây Tạng, qua các bản dịch Phạn Tạng, và một số lớn nguyên bản Phạn văn được bảo trì. Một bộ phận khác, lớn nhất, gần như hoàn chỉnh nhất, văn hiến Phật giáo được chuyển dịch sang Hán tạng, bao gồm hầu hết mọi xu hướng tư tưởng dị biệt của Phật giáo phát triển trong lịch sử Ấn Độ, từ Nguyên thủy, Bộ phái, Đại thừa, cho đến Mật giáo.

Truyền thuyết ghi rằng Phật giáo được truyền vào Trung Hoa dưới đời Hán Minh Đế, niên hiệu Vĩnh bình thứ 10 (Tl. 65), và bản kinh Phật đầu tiên được dịch sang Hán văn là Kinh Tứ thập nhị chương, do Ca-diếp Ma-đằng và Trúc Pháp Lan. Nhưng truyền thuyết này không được nhất trí hoàn toàn giữa các nhà nghiên cứu lịch sử Phật giáo Trung Quốc. Điều chắc chắn là Khương Tăng Hội, quê quán Việt Nam, xuất phát từ Giao Chỉ (Việt Nam), đã đưa Phật giáo vào Giang Tả, miền Nam Trung Hoa. Các công trình phiên dịch và chú giải của

Khương Tăng Hội đã chứng tỏ rằng trước đó, tức từ năm thứ 247 kỷ nguyên Tây lịch, thời gian được nói là Tăng Hội vào đất Kiến nghiệp, quy y cho Tôn Quyền, Phật giáo đã phát triển đến một hình thái nhất định tại Việt Nam, cùng một số kinh Phật được phiên dịch. Điều này cũng được củng cố thêm bởi những điều được ghi chép trong Mâu Tử Lý Hoặc Luận. Có lẽ do hậu quả của thời kỳ Bắc thuộc, hầu hết những điều được tìm thấy trong hành trạng của Khương Tăng Hội và trong ghi chép của Mâu Tử đều bị xóa sạch. Chỉ tồn tại những gì được ghi nhận là truyền từ Trung Quốc.

Dịch giả Phạn Hán đầu tiên tại Trung Quốc được khẳng định là An Thế Cao (đến Trung Quốc trong khoảng Tl. 147 – 167). Tất nhiên trước đó hẳn cũng có các dịch giả khác mà tên tuổi không được ghi nhận. Lương Tăng Hựu căn cứ trên bản Kinh lục xưa nhất của Đạo An (Tl. 312 – 385) ghi nhận có chừng 134 kinh không rõ dịch giả; và do đó cũng không xác định trước hay sau An Thế Cao.

Sự nghiệp phiên dịch Phật kinh Phạn Hán liên tục từ An Thế Cao, cho đến các đời Minh, Thanh được tập thành trong 32 tập của Đại Chánh, bao gồm Thánh điển Nguyên thủy, Bộ phái, Đại thừa, Mật giáo, 1692 bộ. Những trước tác của Trung Hoa, từ sớ giải, luận giải, cho đến sử truyện, du ký, v.v., tập thành từ tập 33 đến 55 trong Đại Chánh, gồm 1492 tác phẩm. Số tác phẩm được ấn hành trong Tục tạng chữ Vạn còn nhiều hơn thế nữa. Đây là hai bản Hán tạng tương đối đầy đủ nhất, trong đó tạng Đại Chánh được sử dụng rộng rãi trên quy mô thế giới.

Sự nghiệp phiên dịch Kinh điển ở nước ta được bắt đầu rất sớm, có thể trước cả thời Khương Tăng Hội, mà dấu vết có thể tìm thấy trong *Lục độ tập kinh*. Ngôn ngữ phiên dịch của Khương Tăng Hội là Hán văn. Hiện chưa có phát hiện nào về các bản dịch Kinh Phật bằng tiếng quốc âm. Suốt trong thời kỳ Bắc thuộc, do nhu cầu tinh thông Hán văn như là sách lược cấp thời để đối phó sự đồng hóa của phương bắc, Hán văn trở thành ngôn ngữ thống trị. Vì vậy công trình phiên dịch Kinh điển thành quốc âm không thể thực hiện. Bởi vì, công trình phiên dịch Tam tạng tại Trung Hoa thành tựu đồ sộ được thấy ngay, chủ yếu do sự bảo trợ của triều đình. Quốc âm chỉ được dùng như là phương tiện hoằng pháp trong nhân gian.

Cho đến thời Pháp thuộc, trước tình trạng vong quốc và sự đe dọa bởi văn hóa xâm lược, văn hóa dân tộc có nguy cơ mất gốc, cho nên sơn môn phát động phong trào chấn hưng Phật giáo, phổ biến kinh điển bằng tiếng quốc ngữ qua ký tự La-tinh. Từ đó, lần lượt các Kinh điển quan trọng từ Hán tạng được phiên dịch theo nhu cầu học và tu của Tăng già và Phật tử tại gia. Phần lớn các Kinh điển này đều thuộc Đại thừa, chỉ một số rất ít được trích dịch từ các A-hàm. Dù Đại thừa hay A-hàm, các Kinh Luận được phiên dịch đều không theo một hệ thống nào cả. Do đó sự nghiên cứu Phật học Việt Nam vẫn chưa có cơ sở chắc chắn. Mặt khác, do ảnh hưởng ngữ pháp Phạn, các bản dịch Hán hàm chứa một số vấn đề ngữ pháp Phạn Hán khiến cho ngay cả các nhà chú giải Kinh điển lớn như Cát Tạng, Trí Khải cũng phạm phải rất nhiều sai lầm. Chính Ngạn Tông, người tổ chức dịch trường theo lệnh của Tùy Dạng đế đã nêu lên một số sai lầm này. Cho đến Huyền Trang, vì phát hiện nhiều sai lầm trong các bản Hán dịch nên quyết tâm nhập Trúc cầu pháp, bất chấp lệnh cấm của triều đình và các nguy hiểm trên lộ trình.

Ngày nay, do sự phát hiện nhiều bản Kinh Luận quan trọng bằng tiếng Sanskrit, cũng như sự phổ biến ngôn ngữ Tây Tạng, mà phần lớn Kinh điển Sanskrit được phiên dịch, nên nhiều công trình chỉnh lý được thực hiện cho các bản dịch Phạn Hán. Thêm vào đó, do sự phổ biến ngôn ngữ Pali, vốn được xem là ngôn ngữ Thánh điển gần với nguyên thuyết nhất, một số sai lầm trong các bản dịch A-hàm cũng được chỉnh lý, và tỉ giáo, khiến cho lời dạy của Đức Thích Tôn được thọ trì một cách trong sáng hơn.

Trên đây là những nhận thức cơ bản để Ban phiên dịch Đại Tạng Kinh Việt Nam y theo đó mà thực hiện các bản dịch. Trước hết, là bản dịch các kinh A-hàm đang được giới thiệu ở đây. Các kinh thuộc bộ A-hàm được dịch sang Hán rất sớm, kể từ thời Hậu Hán với An Thế Cao. Nhưng phần lớn các truyền bản này đều phát xuất từ Tây vực, từ các nước Phật giáo thịnh hành thời đó như Quy-tư, Vu-điền. Do khẩu âm và phương ngữ nên trong các truyền bản được nói là Phạn văn đã hàm chứa khá nhiều sai lạc. Điều này có thể thấy rõ qua sự so sánh các đoạn tương đương Pali, hay các dẫn chứng trong Đại Tì-bà-sa, Du-già sư địa. Thêm vào đó, các dịch giả hầu hết đều học Phật và học tiếng Sanskrit tại các nước Tây Vực chứ không trực tiếp tại Ấn Độ như La-thập và Huyền Trang, nên trình độ ngôn ngữ Phạn có hạn chế. Các vị ấy khi vừa đặt chân lên Trung Hoa, do khát vọng thâm thiết của các Phật tử Trung Hoa, muốn có thêm kinh Phật để học và tu, cho nên trong khi chưa tinh thông tiếng Hán, mà công trình phiên dịch lại được thôi thúc cần thực hiện. Vì không tinh thông Hán ngữ nên công tác phiên dịch luôn luôn qua trung gian một người chuyển ngữ. Quá trình phiên dịch đi qua nhiều giai đoạn mà chính người chủ dịch không thể quán triệt, cho nên trong các bản dịch hàm chứa những đoạn văn rất tối nghĩa, và nhiều khi nhầm lẫn. Trong tình hình như vậy, một bản dịch Việt từ Hán đòi hỏi rất nhiều tham khảo để hy vọng tiếp cận với nguyên bản Sanskrit đã thất lạc, và cũng từ đó mà hy vọng có thể tiếp cận với lời Phật dạy hơn, điều mà các bản Hán dịch do trở ngại ngôn ngữ đã không thể thực hiện được.

Đại Tạng Kinh Việt Nam chủ yếu căn cứ trên Đại Chánh Đại Tạng Kinh, Nhật Bản, gồm 100 tập, được biên tập khởi đầu từ niên hiệu Đại Chánh (Taisho) thứ 11, Tl. 1922, cho đến niên hiệu Chiêu Hòa (Showa) thứ 9, Tl. 1934, tập hợp trên 100 nhà nghiên cứu Phật học hàng đầu của Nhật Bản, dưới sự chủ trì của Cao Nam Thuận Thứ Lang (Takakusu Junjiro) và Độ Biên Hải Húc (Watanabe Kaigyoku). Để bản sử dụng là bản in của chùa Hải Ấn, Triều Tiên, được gọi là bản Cao-lệ. Công trình chỉnh lý văn bản căn cứ các khắc bản Tống, Nguyên, Minh, cùng một số khắc bản và thủ bản tại Hoa và Nhật khác như tả bản Thiên Bình, bản Liêu của Cung nội sảnh, bản chùa Đại Đức, bản chùa Vạn Đức, v.v. Một số bản văn được phát hiện tại các vùng trong Tây Vực như Vu Điền, Đôn Hoàng, Quy Tư, Cao Xương, cũng được dùng làm tham khảo. Nhiều đoạn văn từ Pali và Sanskrit cũng được dẫn dưới cước chú để đối chiếu đoạn Hán dịch mà người biên tập nghi ngờ là không chính xác hoặc thuộc về dị bản nào đó.

Nội dung Đại tạng Đại Chánh được phân làm ba phần chính: phần thứ nhất, gồm 32 tập, là các bản dịch Phạn Hán bao gồm Kinh, Luật, Luận, được thuyết bởi chính kim khẩu của Phật, hay được kiết tập bởi các Thánh đệ tử, hoặc được trước tác bởi các Luận sư. Phần thứ hai, từ Đại Chánh tập 33 đến tập 55, trước tác của Trung Hoa, bao gồm các sớ giải Kinh, Luật, Luận, và luận thuyết riêng biệt của các tông phái Phật giáo Trung Hoa, các sử truyện, truyện ký, du ký, truyền kỳ; các bản Hán dịch thuộc ngoại giáo như Thắng luận, Số luận, Ba tư giáo, Thiên chúa giáo, các tập ngữ vựng Phạn Hán, giáo khoa Phạn Hán, các Kinh lục. Phần thứ ba, từ tập 56 đến 85, tập hợp các trước tác của Nhật Bản, gồm các sớ giải Kinh, Luật, Luận, phần lớn căn cứ trên các bản sớ giải Trung Hoa mà giải nghĩa rộng thêm, và các luận thuyết của các tông phái tại Nhật Bản. Còn lại 12 tập sưu tập các đồ tượng, tranh ảnh, phần lớn là các đồ hình mạn-đà-la của Mật tông. 3 tập cuối, tổng mục lục, liệt kê nội dung các bản Đại tạng lưu hành.

Ban phiên dịch Đại Tạng Kinh Việt Nam chọn Đại Chánh tạng làm để bản, phiên dịch tất cả tác phẩm được ấn hành trong đó. Phàm lệ để thực hiện bản dịch tạm thời được quy định như sau:

1. Đại Tạng Kinh Việt Nam bao gồm tất cả các bản dịch tiếng Việt của Tam Tạng Kinh Điển Phật giáo đã xuất hiện ở nước ta từ trước đến nay, qua các thời kỳ với nhiều dịch giả khác nhau, để cho thấy quá trình hình thành Đại Tạng Kinh Việt Nam qua lịch sử.

2. Về bản đáy, bản dịch Việt căn cứ trên ấn bản Đại Chánh Tân Tu Đại Tạng Kinh 100 tập, mỗi tập trên dưới 1000 trang chữ Hán cỡ 10pt và sẽ được đánh số theo thứ tự của số ghi trong bản in Đại Chánh. Mỗi trang của bản in Đại chính được chia làm ba cột: a, b, c. Số trang và cột này đều được ghi trong bản dịch để tiện tham khảo.

3. Vì thế, một bản kinh chữ Hán có thể có nhiều bản dịch tiếng Việt, nên sau số thứ tự của Đại Chánh, sẽ đánh thêm các mẫu tự A, B, C… để phân biệt các bản dịch tiếng Việt khác nhau của cùng một bản kinh chữ Hán đó.

4. Về xử lý văn bản trong khi phiên dịch, phần lớn căn cứ công trình hiệu đính và đối chiếu của bản Đại Chánh. Ngoài ra, tham khảo thêm các công trình hiệu đính và đối chiếu khác.

5. Giữa các ấn bản có những điểm khác nhau, bản Việt sẽ lựa chọn hoặc hiệu đính theo nhận thức của người dịch.

6. Trong bản Hán, nếu chỗ nào xét thấy văn dịch hay từ ngữ không phù hợp với giáo nghĩa truyền thống phổ biến, người dịch sẽ tham khảo các Kinh, Luật, Luận cần thiết để hiệu chính. Những hiệu chính

này được giải thích ở phần cước chú.

7. Bản Hán dịch thực hiện căn cứ phần lớn trên sự truyền khẩu. Do đó những từ phát âm tương tự dễ đưa đến ngộ nhận, như *sam* Pāli hay *sama* và *samyak*; *cala* và *jala*; *muti* và *muṭṭhi*, v.v… Trong những trường hợp này, người dịch sẽ tham chiếu các kinh tương đương, các bản Hán biệt dịch, suy đoán tự dạng nguyên thủy có thể có trong Phạn bản để hiệu chính. Những hiệu chính này đều được ghi ở phần cước chú.

8. Do các truyền bản khác nhau giữa các bộ phái, để có nhận thức về giáo nghĩa nguyên thủy, chung cho tất cả, cần có những nghiên cứu đối chiếu sâu rộng. Công việc này ngoài khả năng hiện tại của các dịch giả. Tuy nhiên, trong trường hợp có thể, những điểm dị biệt giữa các truyền bản sẽ được ghi nhận và đối chiếu. Những ghi nhận này được nêu ở phần cước chú.

9. Bản Hán dịch được phân thành số quyển. Bản dịch Việt không chia số quyển như vậy, nhưng sẽ ghi ở phần cước chú mỗi khi bắt đầu một quyển khác.

10. Các từ Phật học trong một số bản Hán dịch nếu không phổ biến, do đó có thể gây khó khăn cho việc đọc và nghiên cứu, trong các trường hợp như vậy, tuy vẫn giữ nguyên dịch ngữ của bản Hán, nhưng dịch ngữ tương đương thông dụng hơn sẽ được ghi trong phần cước chú. Trong trường hợp có thể, sẽ ghi luôn dịch giả của những dịch ngữ này và xuất xứ của chúng từ bản dịch nào để tiện việc tham khảo.

11. Các kinh sách tham khảo trong cước chú đều được viết tắt theo quy định phổ thông của giới nghiên cứu quốc tế; xem quy định về viết tắt ở cuối mỗi tập của Đại tạng kinh Việt Nam.

II. PHƯƠNG ÁN THỰC HIỆN

Dự án thực hiện bao gồm các công trình phiên dịch, biên tập, và ấn hành, một Hội Đồng phiên dịch Đại Tạng Kinh Việt Nam được thành lập, được điều phối bởi Tổng biên tập, với các nhiệm vụ được phân phối như sau:

1. Ủy ban Phiên dịch. Để hoàn tất một bản dịch, các công tác sau đây cần được thực hiện:

a. Phiên dịch trực tiếp: Các văn bản lần lượt được phân phối đến các vị có trình độ Hán văn tương đối, kiến thức Phật học cơ bản, và khả năng ngôn ngữ cần thiết, phiên dịch trực tiếp từ Hán sang Việt.

b. Hiệu đính và chú thích: nhiệm vụ chủ yếu của phần hiệu chính là đọc lại bản dịch thô và bổ túc những sai lầm có thể có trong bản dịch. Trong thực tế, người hiệu đính còn phải làm nhiều hơn thế nữa.

Trước hết là phần chỉnh lý văn bản. Phần này đáng lý phải thực hiện trước khi phiên dịch. Việc chỉnh lý văn bản thoạt tiên có vẻ đơn giản, vì người dịch chỉ lưu ý một số nhầm lẫn trong việc khắc bản của để bản. Những điểm khác nhau giữa các bản khắc hầu hết được ghi ở cước chú trong ấn bản Đại Chánh, người dịch chỉ cần hiểu rõ nội dung đoạn dịch thì có thể lựa chọn những từ thích hợp trong cước chú. Tuy nhiên, do hạn chế về trình độ Phật pháp và khả năng tham khảo nên đa số người dịch không chọn được từ chính xác. Mặt khác, ngay cả các từ trong cước chú không phải hoàn toàn chính xác. Ngay cả Đại sư Ấn Thuận cũng phạm phải một số sai lầm khi chọn từ, vì không tìm ra các đoạn Pali hoặc Sanskrit tương đương nên phải dựa trên ức đoán. Những ức đoán phần nhiều là sai. Mặt khác, nhiều sai lầm không phải do tả bản hay khắc bản, mà do chính từ truyền bản. Bởi vì, kinh điển từ Ấn Độ truyền sang hầu hết đều do khẩu truyền. Những biến đổi trong khẩu âm, phát âm, khiến nhầm lẫn từ này với từ khác, làm cho ý nghĩa nguyên thủy của giáo lý sai lạc. Người dịch từ Hán văn mà không có trình độ Phạn văn nhất định thì không thể phát hiện những sai lầm này. Điều đáng lưu ý những sai lầm này xuất hiện rất nhiều và rất thường xuyên trong nhiều bản dịch Phạn Hán.

Phần hiệu đính tập trung trên cú pháp Phạn mà ảnh hưởng của nó trong các bản dịch khiến cho nhiều khi ngay cả những vị tinh thông Hán, ngay cả các nhà chú giải kinh điển nổi tiếng cũng phải nhầm lẫn. Để hiểu rõ nội dung bản dịch Hán, cần thiết phải tìm lại nguyên bản Phạn để đối chiếu. Đại sư Cát Tạng đã vấp phải sai lầm khi không có cơ sở để phân tích mệnh đề Hán dịch là năng động hay thụ động, do đó đã nhầm lẫn người giết với kẻ bị giết. Đó là một đoạn văn trong *Thắng man* mà nguyên bản Phạn của kinh này đã thất lạc, nhưng đoạn văn tương đương lại được tìm thấy trong trích dẫn của *Sikṣasamuccaya* của *Sāntideva*. Nếu không tìm thấy đoạn Sanskrit được trích dẫn này thì không ai có thể biết rằng Cát Tạng đã nhầm lẫn.

Rất nhiều kinh điển trong nguyên bản Phạn đã bị thất lạc. Ngay cả những tác phẩm quan trọng như Đại Tì-bà-sa chỉ tồn tại trong bản dịch của Huyền Trang. Nhiều đoạn được trích dẫn trong bản dịch *Câu-xá*, mà Phạn văn đã được phát hiện, cũng giúp người đọc Đại Tì-bà-sa có manh mối để đi sâu vào nội dung. Đọc một bản văn mà không nắm vững nội dung của nó, nghĩa là chính dịch giả cũng không hiểu, hoặc hiểu sai, sao có thể hy vọng người đọc hiểu được đoạn văn phiên dịch? Do đó, công tác hiệu đính không đơn giản chỉ bổ túc những khuyết điểm trong bản dịch về lối hành văn, mà đòi hỏi công phu tham khảo rất nhiều để nắm vững nội dung nguyên tác trong một giới hạn khả dĩ.

Đại Tạng Kinh Việt Nam là bản dịch Việt từ Hán tạng, do đó không thể tự tiện thay đổi nội dung dù phát hiện những sai lầm trong bản Hán. Những sai lầm mang tính lịch sử, do đó không được phép loại bỏ tùy tiện. Tuy vậy, bản dịch Việt cũng không thể bỏ qua những nhầm lẫn được phát hiện. Những phát hiện sai lầm cần được nêu lên, và những hiệu đính cũng cần được đề nghị. Những điểm này được ghi ở phần cước chú để cho bản Việt vẫn còn gần với bản Hán dịch.

Trên đây là một số điều kiện tất yếu để thực hiện một bản dịch tương đối khả dĩ chấp nhận. Trong tình hình hiện tại, chúng ta chỉ có rất ít vị có thể hội đủ điều kiện yêu cầu như trên. Do đó, dự án thực hiện hướng đến chương trình đào tạo, không đơn giản chỉ là đào tạo chuyên gia dịch thuật, mà là bồi dưỡng những vị có trình độ Phật học cao với khả năng đọc và hiểu các ngôn ngữ chuyển tải Thánh điển, chủ yếu các thứ tiếng Pali, Sanskrit, Tây Tạng và Hán. Trong tình hình nghiên cứu Phật học hiện tại trên thế giới, người muốn nghiên cứu Phật học mà không biết đến các ngôn ngữ này thì khó có thể nắm vững giáo nghĩa căn bản. Và đây cũng là điều mà Ngạn Tông đã nêu rõ trong các điều kiện tham gia dịch thuật trong viện phiên dịch bảo trợ bởi Tùy Dạng Đế, mặc dù Ngạn Tông chỉ yêu cầu hiểu biết Phạn văn nhưng đồng thời cũng yêu cầu kiến thức uyên bác, không chỉ tinh thông Phật điển mà còn cả thư tịch ngoại giáo.

Chi tiết chương trình đào tạo cần được trình bày trong một dịp khác.

2. Ủy ban Ấn hành. Công tác ấn hành gồm các phần:

a. Sửa lỗi chính tả của các bản dịch. Hiện tại lỗi chính tả trong các bản dịch do các Thầy, Cô, và Phật tử tự nguyện chỉnh sửa. Nhưng chỉ là công tác nghiệp dư, do không chuyên trách, và do đó cũng thiếu kinh nghiệm trong việc phát hiện lỗi, nên các bản in phổ biến tồn tại khá nhiều lỗi chính tả.

b. Trình bày bản in. Công tác này tùy thuộc điều kiện kỹ thuật vi tính. Sơ khởi, ban ấn hành chưa đủ điều kiện để có những vị thành thạo sử dụng kỹ thuật vi tính trong việc trình bày văn bản. Công việc này hiện tại do các Thầy, Cô phụ trách, với trình độ kỹ thuật do tự học, và tự phát. Vì vậy, trong nhiều trường hợp không khắc phục được lỗi kỹ thuật nên hình thức trình bày của bản văn chưa được hoàn hảo như mong đợi.

Sự nghiệp phiên dịch được định khoảng 15 năm, hoặc có thể lâu hơn nữa. Hình thức Đại Tạng Kinh do đó không thể được thiết kế một lần hoàn hảo. Trong diễn tiến như vậy, tất nhiên trình độ kỹ thuật được cải tiến theo thời gian, khiến cho hình thức trình bày cũng cần thay đổi cho phù hợp với thời đại. Hậu quả sẽ khó tránh khỏi là sự không đồng bộ giữa các tập Đại Tạng Kinh ấn hành trước và sau.

c. Ấn loát. Sau khi hình thức trình bày được chấp nhận, bản dịch được đưa đi nhà in. Trách nhiệm ấn loát được giao cho nhà in với các khoản được ghi thành hợp đồng. Vấn đề ấn loát như vậy tương đối ổn định. Tuy nhiên, cũng cần có người chuyên trách để theo dõi quá trình ấn loát, hầu tránh những sai sót kỹ thuật có thể có do nhà in.

d. Phát hành, phổ biến và vận động. Một nhiệm vụ không kém quan trọng là phát hành và phổ biến Đại Tạng Kinh. Công việc này đáng lý do một ban phát hành chuyên trách. Nhưng trong điều kiện nhân sự hiện tại, một Ban như vậy chưa thể thành lập, do đó ban ấn hành kiêm nhiệm. Thêm nữa, công trình phiên dịch là sự nghiệp chung của toàn thể Phật tử Việt Nam, không phân biệt Giáo hội, hệ phái, do đó cần có sự tham gia và cống hiến của chư Tăng Ni, Phật tử, bằng hằng sản và hằng tâm, bằng tâm nguyện cá nhân hay tập thể dưới các hình thức hỗ trợ và bảo trợ bằng vật chất hoặc tinh thần, cống hiến bằng tất cả khả năng vật chất và trí tuệ. Công việc vận động này để cho được hữu hiệu với sự tham gia tích cực của nhiều chúng đệ tử cũng cần được chuyên trách bởi một ban vận động. Trong điều kiện nhân sự hiện tại, ban ấn hành kiêm nhiệm.

HẬU TỪ

Trải qua trên dưới 2 nghìn năm du nhập, những giáo nghĩa căn bản mà đức Phật đã giảng được học và hành tại Việt Nam, đã đem lại nhiều an lạc cho nhiều cá nhân và xã hội, đã góp phần xây dựng tình cảm và tư duy của các cộng đồng cư dân trên đất nước Việt. Thế nhưng, sự nghiệp phiên dịch cũng như ấn hành để phổ biến Thánh điển, làm nền tảng sở y cho sự học và hành, chưa được thực hiện trên quy mô rộng lớn toàn quốc.

Sự nghiệp phiên dịch tại Trung Quốc trải qua gần hai nghìn năm, với thành tựu vĩ đại, tập đại thành và bảo tồn kho tàng Thánh điển thoát qua nhiều trận hủy diệt do những đức tin mù quáng, quảng tín. Sự nghiệp ấy đại bộ phận do các quốc vương Phật tử tích cực bảo trợ, đã là sự nghiệp chung của toàn thể nhân dân theo từng giai đoạn đặc biệt của lịch sử. Việt Nam tuy cũng có các minh quân Phật tử, nhưng do tác động bởi các yếu tố chính trị xã hội nên chưa từng được tổ chức quy mô dưới sự bảo trợ của triều đình. Chỉ do yêu cầu thực tế học và hành mà một số kinh điển được phiên dịch, nhưng chưa đủ để lập thành nền tảng tương đối hoàn bị cho sự nghiên cứu sâu giáo nghĩa.

Gần đây, vào năm 1973, một Hội đồng phiên dịch Tam tạng lần đầu tiên trong lịch sử được thành lập. Chủ tịch: Thượng tọa Thích Trí Tịnh, Tổng thư ký: Thượng tọa Thích Quảng Độ, với các thành viên quy tụ tất cả các Thượng tọa và Đại đức đã có công trình phiên dịch và có uy tín trên phương diện nghiên cứu Phật học, dưới sự chỉ đạo của Viện Tăng Thống, Giáo hội Phật giáo Việt Nam Thống nhất. Chương trình phiên dịch được soạn thảo trên quy mô rộng lớn, nhưng do bởi hoàn cảnh chiến tranh cho nên chỉ mới thực hiện được một phần nhỏ. Một phần của thành quả này về sau được ấn hành năm 1993 bởi Viện Nghiên cứu Phật học Việt Nam, trực thuộc Giáo hội Phật giáo Việt Nam, dưới danh hiệu "Đại Tạng Kinh Việt Nam." Thành quả này là các Kinh thuộc bộ A-hàm được phân công bởi Hội đồng Phiên dịch Tam tạng, trong đó, *Trường A-hàm* và *Tạp A-hàm* do TT Thiện Siêu, TT Trí Thành và ĐĐ Tuệ Sỹ thuộc Viện Cao đẳng Phật học Hải đức Nha Trang; *Trung A-hàm* và *Tăng nhất A-hàm* do TT Thanh Từ, TT Bửu Huệ, TT Thiền Tâm thuộc Viện Cao đẳng Phật học Huệ Nghiêm Saigon.

Ngoài ra, một phần phân công khác cũng đã được hoàn thành như:

TT Trí Nghiêm: Đại Bát Nhã (Huyền Trang dịch, 600 cuốn) thuộc bộ Bát-nhã. TT Trí Tịnh: Kinh *Ma-ha Bát-nhã-ba-la-mật* (Đại phẩm) thuộc bộ Bát-nhã; Kinh *Diệu pháp Liên hoa* (La-thập dịch), thuộc bộ Pháp hoa; Kinh Đại phương Quảng Phật Hoa nghiêm (bản Bát thập) thuộc bộ Hoa nghiêm, và toàn bộ Đại bảo tích.

Các bản dịch này cũng đã được ấn hành nhưng do bởi đệ tử của các Ngài chứ chưa đưa vào Đại Tạng Kinh Việt Nam.

Những vị được phân công khác chưa thấy có thành quả được công bố.

Mặc dù với nỗ lực to lớn, nhưng do hoàn cảnh nhiều nhương của đất nước nên thành tựu rất khiêm nhượng. Thêm nữa, các thành tựu này cũng chưa hội đủ điều kiện và thời gian thuận tiện được hiệu đính và biên tập theo tiêu chuẩn nghiên cứu và phiên dịch Phật điển trong trình độ nghiên cứu Phật giáo hiện đại của thế giới, do đó cũng chưa thể được dự phần trong sự nghiệp phiên dịch và nghiên cứu Phật học trên quy mô quốc tế, như cống hiến của Phật giáo Việt Nam cho cộng đồng nhân loại trong sự nghiệp hoằng dương Chánh pháp chung của toàn thể Phật tử thế giới vì lợi ích và an lạc của hết thảy mọi loài chúng sanh.

Sự nghiệp như vậy không thể là cống hiến cá biệt của một cá nhân hay tập thể, của một Giáo hội hay hệ phái, mà là sự nghiệp chung của toàn thể Tăng tín đồ Phật giáo Việt Nam, không chỉ một thế hệ, mà liên tục trong nhiều thế hệ, cùng tồn tại và tiến bộ theo đà thăng tiến của xã hội và nhân loại. Trên hết là báo đáp ân đức của Phật Tổ, đã vì an lạc của chúng sanh mà trải qua vô vàn khổ hành, qua vô số a-tăng-kỳ kiếp. Thứ đến, kế thừa sự nghiệp hoằng pháp lợi sanh của Thầy Tổ để cho ngọn đèn Chánh pháp luôn luôn được thắp sáng trong thế gian.

Vì vậy, chúng tôi khẩn thiết, trên nương nhờ uy thần nhiếp thọ của Chư Phật và Thánh Tăng, cùng với sự tán trợ của chư vị Trưởng lão hiện tiền trong hàng Tăng bảo, kêu gọi sự hỗ trợ cống hiến bằng tất cả tâm nguyện và trí lực, bằng tất cả hằng sản và hằng tâm, của bốn chúng đệ tử Phật, cho sự nghiệp hoằng pháp đệ nhất tối thắng này được tiến hành vững chắc và liên tục từ thế hệ này cho đến nhiều thế hệ tiếp theo, duy trì ngọn đèn Chánh pháp tồn tại lâu dài trong thế gian vì lợi ích và an lạc của hết thảy chúng sanh.

Mùa Phật đản Pl. 2552 – Mậu Tý 2008
Trí Siêu – Tuệ Sỹ
cẩn bạch

GIÁO HỘI PHẬT GIÁO VIỆT NAM THỐNG NHẤT
HỘI ĐỒNG PHIÊN DỊCH TAM TẠNG LÂM THỜI

DUYÊN KHỞI

Kể từ phong trào chấn hưng Phật giáo vào thập niên 1930, chư vị dịch giả đã cố gắng phiên âm và phiên dịch Kinh điển từ Hán văn hay chữ Nôm sang chữ quốc ngữ để sử dụng trong sinh hoạt thiền môn Việt Nam cũng như để đem giáo lý Phật đi vào quần chúng. Những nỗ lực như vậy rất đáng trân trọng, nhưng vẫn còn là những đóng góp từ cá nhân, mang tính cấp thời, chưa có sự phối hợp đồng bộ, và chưa đủ tầm mức học thuật để giới thiệu Thánh điển Phật giáo tiếng Việt đến với cộng đồng dân tộc.

Vài thập niên sau đó thì chữ quốc ngữ qua ký tự La-tinh mới được phổ cập trong thiền môn, và kinh sách Phật giáo bằng tiếng Việt, phiên dịch cũng như trước tác, mới được bừng khai, không những tạo nên các phong trào tu học của quần chúng khắp nước, mà còn là sự dẫn đạo tư tưởng của Phật giáo Việt Nam đối với các thế hệ trưởng thành trong chiến tranh qua sự thành lập Giáo Hội Phật Giáo Việt Nam Thống Nhất (GHPGVNTN), đồng thời kiến lập Đại Học Vạn Hạnh, một viện đại học tư thục Phật giáo đầu tiên tại Nam Việt Nam vào năm 1964.

Từ nguồn nhân lực dồi dào với nhiều vị pháp sư, học giả được đào tạo trong và ngoài nước, cũng như các cơ sở giáo dục Phật giáo được trải rộng khắp miền Trung và Nam Việt, Viện Tăng Thống GHPGVNTN đã có nền tảng vững chắc về học thuật để quyết định thành lập Hội Đồng Phiên Dịch Tam Tạng; và qua Hội nghị Toàn thể Hội đồng Phiên dịch Tam Tạng tổ chức tại Viện Đại Học Vạn Hạnh vào các ngày 20, 21,

22 tháng 10 năm 1973, hội nghị đã đưa ra dự án phiên dịch với mục lục tổng quát các Kinh điển truyền bản Hán tạng cần phiên dịch, phân chia công việc, cũng như giới thiệu thành viên của Hội đồng Phiên dịch Tam Tạng gồm 18 vị Pháp sư như sau:

HỘI ĐỒNG PHIÊN DỊCH TAM TẠNG 1973

A. *Ủy Ban Phiên Dịch:*

1. Hòa thượng Trưởng lão Thích Trí Tịnh (1917 – 2014)
   Trưởng Ban
2. Hòa thượng Trưởng lão Thích Minh Châu (1918 – 2012)
   Phó Trưởng Ban
3. Hòa thượng Trưởng lão Thích Quảng Độ (1928 – 2020)
   Tổng Thư Ký
4. Hòa thượng Trưởng lão Thích Trí Quang (1923 – 2019)
5. Hòa thượng Trưởng lão Thích Đức Nhuận (1924 – 2002)
6. Hòa thượng Trưởng lão Thích Bửu Huệ (1914 – 1991)
7. Hòa thượng Trưởng lão Thích Trí Thành (1921 – 1999)
8. Hòa thượng Trưởng lão Thích Nhật Liên (1923 – 2010)
9. Hòa thượng Trưởng lão Thích Thiện Siêu (1921 – 2001)
10. Hòa thượng Trưởng lão Thích Huyền Vi (1926 – 2005)

B. *Thành Viên Bổ Sung:*

1. Hòa thượng Trưởng lão Thích Đức Tâm (1928 – 1988)
2. Hòa thượng Trưởng lão Thích Huệ Hưng (1917 – 1990)
3. Hòa thượng Trưởng lão Thích Thuyền Ấn (1927 – 2010)
4. Hòa thượng Trưởng lão Thích Trí Nghiêm (1911 – 2003)
5. Hòa thượng Trưởng lão Thích Trung Quán (1918 – 2003)
6. Hòa thượng Trưởng lão Thích Thiền Tâm (1925 – 1992)
7. Hòa thượng Trưởng lão Thích Thanh Từ (1924 –)
8. Hòa thượng Thích Tuệ Sỹ (1943 – 2023)

Sau gần 50 năm kể từ khi Hội đồng Phiên dịch Tam Tạng được thành lập, nhiều Kinh điển đã được phiên dịch, góp phần đáng kể vào kho tàng Thánh điển Phật giáo Việt Nam, nhưng có thể nói rằng dự án phiên dịch đưa ra thời ấy, vẫn chưa hoàn tất. Lý do thứ nhất, do hoàn cảnh chiến tranh và bất toàn xã hội, các Kinh điển được dịch rồi vẫn không có đủ thời gian thuận tiện để được hiệu đính và nhuận sắc lại theo đúng tiêu chuẩn Phật điển hàn lâm. Thứ nữa, với nguồn tài liệu cổ ngữ, sinh ngữ dồi dào hiện nay cùng với phương tiện kỹ thuật vi tính, thông tin liên mạng, chư vị dịch giả có rất nhiều cơ hội để truy cập, tham khảo, đối chiếu các truyền bản khác nhau để có được định bản tiếng Việt đáng tin cậy, theo chuẩn mực quốc tế. Ngoài ra, chư vị thành viên Hội đồng Phiên dịch đã theo thời gian, tuần tự viên tịch khi công trình phiên dịch còn dang dở. Nay chỉ còn 2 trong số 18 vị dịch giả còn đương tiền, nhưng một vị đang trong tình trạng bất hoạt; vị duy nhất còn lại có thể tiếp tục đảm đương trọng nhiệm là Hòa thượng Thích Tuệ Sỹ. Xét thấy, đây cũng là phước duyên hy hữu cho Phật giáo Việt Nam cũng như cho công trình phiên dịch Tam Tạng do Viện Tăng Thống đề ra nửa thế kỷ trước:

a) Về phương diện học thuật, Hòa thượng Tuệ Sỹ là một trong số ít học giả uy tín trong việc nghiên tầm, phiên dịch, chú giải và giảng thuật về Tam Tạng Kinh điển từ nhiều thập niên qua; đã và đang đào tạo, nâng đỡ nhiều thế hệ Tăng Ni và Cư sĩ có trình độ Phật học và cổ ngữ có thể phụ trợ công trình phiên dịch;

b) Về phương diện điều hành, Hòa thượng Tuệ Sỹ chính thức tiếp nhận ấn tín Viện Tăng Thống từ Đức Đệ ngũ Tăng Thống, hàm nghĩa kế thừa sự nghiệp hoằng pháp của GHPGVNTN, đồng thời kế thừa công trình phiên dịch của Hội đồng Phiên dịch Tam Tạng được Hội đồng Giáo phẩm Trung ương Viện Tăng Thống thành lập năm 1973.

Từ những nhân duyên và điều kiện kể trên, công trình phiên dịch dang dở của chư vị tiền hiền tất yếu phải được Hòa thượng Tuệ Sỹ đưa vai gánh vác, không thể để cho gián đoạn. Đó là lý do, từ danh nghĩa Viện Tăng Thống GHPGVNTN, Hội Đồng Phiên Dịch Tam Tạng Lâm Thời (HĐPDTTLT) đã được thành lập vào ngày 03 tháng 12 năm 2021, theo Thông Bạch số 11/VTT/VP, nhằm kế thừa sự nghiệp phiên dịch Tam Tạng của chư vị Trưởng lão Hội Đồng Phiên Dịch Tam Tạng Viện Tăng Thống, với thành phần nhân sự như sau:

HỘI ĐỒNG PHIÊN DỊCH TAM TẠNG LÂM THỜI 2021[*]

Cố Vấn:	Giáo sư Trí Siêu Lê Mạnh Thát (Việt Nam)
Chủ Tịch:	Hòa thượng Thích Tuệ Sỹ (Việt Nam)
Chánh Thư Ký:	Hòa thượng Thích Như Điển (Đức quốc)
Phó Thư Ký Quốc Nội:	Hòa thượng Thích Thái Hòa (Việt Nam)
Phó Thư Ký Hải Ngoại:	Hòa thượng Thích Nguyên Siêu (Hoa Kỳ)

Ủy Ban Duyệt Sách:

Hòa thượng Thích Tuệ Sỹ; Giáo sư Trí Siêu Lê Mạnh Thát.

Ủy Ban Phiên Dịch:

Hòa thượng Thích Đức Thắng (Việt Nam); Hòa thượng Thích Thái Hòa (Việt Nam); Thượng tọa Thích Nguyên Hiền (Việt Nam); Thượng tọa Thích Nhuận Châu (Việt Nam); Đại đức Thích Nhuận Thịnh (Việt Nam); Cư sĩ Đạo Sinh Phan Minh Trị (Việt Nam); Cư sĩ Trí Việt Đỗ Quốc Bảo (Đức quốc).

Ủy Ban Chứng Nghĩa Chuyết Văn:

Hòa thượng Thích Thiện Quang (Canada); Thượng tọa Thích Nguyên Tạng (Úc); Đại đức Thích Nhuận Thịnh (Việt Nam); Cư sĩ Tâm Huy Huỳnh Kim Quang (Hoa Kỳ); Cư sĩ Tâm Quang Vĩnh Hảo (Hoa Kỳ).

Những thành viên khác tùy theo nhu cầu sẽ được thỉnh cử sau.

Xét thấy công hạnh tu trì cũng như kiến văn của thành viên chưa thể sánh ngang với chư Tôn túc Trưởng lão Hội đồng Phiên dịch Tam Tạng 1973, do đó chỉ có thể thành lập Hội đồng Lâm thời để kế thừa việc phiên dịch Kinh-Luật-Luận theo khả năng. Trong điều kiện như thế, HĐPDTTLT sẽ không phiên dịch theo thứ tự lịch sử hình thành Thánh điển như Đại Chánh, mà theo phương pháp các Kinh Lục cổ điển, phân Thánh giáo thành Ba thừa: Thanh Văn Tạng, Bồ-tát Tạng và Mật Tạng. Cho đến khi nào sở học và đạo hạnh được nâng cao, đủ để xác định tín tâm trong hàng bốn chúng đệ tử, bấy giờ Hội đồng Phiên dịch Tam Tạng Lâm thời sẽ chuyển thành chính thức, và sẽ tuần tự thực hiện chương trình phiên dịch đúng theo đề xuất của Hội đồng Phiên dịch Tam Tạng 1973.

---

[*] Xem thêm chú thích cuối bài.

Sự nghiệp phiên dịch Đại Tạng Kinh là sự nghiệp chung, hệ trọng và trường kỳ, của Tăng tín đồ Phật giáo Việt Nam trong và ngoài nước. Hình thành Đại Tạng Kinh tiếng Việt không những tạo điều kiện thuận lợi cho việc nghiên cứu và thực hành Phật Pháp đúng đắn cho tứ chúng đệ tử, khẳng định vị thế của Phật giáo Việt Nam đối với nhân loại và cộng đồng Phật giáo quốc tế, mà còn là sự phục hưng những giá trị văn hóa dân tộc nhằm góp phần vào việc xây dựng và phát triển đất nước. Nhận thức được tầm quan trọng này, chư vị lãnh đạo các Giáo hội Phật giáo Việt Nam Thống Nhất tại hải ngoại đã vận động thành lập Hội Đồng Hoằng Pháp vào ngày 08 tháng 5 năm 2021, với sự tán trợ của Viện Tăng Thống, nhằm mở rộng con đường hoằng pháp ngoài nước theo tiêu hướng của GHPGVNTN, cũng như để vận động yểm trợ và thúc đẩy công trình phiên dịch và ấn hành Đại Tạng Kinh Việt Nam tiến đến thành tựu viên mãn.

Để tri niệm ân sâu của chư lịch đại Tổ sư và chư vị Tôn túc trong Hội Đồng Phiên Dịch Tam Tạng 1973 trong sự nghiệp hoằng truyền chánh đạo, Hội Đồng Hoằng Pháp nguyện góp phần công đức, toàn tâm ủng hộ, cúng dường tâm lực, trí lực và tài lực để Đại Tạng Kinh Việt Nam chuẩn mực được lần lượt ấn hành, khởi đầu từ Thanh Văn Tạng, tháng 01 năm 2022, cho đến khi hoàn tất Bồ-tát Tạng và Mật Tạng trong thập niên tới.

Nguyện đem công đức Pháp thí này hồi hướng chánh pháp cửu trụ, tứ chúng an hòa, phát Bồ-đề tâm tiến tu đạo nghiệp; lại nguyện nhân loại được an vui, phúc lạc; sớm chấm dứt thiên tai dịch bệnh, khắp loài chúng sinh đều được lạc nghiệp an cư.

Ngưỡng vọng chư tôn Trưởng lão, chư Hòa thượng, Thượng tọa, Đại đức Tăng Ni cùng bốn chúng đệ tử trong và ngoài nước chứng minh và liễu tri.

Nam mô Công Đức Lâm Bồ-tát.

Phật lịch 2565, năm Tân Sửu
Ngày 01 tháng 01 năm 2022

Hội Đồng Phiên Dịch Tam Tạng Lâm Thời
Cẩn bạch

CHÚ THÍCH *(cập nhật 15/09/2024)*:

Tham chiếu Quyết định số: 07.VTT/CTK/QĐ do Hòa Thượng Thích Tuệ Sỹ ký 21/09/2023; đồng thời tham chiếu Biên bản kỳ họp Ủy Ban Phiên Dịch Trung Ương mở rộng vào ngày 15/08/2024 và 29/08/2024, từ 9/2024 có những thay đổi về tổ chức và nhân sự sau:

- Tên gọi mới:

ỦY BAN PHIÊN DỊCH TRUNG ƯƠNG

- Nhân sự

Chủ tịch:	Hòa Thượng Thích Như Điển
Chánh Thư Ký:	Hòa Thượng Thích Thái Hòa
Phó Thư Ký:	Hòa Thượng Thích Nguyên Siêu

Phụ tá đặc trách Giáo nghĩa
Tiểu Ban Phiên Dịch Chuyên Trách: Tỳ-kheo-ni TN. Thanh Trì

PHÀM LỆ

1. Đại Tạng Kinh Việt Nam bao gồm tất cả các bản dịch tiếng Việt của Tam Tạng Kinh Điển Phật giáo đã xuất hiện ở nước ta từ trước đến nay, qua các thời kỳ với nhiều dịch giả khác nhau, để cho thấy quá trình hình thành Đại Tạng Kinh Việt Nam qua lịch sử.

2. Về bản đáy, bản dịch Việt căn cứ trên ấn bản Đại Chánh Tân Tu Đại Tạng Kinh 100 tập, mỗi tập trên dưới 1000 trang chữ Hán cỡ 10pt và sẽ được đánh số theo thứ tự của số ghi trong bản in Đại Chánh. Mỗi trang của bản in Đại chính được chia làm ba cột: a, b, c. Số trang và cột này đều được ghi trong bản dịch để tiện tham khảo.

3. Vì thế, một bản Kinh chữ Hán có thể có nhiều bản dịch tiếng Việt, nên sau số thứ tự của Đại Chánh, sẽ đánh thêm các mẫu tự A, B, C... để phân biệt các bản dịch tiếng Việt khác nhau của cùng một bản Kinh chữ Hán đó.

4. Về xử lý văn bản trong khi phiên dịch, phần lớn căn cứ công trình hiệu đính và đối chiếu của bản Đại Chánh. Ngoài ra, tham khảo thêm các công trình hiệu đính và đối chiếu khác.

5. Giữa các ấn bản có những điểm khác nhau, bản Việt sẽ lựa chọn hoặc hiệu đính theo nhận thức của người dịch.

6. Trong bản Hán, nếu chỗ nào xét thấy văn dịch hay từ ngữ không phù hợp với giáo nghĩa truyền thống phổ biến, người dịch sẽ tham khảo các Kinh, Luật, Luận cần thiết để

hiệu chính. Những hiệu chính này được giải thích ở phần cước chú.

7. Bản Hán dịch thực hiện căn cứ phần lớn trên sự truyền khẩu. Do đó những từ phát âm tương tự dễ đưa đến ngộ nhận, như *sam* Pāli hay *sama* và *samyak*; *cala* và *jala*; *muti* và *muṭṭhi*, v.v... Trong những trường hợp này, người dịch sẽ tham chiếu các Kinh tương đương, các bản Hán biệt dịch, suy đoán tự dạng nguyên thủy có thể có trong Phạn bản để hiệu chính. Những hiệu chính này đều được ghi ở phần cước chú.

8. Do các truyền bản khác nhau giữa các bộ phái, để có nhận thức về giáo nghĩa nguyên thủy, chung cho tất cả, cần có những nghiên cứu đối chiếu sâu rộng. Công việc này ngoài khả năng hiện tại của các dịch giả. Tuy nhiên, trong trường hợp có thể, những điểm dị biệt giữa các truyền bản sẽ được ghi nhận và đối chiếu. Những ghi nhận này được nêu ở phần cước chú.

9. Bản Hán dịch được phân thành số quyển. Bản dịch Việt không chia số quyển như vậy, nhưng sẽ ghi ở phần cước chú mỗi khi bắt đầu một quyển khác.

10. Các từ Phật học trong một số bản Hán dịch nếu không phổ biến, do đó có thể gây khó khăn cho việc đọc và nghiên cứu, trong các trường hợp như vậy, tuy vẫn giữ nguyên dịch ngữ của bản Hán, nhưng dịch ngữ tương đương thông dụng hơn sẽ được ghi trong phần cước chú. Trong trường hợp có thể, sẽ ghi luôn dịch giả của những dịch ngữ này và xuất xứ của chúng từ bản dịch nào để tiện

việc tham khảo.

11. Các Kinh sách tham khảo trong cước chú đều được viết tắt theo quy định phổ thông của giới nghiên cứu quốc tế; xem quy định về viết tắt ở cuối mỗi tập của Đại Tạng Kinh Việt nam.

12. Quy ước các danh từ viết hoa

* *Các từ gốc Sanskrit/Pāli:*

a. Từ thường phiên âm: tất cả viết thường với gạch nối. Như *śūnyatā* = thuấn-nhã-đa tính, *kṣatriya* = sát-đế-lợi. Trừ các từ tôn kính, theo ngữ cảnh; như: *Nirvāṇa* = Niết-bàn; *Ācārya* = A-xà-lê; *Bhikṣu* = Tỳ-kheo v.v…

b. Từ đặc hữu (nhân danh, địa danh): Chữ đầu hoa, còn lại thường, với gạch nối. Như *Śariputra* = Xá-lợi-phất, *Śrāvastī* = Xá-vệ, *Kapilavastu* = Ca-tì-la-vệ.

c. Trường hợp vừa âm vừa nghĩa, phần phiên âm chữ đầu hoa, còn lại thường với gạch nối; phần nghĩa viết Hoa, như *Śariputra* = Xá-lợi Tử.

* *Các từ thuần Việt,* chưa có quy tắc chính thức, nhưng theo cách viết phổ thông hiện nay:

a. Từ phổ thông: tất cả không hoa, trừ trường hợp tôn kính hay đặc biệt.

b. Từ đặc hữu, nhân danh, địa danh: tất cả viết hoa.

Vạn Hạnh, Pl. 2550 - Dl. 2006
Trí Siêu và **Tuệ Sỹ** cẩn chí

BẢNG VIẾT TẮT

A	*Aṅguttara-Nikāya* – Tăng chi bộ kinh
Câu-xá	A-tỳ-đạt-ma-câu-xá luận, T 29 No 1558
Cf.	*confer*, Tham chiếu, so sánh
Cđ., Chân Đế	bản dịch của Chân Đế
cht.	chú thích
Ch.	Chương
...*cho đến*	Lặp lại nguyên văn đoạn trên
D	*Dīgha-nikāya*, Trường bộ kinh
Đại.	Đại Chánh Tân Tu Đại Tạng Kinh, Taisho
đd	đã dẫn
Dh, Dhp	*Dhammapada*, kinh Pháp cú
Du-già	Du-già sư địa luận, T 30 No 1579
ff.	following, tiếp theo
Ht., Huyền Trang	bản dịch của Huyền Trang
ibid.	*ibidem*, cùng chỗ đã dẫn, đã dẫn, dẫn thượng
M	*Majjhima-Nikāya* – Trung bộ kinh
n.	number, số hiệu
Ngũ A	Ngũ phần Tỳ-kheo giới bổn A
Ngũ B	ngũ phần Tỳ-kheo giới bổn B
Niss.	*Nissaggiya*, Ni-tát-kỳ
NM	bản in đời Nguyên Minh
nt	như trên
Ntk	Ni-tát-kì ba-dật-đề
Pl.	Pāli
S	*Samyutta-Nikāya* – Tương ưng bộ kinh
Pāc.	*Pācittiya*, Ba-dật-đề

Sdt.	sách dẫn trên
Sđd.	Sách đã dẫn
Skt.	Sanskrit
Sn	*Sutta-nipāta* – Kinh tập
T	Taisho (大正), Đại chánh tân tu Đại tạng kinh, dẫn theo số sách, số trang, cột và dòng.
Tập dị	Tập dị môn túc luận
Th 1	*Theragāthā* – Trưởng lão kệ
Th 2	*Therīgāthā* – Trưởng lão ni kệ
thc.	tham chiếu
thk.	tham khảo
Tì-bà-sa	A-tì-đạt-ma Đại tì-bà-sa luận
Tl.	Tây lịch
TNM	bản in các đời Tống Nguyên Minh
TVT	Thanh Văn Tạng, Đại Tạng Kinh Việt Nam
tr.	Trang
vd.	ví dụ
Vin.	*Vinaya*, Luật tạng Pāli
Vsm.	*Visuddhimagga* – Thanh tịnh đạo luận
x.	xem
X.	Xuzang (續藏), Tục tạng, Vạn.
Wogihara	Phạn Hòa từ điển, Địch Nguyên Vân Lai (Wogihara Unrai)

PHẬT THUYẾT HẢI BÁT ĐỨC KINH[1]

Tam Tạng Pháp Sư Cưu-ma-la-thập[2],
người nước Quy Tư, sống đời Hậu Tần[3] dịch.

Tôi nghe như vầy: Một thời Đức Phật du hóa ở nước Vô Thắng[4]. Lúc bấy giờ đang ở ngay bên bờ sông nhằm vào ngày Rằm, ngày Đức Phật nói Giới kinh cho chư vị sa-môn. Đức Phật ngồi yên lặng rất lâu mà không nói năng gì. Ngài A-nan[5] chỉnh sửa lại y phục, quỳ thẳng lên mà bạch với Đức Phật rằng:

"Các vị Sa-môn đã ngồi yên định, mong được nghe giáo pháp thanh tịnh của Như Lai."

Thế Tôn mặc nhiên không nói. A-nan khởi bạch đến ba lần:

"Đêm đã quá nửa, giờ này có thể thuyết Giới kinh."

Thế Tôn liền nói:

"Trong chúng hội sa-môn có người tâm còn uế trược, tà hạnh, trái nghịch với ngôn pháp, trái nghịch với giới luật của sa-môn, thần thái

---

[1] *No. 35* {*No.26 (37), No. 33,34*}.
[2] Cưu-ma-la-thập, 鳩摩羅什, Skt. *Kumārajīva*. Vị cao tăng người Ấn Độ, nổi tiếng với việc dịch hơn 300 bộ kinh Đại thừa sang Hán văn, như *Bát Nhã Tâm Kinh* và *Pháp Hoa Kinh*, góp phần lớn trong việc truyền bá Phật giáo tại Trung Quốc.
[3] Hậu Tần. *Đại chánh* ghi là Dao Tần không có Quy Tư Quốc.
[4] Vô Thắng quốc, 無勝國.
[5] A-nan, 阿難, Pali *Ānanda*. Một trong những đệ tử thân cận của Đức Phật, nổi bật với trí nhớ xuất sắc, đảm nhận vai trò tụng kinh tại kỳ kết tập kinh điển lần đầu sau khi Phật nhập Niết-bàn.

rất nặng nề. Giới kinh là thứ không phải kẻ hạ tiện kia có thể chấp hành được. Sự thanh tịnh và ô trược chống trái nhau, vì thế nên ta không nói."

Bấy giờ Tôn giả Mục-kiền-liên nhất tâm nhập định, dùng đạo nhãn thanh tịnh quán sát, thấy tâm của vị tỳ-kheo kia có hành vi đáng vứt bỏ, Mục-kiền-liên[6] nói với vị ấy rằng:

"Ông hãy đứng dậy! Đây không phải chỗ ngồi thích ứng với người thế tục như ông."

Vị tỳ-kheo kia vẫn không chịu đứng dậy. Mục-liên bèn vào kéo tay của vị ấy lôi ra ngoài, bảo:

"Ông không phải là người chí đức, trong tâm ông còn ôm giữ sáu thứ tà hạnh, sao lại dám đem cái thân xú uế này mà ngồi vào tòa thiên hương. Ông là hạng đáng bỏ đi, không phải là bậc sa-môn."

Nói rồi Mục-liên liền trở về chỗ ngồi thanh tịnh của mình.

Đức Phật bảo với Mục-liên rằng:

"Kẻ ấy sao ngu si đến vậy, nói đàng hoàng mà không chịu ra, phải đợi nắm tay lôi ra thì mới ra."

Đức Phật lại bảo với các vị sa-môn:

"Hãy lắng nghe ta nói."

Các vị sa-môn đáp:

"Bạch Thế Tôn, chúng con xin thọ giáo."

Đức Phật dạy:

"Hãy quán sát biển cả bao la kia. Biển cả có Tám đức tốt đẹp. Biển rộng lớn mênh mông không ngăn mé, biển sâu thẳm không dò được tận đáy, càng xuống càng sâu, không thể biết được. Đây chính là cái đức thứ nhất của biển.

---

[6] Mục-kiền-liên, 目犍連, Pāli *Mahā-Moggallāna*. Vị đại đệ tử của Đức Phật, được biết đến với thần thông bậc nhất, thường sử dụng năng lực này để cứu độ chúng sinh và hỗ trợ việc truyền pháp.

"Thủy triều dâng lên cạn xuống đúng ngày giờ, không đầy vơi thất thường. Đây chính là cái đức thứ hai của biển.

"Biển cả bao hàm các thứ báu, chẳng thứ gì mà chẳng có. Thế nhưng biển cả lại không dung nạp những tử thi xú uế. Khi có gió lớn thổi tới sóng biển thổi dạt hết các thây chết vào bờ. Đây chính là cái đức thứ ba của biển.

"Biển cả ôm giữ các thứ trân bảo: Hoàng kim, bạch ngân, lưu ly, thủy tinh, san hô, long mai, minh nguyệt thần châu, muôn ngàn thứ kỳ dị, không tìm cầu thì không thể có. Đây chính là cái đức thứ tư của biển.

"Khắp trong thiên hạ có 5 con sông lớn chảy ra biển. Con sông phía Tây gọi là Hằng hà[7], con sông phía Nam gọi là Tà-vân[8], con sông phía Đông gọi là Lưỡng hà[9], một dòng tên là Sa-lục[10], một dòng tên là A-di-việt[11]. Con sông phía Bắc gọi là Mặc[12]. Nước của 5 sông đều chảy tuôn vào biển. Khi đã vào biển rồi thì đều bỏ tên cũ, đều gọi chung là nước biển. Đây chính là cái đức thứ năm của biển.

"Năm con sông lớn ấy có biết bao nhiêu dòng nhỏ rót vào. Khi mưa dầm lớn, nước tự trời cao đổ xuống, nước chảy hết ra sông, nước

---

[7] Hằng hà, 恒河, Pali *Gaṅgā*, Sông Hằng ở Ấn Độ, một dòng sông thiêng, thường được ví von trong kinh điển để biểu thị số lượng lớn lao như cát sông Hằng, tượng trưng cho vô tận.

[8] Tà-vân, 邪云, Pali *Yamunā*, Sông *Yamuna*, một dòng sông linh thiêng khác ở Ấn Độ, được đề cập trong các kinh điển như biểu tượng của sự thanh tịnh và dòng chảy pháp.

[9] Lưỡng hà, 兩河, Pali *Sindhu* và Skt *Sarasvatī*, Hai con sông *Indus* và *Sarasvati*, đại diện cho vùng đất thiêng liêng của Ấn Độ cổ đại, nơi khởi nguồn nhiều giáo lý Phật giáo.

[10] Sa-lục, 娑陸, Skt *Sarayu*, Sông *Sarayu*, liên quan đến các câu chuyện lịch sử và văn hóa trong Phật giáo, mang ý nghĩa thiêng liêng.

[11] A-di-việt, 阿夷越, Pali *Aciravatī*, Sông *Aciravatī*, một trong những con sông quan trọng trong vùng đất Phật giáo cổ đại, thường xuất hiện trong các ẩn dụ kinh điển.

[12] Mặc hà, 墨河, Pali *Mahī*, Sông *Mahi*, được nhắc đến trong các kinh điển như biểu tượng của sự lưu chuyển và thanh tịnh trong tự nhiên.

sông lại trôi ra biển, ấy vậy mà nước biển vẫn đầy bấy nhiêu chẳng hề tăng giảm. Đây chính là cái đức thứ sáu của biển.

"Biển có bao nhiêu loài cá, thân hình to lớn đồ sộ. Có loài cá thân dài đến bốn ngàn dặm, có loài thân dài đến tám ngàn dặm, có loài thân dài đến mười hai ngàn dặm, có loài thân dài đến mười sáu ngàn dặm, có loài thân dài đến hai mươi ngàn dặm, có loài thân dài đến hai mươi bốn ngàn dặm, có loài thân dài đến hai mươi tám ngàn dặm. Đây chính là cái đức thứ bảy của biển.

"Nước biển thuần một vị mặn, bên bờ hay ở giữa cũng đều mặn như thế. Đây chính là cái đức thứ tám của biển.

"Vì biển cả có những cái đức tốt đẹp như thế, nên chư vị chất lượng thần long đều ưa thích biển. Cũng vậy, kinh điển huyền diệu của Đạo ta cũng có đức lớn ấy, đọc tụng vô cùng tận, ý nghĩa của nó ngày càng sâu, các hàng Phạm, Ma, Đế Thích cũng không thể trắc lượng được. Cũng giống như biển cả, rộng lớn bao la, thậm thâm khó lường, vì lẽ đó các bậc sa-môn ưa thích. Đó là đức thứ nhất.

"Các đệ tử của ta cùng nhau kiểm thảo, tụng kinh tọa thiền, công phu lễ bái không mất thời nghi, giống như hải triều lên xuống đúng ngày giờ, không đầy vơi thất thường. Đó là đức thứ hai.

"Pháp của ta thanh khiết, cốt yếu ở chỗ đạm bạc. Mọi thứ y phục, ẩm thực đều vừa đủ, khi thí chủ cúng dường rồi không chất chứa cho dư. Nếu có vị sa-môn nào đắm trước nơi uế trược thì lấy pháp mà trị, đàn tấn ra ngoài, không được ở trong tháp miếu. Cũng giống như biển cả bao la như vậy nhưng không dung chứa thây chết hôi thối. Đó là đức thứ ba.

"Các kinh điển của Đạo ta nghĩa lý hoàn bị, rốt ráo. Các vị sa-môn tư duy lặng lẽ, tu luyện thân tâm, khử trừ uế trược. Bao nhiêu phiền não tham ái, dâm dục, sân nhuế, ganh ghét, ngu độn si mê thảy đều dứt sạch, giống như mài gương làm rơi rụng hết các cấu bẩn vậy. Khi mài gương đã sáng thì tất cả bụi bặm trên gương không gì chẳng thấy. Thứ nhất là Thiền tọa tư duy nguồn gốc của sanh tử từ xưa còn đọng lại, không gì mà không thấy. Thứ hai là tư duy vạn vật trong trời đất thảy đều như huyễn, hễ có tụ hội ắt phải biệt ly. Thứ ba là thường khởi từ tâm, thương xót thế gian ngu si lầm lạc, làm những việc điên đảo mà không tự biết mình sai lầm. Thứ tư là tự mình tư duy tinh tấn, đã biết những phiền não xa xưa, lại còn chiếu soi đến vị lai, xem thần hồn của chúng sanh sẽ thú hướng về đâu, ta sẽ hướng đạo để tâm họ được thanh tịnh, lấy đó làm trân bảo. Bậc sa-môn trừ khử uế trược, đạt được tịnh hạnh, tâm họ hoan hỷ, giống như rồng thiêng chất lượng ưa thích các thứ báu của biển cả. Đó là đức lớn thứ tư.

"Đạo của ta cao cả, kết hợp chúng sanh thành một. Các hàng Đế vương, Phạm chí, quân tử, hạ tiện đến Đạo ta làm sa-môn đều từ bỏ tộc tánh cũ, tương thân tương trợ, kẻ trí người ngu đều cùng tiến bộ, xem như huynh đệ. Giống như các dòng sông lớn, khi hợp lưu đổ ra biển đều gọi tên là biển. Chính vì lý do này nên các bậc sa-môn ưa thích. Đó là đức thứ sáu vậy.

"Đạo của ta vi diệu, kinh điển uyên thâm áo diệu. Bậc thượng sĩ đắc đạo, một hiệu là Câu Cảng[13], hai hiệu là Tần lai[14], ba hiệu là Bất hoàn[15], bốn hiệu là Ứng chơn. Đạo của bậc Ứng chơn[16], tam thế thanh tịnh, như hạt minh châu trên trời, đức tánh hàm tàng, có khả năng phân thân tán thể, tồn tại hay biến mất tự do tự tại, có khả năng lưu trụ thọ mạng đến vô cực, cũng không có già bệnh. Giống như biển lớn kia có rồng thiêng cá thần to lớn. Vì lý do đó, bậc sa-môn ưa thích. Đó là đức thứ bảy.

"Kinh sách điển tịch của Đạo ta nghĩa lý cao đẹp, như vị cam lồ,

---

[13] Câu Cảng, 溝港, Pali *Sotāpanna*, quả vị đầu tiên trong bốn quả thánh của Thanh văn, người đạt được giai đoạn này đoạn trừ ba kiết sử và không còn rơi vào ác đạo.

[14] Tần lai, 頻來, Pali *Sakadāgāmin*, quả vị thứ hai, người chỉ còn tái sinh một lần nữa ở dục giới trước khi đạt Niết-bàn, đã giảm bớt một phần phiền não.

[15] Bất hoàn, 不還, Pali *Anāgāmin*, quả vị thứ ba, người không còn trở lại dục giới, sẽ sinh lên cõi sắc giới hoặc vô sắc giới để hoàn tất con đường giác ngộ.

[16] Ứng chơn, 應真, Skt. *Arahant*, quả vị cao nhất trong bốn quả thánh, người đã đoạn trừ hoàn toàn phiền não, đạt được Niết-bàn và đáng nhận sự cúng dường.

hàng tiên thánh chưa từng nghe, hàng Phạm Thích hiếm hoi mới được gặp. Từ xưa đến nay, không chuyện gì không được ghi nhớ. Trong ngoài đều chân chánh, như vị của biển, giữa đại dương hay bờ mé đều chung một vị mặn như nhau. Cũng vì lẽ đó, hàng sa-môn ưa thích, một khi thấy được kinh điển của Đạo ta, tâm ý đều thú hướng đến cảnh giới vô vi. Đó là đức thứ tám. Biển cả có tám đức, kinh điển của ta cũng vậy."

Ngài A-nan lại đứng dậy, cúi đầu bạch với Đức Phật rằng:

"Phương Đông đã hừng sáng, cúi mong Đức Thế Tôn hãy tuyên thuyết tạng giới."

Đức Thế Tôn bảo:

"Từ nay về sau ta sẽ không nói Giới kinh nữa. Có Giới mà không tuân giữ, e rằng lôi thần sẽ phẫn nộ, sấm sét càng thêm gia hại. Vì lẽ đó ta sẽ không nói Giới kinh nữa. Từ nay về sau, các tỳ-kheo hãy thay nhau kiểm điểm sách tấn, cứ 15 ngày thì hội tụ lại mà nói Giới kinh."

Các vị tỳ-kheo nghe xong đứng dậy lễ kính dưới chân Phật.

Phật nói Kinh Tám Công Đức Của Biển xong.

PHẬT THUYẾT THỌ TÂN TUẾ KINH[17]

Tam Tạng Trúc Pháp Hộ, người nước Nguyệt Thị[18],

sống vào đời Tây Tấn dịch.

Tôi nghe như vầy: Một thời Đức Phật ngự tại vườn Đông Uyển Lộc Mẫu[19] thuộc nước Xá-vệ, cùng với chúng Đại Tỳ-kheo năm trăm vị câu hội. Bấy giờ nhằm vào ngày Rằm tháng Bảy, Đức Thế Tôn bày tòa ngồi

---

[17] *No. 61* {*No. 26* (121), *Nos.62.63*, *No. 99* (1212), *No. 100* (228), 125 (32.5)}. *Phật Thuyết Thọ Tân Tuế Kinh*, 佛說受新歲.
- Theo cước chú của *Đại Chánh Tân Tu*, "Căn cứ *Bản Thọ Tân Tuế Kinh* của Trúc Pháp Hộ dịch, so với quốc bản và bản của đời Tống đều biên trong hòm chữ Dung (容函). Còn trong *Đan Tạng* bản thì bản kinh có tên *Thọ Tuế Kinh* trong hòm chữ Dung khác xa với kinh này. Nay y theo *Khai Nguyên Lục* để kiểm định lại thì bản kinh trong Đan Tạng chính là *Thọ Tuế Kinh* trong hòm chữ Dung vậy. Bản kinh trong tạng đời Tống này so với *Tân Tuế Kinh* trong hòm chữ Cánh (竟函) thì văn khác nhưng nghĩa đồng, dường như là đồng bản dị dịch vậy. Nghĩa là *Tân Tuế Kinh* trong *Khai Nguyên Lục* chỉ là bản đơn dịch (một người dịch riêng) nên nghĩa của nó chưa rõ ràng. Nay vì muốn gom hết từng bản lại để hầu các bậc hiền triết, nên đem bản kinh này dời qua hòm chữ Cánh vậy".

[18] Tam Tạng Trúc Pháp Hộ, 竺法護, Pali *Dharmarakṣa*, Vị cao tăng thời Tây Tấn, nổi tiếng với việc dịch nhiều kinh Đại thừa sang Hán văn, góp phần phát triển Phật giáo Trung Quốc.

[19] Đông Uyển Lộc Mẫu, 東苑鹿母, Pali *Jetavana Anāthapiṇḍada-ārāma*, Tịnh xá Kỳ Viên, nơi Đức Phật thường thuyết pháp, do Trưởng giả Cấp Cô Độc hiến tặng, là trung tâm tu học quan trọng.

trên đất trống. Các vị tỳ-kheo lần lượt vây nhiễu xung quanh. Đức Phật bảo với A-nan rằng:

"Ông nay hãy nhanh chóng đánh kiền chùy[20] ngay trên mảnh đất trống này. Vì sao vậy? Vì hôm nay là ngày mười lăm tháng Bảy, ngày thọ tuổi mới của các vị tỳ-kheo."

Bấy giờ Tôn giả A-nan quỳ gối bên phải sát đất, quỳ thẳng chấp tay, rồi nói kệ rằng:

"Bậc Tịnh Nhãn ai bằng
Không gì không rèn luyện
Trí tuệ không nhiễm trước
Sao gọi là thọ tuế[21]?"

Bấy giờ Đức Thế Tôn nói bài kệ này để trả lời A-nan:

"Thọ tuế ba nghiệp tịnh
Do thân khẩu ý tạo
Hai tỳ-kheo đối nhau
Tự phơi bày lỗi lầm
Rồi tự xưng tên tuổi
Ngày nay chúng thọ tuế
Tôi cũng tịnh ý thọ
Xin được chỉ lỗi lầm."

Bấy giờ Tôn giả A-nan lại dùng kệ để hỏi về nghi thức thọ tuế như thế nào:

"Hằng sa Phật quá khứ
Bích-chi[22] và Thanh văn
Thảy đều theo pháp này
Hay chỉ có Thích-ca?"

---

[20] Kiền chùy, 揵槌, Skt. *kāṣṭhāghoṣa*.

[21] Thọ tuế, 受歲, Pali *Vassa-pavāraṇā*, Lễ tính hạ lạp, ghi nhận số năm tu hành của tăng sĩ, thường được thực hiện vào cuối mùa an cư kiết hạ.

[22] Bích-chi, 辟支, Pali *Paccekabuddha*, Người tự giác ngộ mà không lập giáo pháp, sống cô độc, đạt được giải thoát mà không truyền bá cho người khác.

Bấy giờ Đức Thích Tôn cũng dùng kệ để trả lời với A-nan:

"Hằng sa Phật quá khứ
Đệ tử tâm thanh tịnh
Đều y theo pháp này
Đâu chỉ Thích-ca văn.
Bích-chi không pháp này
Không thọ tuế, đệ tử
Một mình không bè bạn
Không thuyết pháp cho người
Phật Thế Tôn đương lai
Hằng sa không kể hết
Họ cũng có thọ tuế
Như Pháp Cù-đàm vậy."

Lúc bấy giờ Tôn giả A-nan nghe lời ấy rồi, trong lòng hoan hỷ mừng vui không kể xiết, liền lên ngay giảng đường, tay cầm kiền chùy và nói như vầy:

"Nay tôi gióng tiếng trống khả tín của Như Lai, tất cả các chúng đệ tử của Như Lai khi nghe tiếng trống này hãy đều tụ tập."

Bấy giờ Tôn giả A-nan liền nói kệ rằng:

"Hàng phục sức oán ma
Trừ sạch các kiết sử
Đất trống gióng kiền chùy
Tỳ-kheo nghe vân tập.
Những ai muốn nghe pháp
Vượt qua biển sanh tử
Nghe tiếng vi diệu này
Hãy mau chóng vân tập."

Lúc ấy, sau khi A-nan đánh kiền chùy xong, Ngài đi đến chỗ Đức Thế Tôn, cúi đầu lạy dưới chân Phật rồi đứng qua một bên, bạch với Đức Thế Tôn rằng:

"Nay đã đúng thời, vui mong Đức Thế Tôn có điều gì dạy bảo."

Bấy giờ Đức Thế Tôn bảo với A-nan rằng:

"Các ông hãy theo thứ lớp ngồi xuống, Như Lai sẽ tự biết thời."

Bấy giờ Thế Tôn ngồi nơi tòa cỏ, bảo với các vị tỳ-kheo rằng:

"Tất cả các ông hãy ngồi xuống cỏ."

Các tỳ-kheo đáp rằng:

"Vâng, bạch Đức Thế Tôn."

Lúc ấy các tỳ-kheo mỗi người đều ngồi xuống tòa cỏ. Đức Thế Tôn yên lặng quán sát các tỳ-kheo rồi, bảo rằng:

"Ta nay muốn thọ tuổi mới. Ta không có lỗi lầm gì với mọi người chăng? Ta cũng không phạm điều gì lỗi lầm đối với thân khẩu ý chăng?"

Như Lai nói lời ấy rồi, các vị tỳ-kheo im lặng không trả lời. Bấy giờ Như Lai ba lần nói với các tỳ-kheo:

"Ta nay muốn thọ tuổi mới, nhưng ta không có lỗi lầm gì với đại chúng chứ?"

Bấy giờ Tôn giả Xá-lợi-phất liền từ chỗ ngồi đứng dậy, quỳ thẳng chắp tay mà bạch với Đức Phật rằng:

"Các chúng Tỳ-kheo quán sát và thấy rằng Đức Như Lai không có lỗi lầm gì với thân khẩu ý cả. Vì sao như vậy? Vì Đức Thế Tôn ngày nay, đối với người chưa giải thoát thì làm cho họ được giải thoát. Đối với người chưa được Niết-bàn thì làm cho họ được chứng đắc Niết-bàn. Người không được cứu hộ thì cứu hộ cho họ. Người mù thì được mắt sáng, vì người bệnh làm lương y. Tam giới độc tôn, không ai có thể sánh kịp, tối tôn tối thượng. Đối với người chưa khởi được Đạo tâm thì làm cho Đạo tâm họ được phát khởi. Những người chưa ngộ, Đức Thế Tôn đã giúp cho họ được khai ngộ. Người chưa nghe pháp thì giúp họ được nghe. Đối với kẻ mê lầm thì chỉ ra con đường tắt để dẫn dắt họ trở về với chánh pháp. Vì những duyên sự như vậy nên biết Như Lai không có lỗi lầm gì với mọi người cũng không có lỗi lầm gì đối với thân khẩu ý."

Bấy giờ Xá-lợi-phất bạch với Đức Thế Tôn rằng:

"Nay con cũng hướng vọng Như Lai để tự phơi bày. Vậy con có lỗi lầm gì với Đức Như Lai và các vị tỳ-kheo chăng?"

Thế Tôn bảo rằng:

"Này Xá-lợi-phất, ông nay cũng chẳng có những nghiệp sai quấy gì đối với thân khẩu ý. Vì sao như vậy? Vì trí huệ của ông hiện tại không ai sánh kịp. Tất cả trí huệ, vô lượng trí huệ, vô biên trí huệ, trí huệ không ai sánh bằng, trí huệ nhanh nhạy, trí huệ sắc bén, trí huệ sâu xa, trí huệ bình đẳng, ưa thích ở chỗ thiểu dục tri túc, có nhiều phương tiện, tâm niệm không sai lầm tán loạn, tổng trì Tam-muội, là căn nguyên của giới Cụ túc, thành tựu được Tam-muội, thành tựu trí huệ, thành tựu giải thoát, thành tựu giải thoát tri kiến, thành tựu sự dõng mãnh phi thường, có thể an nhẫn nơi lời nói, biết lời nói ác là phi pháp, tâm tánh mẫu mực, không làm điều tàn bạo, giống như Thái tử lớn nhất của Chuyển luân Thánh vương, có thể tiếp nối vương vị để chuyển bánh xe báu. Xá-lợi-phất cũng giống như vậy, người có khả năng chuyển bánh xe pháp vô lượng thanh tịnh. Chư thiên và người đời cho đến long quỷ thần ma hay ma thiên đều không thể chuyển được. Tất cả những điều ông nói đều đúng như pháp, chưa từng trái với chân lý."

Bấy giờ Tôn giả Xá-lợi-phất bạch với Đức Phật rằng:

"Năm trăm vị Tỳ-kheo này giờ cũng xin thọ tuế. Năm trăm vị này thảy đều không có lỗi với Đức Như Lai chăng?"

Đức Thế Tôn bảo rằng:

"Ta cũng không có điều gì trách cứ về những hành nghiệp nơi thân khẩu ý của năm trăm vị Tỳ-kheo này. Vì sao như vậy? Này Xá-lợi-phất! Trong đại chúng này hết sức thanh tịnh, không có tỳ vết gì. Trong đại chúng này, vị có tuổi hạ nhỏ nhất cũng đã đắc quả Tu-đà-hoàn[23], tất nhiên sẽ tiến lên chuyển bánh xe pháp bất thối. Vì lý do đó, ta không trách cứ ai trong đại chúng này."

---

[23] Tu-đà-hoàn, 須陀洹, Pali *Sotāpanna*, Quả vị nhập lưu, người đoạn trừ ba kiết sử (thân kiến, nghi, giới cấm thủ), chắc chắn đạt Niết-bàn trong vòng bảy kiếp.

Lúc bấy giờ Tôn giả Bằng-kỳ-xà[24] đang ở trong Đại chúng, liền từ chỗ ngồi đứng dậy, đến trước chỗ Thế Tôn, đầu mặt lễ chân Phật rồi bạch với Đức Phật rằng:

"Nay con có điều muốn luận bàn về việc này."

Đức Thế Tôn bảo!

"Nếu có việc muốn nói thì nay đã đúng lúc."

Bằng-kỳ-xà liền ở trước Phật, khen ngợi Đức Phật cùng chúng Tỳ-kheo Tăng rồi nói kệ này:

"Ngày mười lăm thanh tịnh
Năm trăm Tỳ-kheo nhóm
Các trói buộc đều mở
Không ái cũng không sanh
Chuyển luân đại thánh vương
Có quần thần vây nhiễu
Cùng khắp cả thế giới
Thiên thượng và thế gian
Đại tướng dẫn dắt người
Đạo sư của cõi người
Đệ tử thích nương hầu
Được Tam đạt[25]*, Lục thông*
Đều là chơn Phật tử
Không ai còn trần cấu
Đoạn trừ gai ái dục
Con nay xin quy mạng."

Bấy giờ Đức Thế Tôn ấn khả những điều Bằng-kỳ-xà nói. Bằng-kỳ-xà liền nghĩ như vầy: "Như Lai hôm nay ấn khả những điều ta nói." Nên hoan hỷ vui mừng không kể xiết, từ chỗ ngồi đứng dậy, cung kính lễ Phật rồi quay trở lại chỗ ngồi cũ của mình. Bấy giờ Đức Thế Tôn

---

[24] Bằng-kỳ-xà, 朋耆奢, Pali *Vaṅgīsa*: Vị Tỳ-kheo làm thi kệ đệ nhất trong hàng đệ tử Đức Phật.

[25] Tam đạt, 三達, Skt *trividyā*, Ba loại minh triết: túc mạng minh, thiên nhãn minh, lậu tận minh, đạt được qua thiền định và tu tập cao cấp.

bảo với các vị tỳ-kheo rằng:

"Vị đệ tử Thanh văn của ta có khả năng tạo kệ đệ nhất chính là Tỳ-kheo Bằng-kỳ-xà đó. Người nói năng không nghi ngại, khó khăn cũng chính là Tỳ-kheo Bằng-kỳ-xà."

Lúc bấy giờ, các vị tỳ-kheo vâng lời Đức Phật dạy, hoan hỷ phụng hành.

PHẬT THUYẾT TÂN TUẾ KINH[26]

Tam tạng Đàm-vô-lan[27], người nước Thiên Trúc,
sống vào đời Đông Tấn dịch

Tôi nghe như vầy:

Một thời, Đức Phật ngự tại vườn Cấp Cô Độc, rừng Kỳ-đà, nước Xá-vệ, cùng với chúng Đại Tỳ-kheo tám vạn bốn ngàn người câu hội. Các vị Xá-lợi-phất, Mục-kiều-liên,... trước sau vây nhiễu nghe Phật thuyết kinh. Đức Phật ngự giữa đại chúng hội, lồng lộng như Tu-di sơn vương giữa quần sơn vây nhiễu, cao vót một mình. Lại như vầng trăng viên mãn chiếu giữa ngàn sao lấp lánh, ngời ngời rạng rỡ. Lại như ánh sắc vàng tía chiếu trên mặt đất, làm cho vạn vật xung quanh cũng ánh lên màu huỳnh kim, ngời ngời độc lạ, vời vợi chẳng gì sánh bằng.

Bấy giờ Đức Thế Tôn cùng các chúng tỳ-kheo câu hội, thanh tịnh vô cùng, như vầng nhật, như ngàn mây, sau khi kết thúc ba tháng an cư, đến kỳ Tân tuế (nhận thêm tuổi mới), các chúng tỳ-kheo im lìm lặng lẽ, một lòng tư niệm nơi đạo nghiệp, chánh định, không hề niệm tưởng gì khác.

Lúc ấy, Hiền giả A-nan liền từ chỗ ngồi đứng dậy, trật áo bày vai hữu, khuỵu gối bên phải sát đất, quỳ thẳng chắp tay, hướng về phía

---

[26] *No. 62* {*No. 26* (121), *Nos.61.63*, *No. 99* (1212), *No. 100*,(228), *No. 125* (32.5)}.

[27] Đàm-vô-lan, 曇無蘭, Skt. *Dharmaruci/ Dharmanandi*, Vị cao tăng thời Đông Tấn, đóng góp vào việc dịch thuật kinh điển, giúp phổ biến Phật giáo tại Trung Quốc.

Đức Phật, dùng kệ tán thán rằng:

> *"Thế Tôn từ xưa nay*
> *Đến đây để tế độ*
> *Ba tháng ở nơi này*
> *Vườn Kỳ thọ Cô Độc*
> *Sở nguyện đã đầy đủ*
> *Nay chính là đúng thời*
> *Đạo sư không gì hơn*
> *Xin tuyên bố tân tuế."*

Bấy giờ Đức Thế Tôn nghe A-nan nói kệ tán thán, chí thành ngồi yên một bên, liền bảo Hiền giả Đại Mục-kiền-liên:

"Ông hãy đến khắp tam thiên đại thiên thế giới, những nơi sơn cốc u nhàn, thạch thất non cao, dùng âm thanh bố cáo cho chúng tỳ-kheo đang ở khắp mọi nơi, các bậc mới tiến đạo hay các bậc cựu học, các bậc chưa kịp ngộ đạt... tất cả hãy đến tập hội nơi Kỳ-hoàn này. Vì sao như vậy? Vì Đức Như lai đã đến lúc muốn lập tân tuế."

Bấy giờ, Đại Mục-kiền-liên bay lên giữa hư không, thừa ý chỉ của Phật mà phát ra âm thanh lớn để bố cáo với khắp Tam thiên đại thiên thế giới. Trong âm vang lớn tự nhiên diễn xuất kệ âm mà thuyết kệ rằng:

> *"Nhân giả ở khắp nơi*
> *Chốn thâm sơn cùng cốc*
> *Thời tân tuế đã đến*
> *Nên thành tựu sở nguyện."*

Lúc bấy giờ các vị tỳ-kheo đang du cư ở khắp Tam thiên đại thiên thế giới, khi nghe kệ bố cáo ấy, mỗi vị đều vận thần túc, sử dụng bao nhiêu phương tiện biến hiện thân mình đến vườn Kỳ-thọ, đi thẳng đến chỗ Phật để thọ lập tân tuế.

Đồng thời các vị ấy cũng ở bên Phật tập hợp đệ tử từ các phương cõi khác cùng một lúc câu hội, số đông đến tám mươi vạn bốn ngàn ức khai[28] muốn thọ tân tuế.

---

[28] Khai: Mười triệu là một kinh, mười kinh là một khai, tương đương một

Lúc bấy giờ Đức Thế Tôn bảo với Hiền giả A-nan rằng:

"Ông hãy đến gióng kiền chùy, nay đã đúng thời."

Ngài A-nan vâng lời, liền từ chỗ ngồi đứng dậy gióng kiền chùy, âm thanh vang vọng khắp cõi Phật. Mỗi một cõi nước Phật, từ địa ngục, ngạ quỷ, súc sanh, khi nghe âm thanh kiền chùy đều nhờ oai thần của Phật mà tất cả các bệnh khổ, ác độc thảy đều tiêu trừ, thảy được an ổn. Lúc ấy Đức Thế Tôn dùng phạm âm thanh tịnh bảo với các tỳ-kheo rằng:

"Các ông hãy nên đứng dậy thực hành Xá-la-trù[29]. Mỗi vị đối nhau để tự hối lỗi, tự trách lỗi lầm của mình, tự nói về những lỗi lầm phi pháp mà mình đã phạm. Các vị hãy ẩn nhẫn hòa đồng, làm thanh tịnh thân khẩu ý, khiến cho không còn mảy may cấu uế."

Bấy giờ các tỳ-kheo vâng lời Phật dạy, mỗi vị liền từ chỗ ngồi đứng dậy, đến trước Đức Thế Tôn nói ra lỗi lầm của mình. Sau khi sám hối xong, mỗi vị trở về ngồi lại chỗ của mình.

Khi thấy chúng đã trở về yên vị cả rồi, Đức Phật rủ lòng từ mẫn, từ chỗ ngồi đứng dậy, tự xoa hai tay, hướng đến các vị tỳ-kheo nói rằng:

"Các chúng tỳ-kheo, hãy nên dụng tâm hòa hợp, cùng hướng đến lỗi lầm của các ông. Vì sao như vậy? Vì thân khẩu ý của ta đôi khi trái nghịch thất thố. Tuy Vô thượng tôn Như lai chí chân không có lỗi lầm, không có các nghiệp khuyết lậu, tâm không buông lung, không để mất trí tuệ, không có tham ái, không hủy cấm giới; ở trong các hàng Thanh văn Duyên giác, tôn đức siêu vượt các cõi trời và nhân dân trong khắp thế gian, là bậc lớn nhất trong ba cõi, không ai có thể sánh bằng. Lại nữa, các vị tỳ-kheo, là chủng tánh xuất gia học đạo, tu sa-môn pháp nhưng tâm tánh mỗi người một khác, chí nguyện tu hành chẳng đồng nhau, đối với Phật nghiệp phải nên thi hành, nên vâng lời dạy, không được vi phạm.

---

tỷ bây giờ.

[29] Xá-la, 舍羅, Pali *Sālakā*, Hán dịch là Trù. Trù là tấm thẻ nhỏ làm bằng tre dùng để đếm số tỳ-kheo tham dự khi giáo đoàn thực hành pháp Diệt tránh hoặc Bố-tát.

"Vì sao như vậy? Nếu có tỳ-kheo ở trong thánh chúng mà kiến lập tân tuế, thân hạnh mỗi người mỗi khác, tâm niệm chẳng giống nhau nên ôm lòng siểm xúc, soi mói các vị tỳ-kheo khác, không chịu giữ lòng chân chánh, như thế không ứng hợp với cụ túc giới. Vì sao như vậy? Vì khi thân khẩu ý thanh tịnh là khéo chân chánh, thọ giới đầy đủ với Phật, tâm cung kính tuân phục, tùy thuận thượng trung hạ, không hề kiêu mạn buông lung, giữ ý hổ thẹn, xứng hợp với giới pháp.

"Vì sao như thế? Vì các hành giả tu tập như vậy sẽ không có sự oán ghét, không kết hiềm hận, quán tất cả các pháp xưa nay không bị loạn tạp, từ đó kiến lập Tân tuế, cũng không có tâm sân nhuế, tự cao tự đại. Vì sao như vậy? Khi giới cấm thanh tịnh, kiến lập tân tuế, kiến lập tối đại giới mà không thanh tịnh thì không phải đệ tử của Phật. Giống như người chết, thi hài nằm trên đất, bị tan rữa trong nghĩa địa. Lúc ấy mọi người trong thế gian, từ chư thiên đến nhân dân, ai cũng đem thuốc lành đến, dùng thần chú hay những phương thuật tốt nhất, thương xót để chữa trị cũng không thể làm cho người ấy sống lại. Cũng vậy! Như vị tỳ-kheo hủy phạm cấm giới dù họ có nhập chúng tu học được bao nhiêu Tân tuế đi nữa cũng không thể tự cứu để kiến tạo được Tân tuế. Vì sao vậy? Vì người ấy hủy giới, quay về tự nhiên, do đó phải chịu lấy quả báo địa ngục, ngạ quỷ, súc sanh, chịu bao nhiêu khổ độc, chua xót vô cùng. Các ngươi phải hết sức cẩn thận."

Đức Phật nói pháp ấy rồi liền từ chỗ ngồi đứng dậy, là nơi tòa cỏ. Ngay lúc ấy ba ngàn đại thiên thế giới chấn động sáu lần, không hầu[30] kỹ nhạc chẳng tấu mà tự âm vang. Chư thiên giữa hư không mưa xuống đủ các loại hương thơm, rải đủ thứ hoa. Khi Đức Phật nói phẩm giới pháp này để dạy bảo các tỳ-kheo chúng, lúc ấy các vị tỳ-kheo, mỗi vị đều ngồi ở tòa của mình, đem những Thánh chỉ của Phật, những lời dạy oai thần, ánh sáng công đức lớn lao ban rải khắp cả. Mỗi vị tự đứng dậy, tâm không còn thích ngồi mãi dưới gốc cây dốc núi nữa, tất cả đều chỉ muốn từ tòa đứng dậy khể thủ dưới chân Phật, miệng tự bạch rằng: "Tất cả các pháp đều được bẩm thọ từ Phật. Thánh giáo chính là cội gốc của Đạo, là hộ pháp cho tất cả, là con mắt

---

[30] Không hầu, 箜篌. Một thứ nhạc khí ngày xưa, giống như cái đàn sắt mà nhỏ.

từ mẫn, tối tôn tối thắng, hết sức thù đặc, thánh đức vô lượng, siêu tuyệt không chi bằng, vòi vọi oai phong, hóa đạo cùng khắp".

Lúc bấy giờ Đức Như Lai trở lại tôn vị của mình sám tạ Thánh chúng, lân mẫn khắp trời người, ngồi nơi tòa cỏ. Khi Phật trở lại tòa, Thánh chúng cũng như vậy, mỗi vị trở về vị trí của mình ngồi yên như pháp.

Lúc bấy giờ Đức Thế Tôn thấy tuế thời đã đến, thương nghĩ đến các chúng hội, trước các tỳ-kheo ba lần tác bạch. Sở lập xong rồi, lúc ấy năm vị tỳ-kheo liền từ chỗ ngồi đứng dậy kiến lập Tân tuế. Thuận lập Tân tuế đến một vạn tỳ-kheo thành tựu đạo tích. Tám ngàn vị tỳ-kheo đắc quả A-la-hán. Chư thiên trong hư không có đến tám vạn bốn ngàn vị đều được khai hóa, đều phát Đạo ý vô thượng chánh chân, giảng thuyết kinh pháp số nhiều không thể tính kể. Các loài chúng sanh kiến lập Tam thừa. Nay Phật thương xót, hạ cố chỗ Chí tôn, ở ngay chỗ ngồi của chúng mà độ thoát nguy ách, khiến cho khắp cả mười phương đều được tế độ.

Lúc bấy giờ Nan-đầu-hòa-nan Long vương[31], mỗi vị đều lìa bỏ chỗ ở của mình, đều đem trạch hương, chiên-đàn hương đi đến chỗ Phật. Đến đàn tràng Tân tuế, quy mạng nơi Phật cùng với Thánh chúng, đảnh lễ dưới chân, đem chiên-đàn hương cùng các tạp hương cúng dường Đức Phật cùng các vị Tỳ-kheo tăng. Ngay lúc ấy dùng bài kệ này hoan hỷ tán tụng rằng:

"Các bậc ở thâm sơn
Hay ngồi dưới bóng cây
Hay dạo nơi biển lớn
Còn ôm lòng sân hận
Đến đây lập Tân tuế
Vạn ức chúng sanh đến
Cúng dường vâng phụng Phật
Thành tựu cửa cam lồ."

---

[31] Nan-đầu-hòa Long vương, 難頭和龍王, Skt. *Nanda-Nāga*, Một vị long vương trong thần thoại Phật giáo, được xem là hộ pháp cho các sự kiện quan trọng của Phật.

Bấy giờ Hải long vương[32] mang bảo châu màu đỏ, hóa thành các trướng giao bày thượng diệu rộng lớn đến bốn trăm dặm, do lưu ly vàng tía hợp thành, tay cầm tay giữ đi trong hư không, ra khỏi long cung, từ nơi các trướng giao bày có ao nước bát vị thanh lương chảy xuống mặt đất để cúng dường Như Lai và các Tỳ-kheo chúng. Rồi đem gác báu giao bày ấy dâng cúng Đấng Đại Thánh và các Tỳ-kheo tăng, đem ngọc anh lạc[33] rải lên cúng dường Phật và Thánh chúng rồi nói kệ rằng:

"Thanh tịnh như hư không
Tự nhiên không gì sánh
Cấm giới tối thanh tịnh
Hơn cả diệu minh châu
Chúng con đông vô số
Đang ngồi nơi đại hội
Thảy cúng dường an trụ
Và các chúng Thanh văn."

Lúc bấy giờ, mười phương chư Bồ-tát, các thần vương trời rồng từ mười phương cõi đi đến tập hội, hóa hiện bao nhiêu phẩm vật cúng dường kỳ diệu dâng cúng lên cúng dường Đức Thế Tôn cùng chúng Tỳ-kheo, khể thủ quy mạng, tất cả đều phát Đạo ý vô thượng chánh chân. Tất cả trời người thảy đều phát tâm cúng dường Đức Thế Tôn cùng các Thánh chúng, rồi tán thán kệ rằng:

"Khi tâm đã thanh tịnh
Đệ nhất chẳng nghĩ bàn
Thánh chúng tối tôn trưởng
Ngồi ở trong chúng hội
Xa lìa tất cả tưởng
Khéo trừ các cấu uế
Ngày nay dâng cúng dường

---

[32] Hải long vương, 海龍王, Skt. *Nāga-rāja*, Vua rồng biển, biểu tượng của sức mạnh tự nhiên và sự bảo vệ Phật pháp trong các truyền thuyết.

[33] Ngọc anh lạc, 瓔珞, Skt. *Keyūra*, Chuỗi ngọc trang sức, tượng trưng cho sự trang nghiêm và vẻ đẹp tâm linh của chư Phật, Bồ-tát.

*Kính trọng không nghĩ bàn
Khai hóa các chúng nạn
Tất cả các trần lao
Giới cấm ấy thanh tịnh
Như bảo châu minh nguyệt
Tâm thường tư duy chánh
Đoạn các kiết, sân, hận
Ngày nay Đẳng Ly cấu
Tập hội lập Tân tuế
Khuyên dạy tâm khó phục
Tuân hành như Thái sơn
Tiêu ngại pháp thường hành
Phật an lập Tân tuế"*

Khi trời người nói kệ ấy xong rồi, khể thủ dưới chân Phật, hốt nhiên biến mất, mỗi mỗi trở về bản cung, hoan hỷ đem pháp ra tự an vui. Bấy giờ Đức Thế Tôn hiển hiện ra bóng mát lớn, các báu giao bày khắp Thánh chúng rồi tuyên thuyết kệ rằng:

*"Giới pháp tối thanh tịnh
Sở hành rất khó kịp
Ngày nay đem bố thí
Bủa khắp lập Tân tuế
Dâng lên bậc an trụ
Hộ giới rất thanh tịnh
Như chim trĩ yêu lông
Uy Phật hộ Tân tuế."*

Đức Phật bảo với các vị tỳ-kheo:

"Ngày nay Phật Thế Tôn, tuy Tân tuế một năm một hội, nhưng phép tắc tu hành phải giữ đạo thanh tịnh, thân khẩu ý trang nghiêm, ba việc ăn mặc ở đừng cấu uế, vâng làm mười điều thiện, tu Tứ đẳng[34], hành

---

[34] Tứ đẳng, 四等, Pali *brahma-vihāra*, Bốn tâm vô lượng: từ (thương yêu), bi (thương xót), hỉ (vui mừng), xả (buông bỏ), giúp hành giả đạt tâm bình đẳng.

Lục độ, trừ bỏ sáu tình, ba độc, năm cái[35], mười hai nhân duyên, hết thảy thanh tịnh như mặt trời mọc lên chiếu soi khắp trong thiên hạ, quang huy chiếu diệu, bóng tối xua tan ẩn vào ánh sáng, vô thượng chánh chân, hết thảy hòa đồng, khổ lạc không hai, như thế mới ứng hợp với đạo pháp."

Ngay lúc ấy Đức Phật liền nói kệ tụng:

"Vui thay Phật ra đời
Vui thay nói kinh pháp
Vui thay chúng hòa đồng
Hòa đồng thường an lạc."

Đức Phật nói như vậy, các chúng tỳ-kheo, trời rồng quỷ thần, a-tu-luân, nhân dân trong thế gian nghe Phật nói pháp, không ai không hoan hỷ, đảnh lễ Phật rồi đi.

Hành vi tối tôn tại Xá-vệ[36]
Vì chúng đệ tử thuyết như vậy
Tất cả tập hội vườn Kỳ thọ
Tạo Bát-hòa-lan thành pháp thường
Xá-lợi-phất chắp tay bạch Phật
Mong được nghe pháp Bát-hòa-lan[37]
Ba cõi hữu danh khi thuyết pháp
Pháp tự tịnh tỳ-kheo ra sao
Xá-lợi-phất nay ta trải cỏ
Dưới cây thị hiện hàng ma lực
Nếu gặp trải cỏ cũng như vậy

---

[35] Năm cái, 五蓋, Pali *pañca nīvaraṇāni*, Năm chướng ngại trong thiền định: tham dục, sân hận, hôn trầm, trạo cử, nghi, cản trở sự giác ngộ.

[36] Từ câu "Hành vi tối tôn tại Xá-vệ" trở xuống gồm 568 chữ, trong các bản đời Nguyên và đời Minh đều không có.

[37] Bát-hòa-lan, 鉢和蘭, Phạn: *Pravāraiā*. Dịch ý là Tự tứ, việc tùy ý. Tức thỏa mãn, vui vẻ, đẹp lòng. Nghĩa là ngày 15 tháng 07, ngày kết thúc An cư, các tỳ-kheo tự giải bày những tội lỗi mà mình đã phạm phải trong thời gian An cư để xin sám hối. Nhờ sám hối xong tâm được thanh tịnh nên sanh lòng vui mừng, nên gọi là Tự tứ.

Nay người phát lòng tự thanh tịnh
Ứng chỗ hiền giả ngồi
Là chỗ vô sở úy
Đã ngồi, vui, chẳng dục
Nơi ba cõi yên ổn.
Mùa hạ nay đã xong
Là đệ tử của Phật
Phải nên tự phân biệt
Thương xót ở thế giới
Nay tháng lớn của năm
Là đệ nhất trí giác
Phải xả thân thực hành
Đoạn được bao nhiêu khổ
Nói các tội phiền não
Giác biết vô số khổ
Là đã đạt được đạo
Nay hành Bát-hòa-lan
Tham dục, sân nhuế giảm
Cũng trừ được gốc si
Có thể đoạn sanh tử
Không còn gốc não tưởng
Tự đạt đến cõi trời
Cũng sanh đến nhân gian
Là đã được hai đường
Nay hành Bát-hòa-lan
Đã sanh lên cõi trời
Cũng không sanh cõi dưới
Các ái cũng đã diệt
Pháp đệ nhất thế gian
Tôn kính hành nên được
Là đã được hai đường
Nay hành Bát-hòa-lan
Tất cả các ác não
Dứt sạch, được giải thoát
Đạt được Tứ cam lồ

> *Thì không còn sợ hãi*
> *Các minh ám đã hoại*
> *Tất cả khổ hướng đến*
> *Hai đường nữa là bốn*
> *Nay hành Bát-hòa-lan*
> *Hết một tháng liền được một trí*
> *Hai tháng đã qua liền được hai trí*
> *Cùng một lúc ba tháng thì được ba trí.*

Khoái lạc ba trí. Nay hành Bát-hòa-lan là đã nhổ hết bốn cái ung nhọt không còn gì cả, đã qua đến bờ bên kia, an trụ và được yên ổn. Bốn tháng đã qua là đã thành tựu công đức. Nay hành Bát-hòa-lan là có thể hàng phục được Nan-đầu-hòa-la Long vương, làm chấn động núi Tu-di và nước trong biển lớn. Cảnh giới trời sẽ đến cũng đều chấn động.

Các vị như Mục-kiền-liên nay thực hành pháp Bát-hoà-lan:

> *Bậc tự giác tối hiền*
> *Các xứ đã dứt sạch*
> *Là phước lành thế gian.*
> *Phật tự nói lời này*
> *Thường độc hành dưới cây*
> *Giữa tất cả mọi người*
> *Phật, Bích chi tối thắng.*
> *Nay hành Bát-hòa-lan*
> *Ba chỗ không đắm trước*
> *Ý chúng được thanh tịnh*
> *Ba thần túc yên định*
> *Là lìa được kiêu mạn*
> *Ở ba cõi không dục*
> *Y tịch tĩnh, bất động*
> *Vững như núi Tu-di.*
> *Nay hành Bát-hòa-lan*
> *Đã được hành bốn tháng*
> *Bốn đạo đã yên định*
> *Phật nói thiền giả này*

Trong chúng Đức tăng mãi
Chỗ thờ thí tối an
Rốt không thể đánh bại
Được trí tuệ của Phật.
Nay hành Bát-hòa-lan
Trì giới được đầy đủ
Các lực khác chẳng động
Pháp ăn mặc ngủ nghỉ
Thường thích ở núi rừng
Đã thực hành kiên cố
Đầy đủ không tỳ vết
Hành giả được thanh tịnh.
Nay hành Bát-hòa-lan
Trì giới đoạn các ác
Chúng chắp tay thọ pháp
Được tất cả hướng vọng
Hàng phục được các ma
Chư thiên bậc thiên nhơn
Khen ngợi giới Cụ túc
Không gặp lại chúng ma
Nay hành Bát-hòa-lan.
Phật Thuyết Tân Tuế Kinh.

PHẬT THUYẾT GIẢI HẠ KINH[38]

Tam Tạng dịch Kinh người nước Tây Thiên,
giữ chức Triều Tán Đại Phu ở Thí Quan Lộc Khanh,
là Minh Giáo Đại Sư, hiệu Pháp Hiền phụng chiếu dịch.

Tôi nghe như vầy:

Một thời Đức Phật ngự tại tinh xá Ca-lan-đà Trúc Lâm ở thành Vương Xá, cùng với trăm vị Bí-sô chúng câu hội, đều là các bậc A-la-hán, các lậu đã dứt, việc cần làm đã làm, buông bỏ những gánh nặng đến chỗ đạt được lợi lạc lớn, dứt sạch các hữu kiết, tâm khéo giải thoát. Chỉ có duy nhất một vị bí-sô hiện còn ở Học vị, Thế Tôn đã thọ ký cho vị ấy thấy pháp, đắc pháp, chứng quả viên mãn.

Lúc bấy giờ Đức Thế Tôn an cư đã mãn. Đang trong lúc giải hạ, ngày 15, cùng với chúng bí-sô trải tòa ra ngồi. Sau khi Đại chúng ngồi rồi, lúc ấy Đức Phật bảo với chúng bí-sô rằng:

"Ta nay đã đắc phạm hạnh tịch tĩnh. Thân này là thân tối hậu, được niềm vui vô thượng, đoạn trừ hết các bệnh. Đệ tử của ta biết rõ các pháp đều đã thông đạt, vì thế hôm nay Ta sẽ nói pháp giải hạ. Này các chúng bí-sô! Nay ta đang ở trong Hạ, tất cả những nghiệp thân khẩu ý, các ông có thể nhẫn khả được không?"

Lúc bấy giờ Tôn giả Xá-lợi-phất nghe Phật nói rồi, từ chỗ ngồi đứng dậy, trật áo bày vai hữu, quỳ gối phải sát đất, chắp tay hướng Phật mà bạch với Đức Phật rằng:

---

[38] *No. 63* {*No. 26* (121), *Nos.*61.62, *No. 99* (1212), *No. 100*, (228), *No. 125* (32.5)}.

"Bạch Đức Thế Tôn! Như lời Phật dạy, con nay đã đắc Phạm hạnh tịch tĩnh, cho đến các nghiệp thân khẩu ý đều có thể nhẫn được. Chúng con được biết, ba nghiệp thân khẩu ý của Phật không có những lỗi lầm. Các bí-sô chúng con nay không có gì phiền trách cả. Ý ra làm sao? Đức Phật Thế Tôn của chúng con, đối với kẻ khó điều phục nhất Ngài cũng đã điều phục được. Đối với kẻ không dừng nghỉ được Ngài cũng làm cho họ dừng nghỉ. Đối với kẻ không an ổn Ngài cũng khéo an ủi làm cho họ an ổn. Đối với kẻ chưa đạt được sự tịch tĩnh Ngài cũng làm cho họ được tịch tĩnh. Như Lai khéo liễu ngộ được chánh đạo, khéo tuyên thuyết về chánh đạo, khai thị chánh đạo, cho đến chúng con, những kẻ ưa thích Thanh văn Bồ-đề, Đức Phật lại vì chúng con khéo léo thuyết pháp khiến cho hàng Thanh văn biết lý tu hành mà chứng được Thánh quả. Vì vậy chúng con đối với ba nghiệp thân khẩu ý của Phật không có phiền trách gì cả."

Lúc bấy giờ Tôn giả Xá-lợi-phất bạch với Đức Phật rằng:

"Bạch Đức Thế Tôn, con nay đối với Đức Phật, nếu ba nghiệp thân khẩu ý có điều gì bất thiện, cúi mong Đức Phật chỉ dạy cho."

Đức Phật bảo:

"Này Xá-lợi-phất! Nay những nghiệp thân khẩu ý của ông, ta chẳng có gì phiền trách. Ý ông nghĩ sao? Này Xá-lợi-phất! Ông có đầy đủ Giới, đa văn, thiểu dục tri túc, đoạn trừ các phiền não, phát đại tinh tấn, an trụ nơi chánh niệm, có đầy đủ Dẫn huệ, Văn huệ, Tiệp huệ, Lợi huệ, Xuất ly huệ, Liễu đạt huệ, Quảng đại thanh tịnh huệ, Thậm thâm huệ, Vô đẳng huệ, có đầy đủ của báu Đại huệ, khiến kẻ chưa thấy được thấy, khiến kẻ chưa điều phục được điều phục, người chưa được nghe pháp thì thuyết pháp cho họ nghe. Đối với người có nhiều sân hận thì khiến cho họ được hoan hỷ; Có thể vì bốn chúng thuyết pháp không hề mệt mỏi. Thí như Kim luân vương tử[39] sẽ được thọ pháp Quán đảnh[40], kế thừa vương vị, y theo pháp mà cai trị.

---

[39] Kim luân vương tử, 金輪王子, Skt. *cakravartin-kumāra*, Hoàng tử của chuyển luân vương, được xem là người kế vị mang lại hòa bình và chánh pháp.
[40] Quán đảnh, 灌頂, Skt. *abhiṣeka*, Nghi thức rưới nước lên đầu, tượng

"Tôn giả Xá-lợi-phất cũng giống như thế. Xá-lợi-phất là con của ta, thọ pháp Quán đảnh, kế thừa ngôi pháp vương, sẽ chuyển bánh xe pháp vô thượng như ta vậy; Xá-lợi-phất sẽ dứt các lậu, chứng được giải thoát giống như ta vậy.

"Vì vậy này Xá-lợi-phất! Đối với ba nghiệp của ông, ta nay công nhận là không có lỗi."

Bấy giờ Xá-lợi-phất nghe Đức Phật nhẫn khả rồi, cúi đầu lễ tạ rồi bạch với Đức Thế Tôn rằng:

"Bạch Đức Thế Tôn! Như Đức Phật đã vì con mà chấp nhận ba nghiệp của con rồi. Vậy đối với năm trăm vị Bí-sô trong chúng hội này, nếu thân khẩu ý nghiệp có điều bất thiện, cúi mong Thế Tôn cũng chấp nhận họ như thế!"

Đức Phật bảo với Xá-lợi-phất:

"Ba nghiệp của năm trăm vị Bí-sô ở đây ta cũng đều chấp nhận hết. Ý ông nghĩ sao? Vì năm trăm vị Bí-sô ở đây cũng đều là A-la-hán, các lậu đã dứt, việc cần làm đã làm, đã buông bỏ gánh nặng xuống, đã được tự lợi, dứt sạch các kiết sử, tâm khéo giải thoát. Trong đó chỉ có duy nhất một vị Bí-sô hiện đang ở địa vị Hữu học. Nhưng vị Bí-sô này ta đã thọ ký rồi, khi nào thấy pháp, đắc pháp sẽ chứng được quả viên mãn. Này Xá-lợi-phất! Vì thế ta nay đối với ba nghiệp của năm trăm vị Bí-sô này ta đều nhẫn khả cả."

Bấy giờ Xá-lợi-phất lại bạch với Đức Phật rằng:

"Bạch Đức Thế Tôn! Con nay cùng với năm trăm vị Bí-sô này, đối với ba nghiệp đã được Đức Thế Tôn nhẫn khả. Con nay vẫn còn một chút nghi nên muốn thưa hỏi. Cúi mong Đức Thế Tôn phân biệt cho con!"

Đức Phật bảo với Xá-lợi-phất:

"Trong năm trăm vị Bí-sô này, có 90 vị Bí-sô chứng được Tam minh pháp, 90 vị Bí-sô đắc được Câu giải thoát[41], số còn lại đắc được Huệ

---

trưng cho sự truyền thừa quyền lực hoặc giác ngộ trong Mật tông.

[41] Câu giải thoát, 俱解脫, *ubhato-bhāga-vimutta*, Giải thoát cả định và

giải thoát[42]. Này Xá-lợi-phất! Các vị Bí-sô này đã dứt sạch các phiền não, đều trụ nơi cảnh giới chân thật."

Lúc bấy giờ trong chúng hội có một vị Tôn giả tên là Phạ-nghi-xá[43] nghĩ như vầy: "Ta nay nên đối trước Phật và chúng Bí-sô dùng kệ Già-đà[44] Giải hạ để tán thán."

Tôn giả Phạ-nghi-xá nghĩ như vậy rồi, liền từ chỗ ngồi đứng dậy, trật áo bày vai hữu, quỳ gối bên phải, chắp tay cung kính mà nói kệ rằng:

> *"Ngày mười lăm giải hạ*
> *Hành luật nghi thanh tịnh*
> *Năm trăm chúng Bí-sô*
> *Đoạn hết các phiền não*
> *Dứt sạch hết các lậu*
> *Chứng thực quả vị thánh*
> *Trong tịnh, ngoài điều phục*
> *Giải thoát nên lìa Hữu*
> *Tận cùng mé sanh tử*
> *Việc cần làm đã xong*
> *Vô minh và Mạn kết*
> *Dứt sạch chẳng còn gì.*
> *Phật tối thượng của con*
> *Đoạn các pháp tà niệm*
> *Và đoạn các hữu lậu*
> *Khéo trừ Khổ ái, bệnh*
> *Ái diệt không còn sanh*
> *Sư tử lìa chấp thủ*

---

tuệ, trạng thái cao cấp nơi hành giả đạt được sự tự tại hoàn toàn.

[42] Huệ giải thoát, 慧解脫, Pāli paññā-vimutta, Giải thoát nhờ trí tuệ, không cần thần thông, đạt được qua sự quán chiếu sâu sắc.

[43] Phạ-nghi-xá, 波疑舍, Pāli Pārāgika / Skt. Pāṇḍuka, Một đệ tử của Đức Phật, nổi tiếng với tính ngây thơ, góp phần vào các câu chuyện giáo hóa.

[44] Già-đà, 伽陀, Skt. gāthā, Kệ tụng trong kinh điển, thường được dùng để truyền tải giáo pháp một cách thi ca.

*Hết các sự sợ hãi
Chỉ có Phật của con
Giống như Kim luân vương
Ngàn người con vây quanh
Khéo trị bốn thiên hạ
Điều phục cả bốn biển
Lại như người chiến thắng
Bậc Điều ngự tối thượng
Thanh văn được Tam minh
Lìa sự chết cũng vậy
Phật tử đều như thế
Chứng Diệt đế bất sanh
Con nay lễ Pháp vương
Đại Nhật Tôn vô thượng."*

Lúc bấy giờ, Bí-sô Phạ-nghi-xá nói kệ ấy rồi liền trở về chỗ ngồi của mình. Khi ấy Tôn giả Xá-lợi-phất cùng với các vị Bí-sô nghe Đức Phật tuyên thuyết pháp giải hạ, trong tâm phát sanh niềm khoái lạc, vô cùng hoan hỷ, tín thọ phụng hành.

PHẬT THUYẾT NGHĨ DỤ KINH[45]

Tam Tạng dịch Kinh người Tây Thiên Trúc,
làm chức Triều Phụng Đại Phu ở Thí Quang Lộc Khanh,
hiệu là Truyền Pháp Đại Sư, tên là Thi Hộ[46] phụng chiếu dịch.

Lúc bấy giờ Đức Thế Tôn phóng ánh sáng lớn chiếu soi khắp cả rồi, bảo với các chúng Bí-sô rằng:

"Các ông nên biết! Một thời nọ có một bầy kiến tụ tập. Ban đêm bầy kiến phát ra khói, ban ngày thì phát ra lửa. Có một vị bà-la-môn thấy việc ấy rồi bèn nói như vầy: 'Nếu có ai cầm được một con dao thật bén mới có thể phá tan bầy kiến ấy.' Nói như vậy rồi lại thấy có một con rùa lớn. Vị bà-la-môn ấy cũng nói như vầy: 'Nếu có ai cầm được một con dao thật bén mới có thể phá hoại được.' Nói xong lại thấy có các loài sứa, tiếp theo là thấy một con đỉa, rồi lại thấy nhiều côn trùng A-tây-tô-na, rồi thấy một con rắn lớn, rồi thấy côn trùng Noa-đà-bát-tha, rồi lại thấy côn trùng Tản-ca-phù-tra. Thấy các loại côn trùng ấy, vị bà-la-môn đều nói như trước. Sau cùng thấy một con rồng lớn, bà-la-môn nói: 'Những điều ta thấy, việc ấy như thế nào chỉ có Đức Phật Thế Tôn mới có thể biết rõ hết được. Lúc ấy, bà-la-môn liền đi đến chỗ của một vị bí-sô, trình bày hết sự việc kể trên với vị bí-sô rồi nói với vị bí-sô rằng:

'Ông hãy vì ta đem việc này đến hỏi Phật, giúp cho tâm nghi ngờ

---

[45] *No. 95* {~M.23, Pāli *Vammīka Sutta.*}
[46] Tam Tạng pháp sư Thi Hộ, 施護, Skt. *Śīladharma*, Vị cao tăng thời Tùy, nổi tiếng với việc dịch thuật kinh điển Đại thừa, đóng góp cho Phật giáo Trung Quốc.

của ta được khai giải. Những điều Phật nói ta sẽ luôn ghi nhớ. Vì sao vậy? Bí-sô! Ta chẳng thấy ai trong cõi trời, người, thế gian, sa-môn, bà-la-môn từng đem nghĩa này để hỏi Đức Phật, vì vậy không thể khiến cho các nghi hoặc trong tâm ta được khai hiểu.'

"Lúc bấy giờ vị bí-sô ấy y theo lời bà-la-môn nói đi đến chỗ Ta, đảnh lễ dưới chân rồi đứng sang một bên, trình bày sự việc rồi thưa hỏi:

'Như Bà-la-môn thấy bầy kiến, việc ấy như thế nào? Vì sao nửa đêm phun ra khói, ban ngày phun ra lửa đốt? Lại thấy con rùa lớn, con sứa, con đỉa, trùng A-tây-tô-na, con rắn lớn, trùng Noa-đà-bát-tha, trùng Tản-ca-phù-tra, rồi con rồng lớn. Những hiện tượng vị ấy thấy là hiện tượng gì? Còn vị bà-la-môn ấy là người như thế nào? Sao gọi là dao bén phá tan, cúi mong Đức Thế Tôn giải thích cho.'

"Này các bí-sô! Lúc đó ta nói với vị bí-sô kia rằng: Bầy kiến kia chính là thân ngũ uẩn của tất cả chúng sanh. Ban đêm phun ra khói tức là chúng sanh khởi các Tầm[47], Tứ[48], ban ngày phát ra lửa chính là chúng sanh tùy theo những suy nghĩ tầm tứ của mình mà khởi ra những nghiệp của thân và ngữ. Con rùa lớn chính là năm pháp nhiễm ô; con sứa chính là sự phẫn nộ; con đỉa chính là sự tham lam, ganh ghét; trùng A-tây-tô-na chính là pháp Ngũ dục; con rắn chính là Vô minh; trùng Noa-đà-bát-tha chính là Nghi hoặc[49]; trùng Tản-ca-phù-tra chính là Ngã mạn. Con rồng lớn nói ở đây chính là các vị A-la-hán. Vị bà-la-môn ấy chính là Như Lai Ứng Cúng Chánh Đẳng Chánh Giác. Sự sắc bén của con dao chính là người có trí, còn con dao là trí tuệ, sự phá tan chính là phát khởi thắng hạnh tinh tấn vậy!

"Này các bí-sô! Ý các thầy nghĩ thế nào? Những hiện tượng mà vị ấy thấy, nói một cách tóm tắt tức là chỉ cho tất cả thân ngũ uẩn của chúng sanh đều do tinh cha huyết mẹ bất tịnh kết hợp sinh ra, tứ đại

---

[47] Tầm, 尋, Pāli *vitakka*, Giai đoạn đầu của thiền định, là sự suy nghĩ ban đầu để định hướng tâm trí.

[48] Tứ, 伺, Skt. *vicāra*, Giai đoạn tiếp theo trong thiền, là sự suy ngẫm sâu hơn để duy trì sự tập trung.

[49] Nghi, 疑, Skt. Pāli *vicikitsā*, Một trong năm triền cái, là sự nghi ngờ về giáo pháp hoặc con đường tu tập.

hợp thành. Tất cả chỉ là sắc tướng hư giả, xấu xa kém cỏi, chứa nhóm đầy rẫy những khổ não, rốt cuộc cũng bị tan hoại. Thế mà chúng sanh không hề hay biết, ngày đêm khởi lên suy nghĩ tìm cầu dò xét, tạo nhiều nghiệp bất thiện nơi thân và ngữ, bị năm thứ phiền não che lấp, đắm trước đam mê với Ngũ dục, tăng trưởng Vô minh, sanh tâm Ngã mạn, đối với các Thánh phàm thì khởi lòng nghi hoặc, không quyết định, rồi sân hận, tham lam, ghen ghét... mỗi niệm đều khởi sanh phiền não mà không cầu giải thoát. Vì thế Như Lai Ứng Cúng Chánh Đẳng Chánh Giác muốn giúp cho những người trí lập hạnh tinh tấn, tu tập trí tuệ, đoạn các phiền não, chứng đắc được Thánh quả.

"Này các vị bí-sô! Một khi đã dứt sạch những lậu hoặc, chứng đắc được quả A-la-hán nên nói giống như Rồng vậy!

"Lại nữa này các bí-sô! Chư Phật Thế Tôn trong suốt quá khứ vị lai, với lòng bi mẫn, muốn làm lợi lạc cho tất cả chúng sanh, muốn giúp cho họ đoạn trừ hết các phiền não, tiến tới chứng đắc Thánh quả, do đó đã vì các hàng Thanh văn mà nói rõ nghĩa này. Ngày nay Ta cũng học theo chư Phật, đem nhân duyên này mà tuyên thuyết cho các ông nghe. Chúng Bí-sô các ông phải nhớ nghĩ việc này, hãy nên ở những nơi tịch tĩnh như đồng trống, nhà hoang, giữa núi rừng, dưới gốc cây, trong hang đá hay trong các am thất mà lắng lòng tư duy, quán sát rõ nghĩa này, đừng để tâm buông lung mà sanh ra thối chuyển. Các ông cũng nên khai thị, chỉ dạy, hướng dẫn rộng rãi cho người khác tu tập để đạt được lợi ích lớn lao."

Khi Đức Thế Tôn nói như vậy cho các vị bí-sô nghe rồi, ai nấy đều tin nhận phụng hành.

PHẬT NÓI KINH THÍ DỤ VỀ BẦY KIẾN
HẾT.

PHẬT THUYẾT QUẢNG NGHĨA PHÁP MÔN KINH[50]

Tam Tạng Pháp sư người nước Thiên Trúc,
sống vào đời Trần hiệu Chân Đế[51] dịch.

Tôi nghe như vầy:

Một thời Tịnh Mạng Xá-lợi-phất trú tại vườn Cấp Cô Độc, rừng Kỳ-đà, nước Xá-vệ, cùng với chúng đại Tỳ-kheo câu hội. Lúc ấy, Tịnh Mạng Xá-lợi-phất gọi các vị tỳ-kheo.

Các vị Tỳ-kheo thưa:

"Đại đức Xá-lợi-phất!"

Xá-lợi-phất nói:

"Này các Trưởng lão, nay tôi thuyết pháp cho các trưởng lão nghe: Sơ thiện, trung thiện, hậu thiện, nghĩa thiện, ngữ thiện, thuần nhất, không xen tạp, thanh tịnh tròn đầy. Nay tôi vì các trưởng lão chỉ rõ phạm hạnh, đó là Quảng Nghĩa Pháp Môn. Vì vậy, chư vị hôm nay hãy lắng nghe cho kỹ, nhất tâm cung kính và khéo tư duy, nhớ nghĩ sửa lại điều ấy. Pháp môn Quảng nghĩa này, này các trưởng lão, có mười

---

[50] *No. 97 {98}*
Kinh này trích một phẩm trong kinh *Trung A-hàm*.

[51] Chân Đế, 真諦, Skt *Paramārtha*, và biệt danh là Câu La Na Tha (dịch là Thân Y). Ngài xuất sanh tại tây Thiên Trúc, tức nước Ưu Thiền Ni (*Ujjaini*). Bản tánh thông minh lanh lợi, khí chất phi phàm, thiên phú dị bẩm, tinh thông Phật pháp, hiểu rõ ngoại điển, có đầy đủ năng lực thần dị, và là vị danh tăng học giả tài đức kiêm toàn.

hai loại. Khi xa lìa các nạn, tùy thuận con đường tu tập có thể khởi ra phương tiện để chứng đức Thánh pháp. Những gì là mười hai?

Một tự chiến thắng mình.

Hai chiến thắng kẻ khác.

Ba sanh vào cõi người.

Bốn sanh vào cõi Thánh.

Năm căn tánh lanh lợi.

Sáu có được Chánh kiến.

Bảy khéo tạo tư lương.

Tám sanh tín cõi lành.

Chín gặp Phật ra đời.

Mười Phật chuyển Pháp luân.

Mười một là Chánh pháp

Ở thế gian không diệt.

Mười hai y theo Phật

Luôn ở trong Chánh pháp

Như lý mà tu hành.

Này các Trưởng lão! Đây là mười hai loại giúp xa lìa các khổ nạn khi tùy thuận đường tu hành, hay khởi phương tiện để chứng đắc Pháp thân.

Này các Trưởng lão! Các vị tỳ-kheo có khả năng giảng nói, nếu muốn nói pháp cho người khác nghe, ở trong Chánh pháp giữa pháp và nghĩa phải tương ưng. Xét thấy lời này, nên nói thì phải cung kính theo thứ lớp, làm sao cho lời nói ấy phải luôn có sự liên hệ với nhau,tương ưng với nhau, khiến cho người nghe sanh tâm hoan hỷ và ưa thích, đầy đủ chánh cần, không làm hư tổn và xúc não người khác. Tất cả những gì nói ra phải đúng như lý, tương ứng, không xen tạp, tùy thuận thính chúng. Xét thấy lời nói kia nên nói thì phải vận dụng tâm từ bi, tâm có lợi ích, tâm tùy thuận ưa thích, không đắm nhiễm vào lợi dưỡng, cung kính, tán thán.Trong thời gian thuyết pháp, không được tự tán thán mình, tự cao tự đại, không được chê bai hủy báng người khác.

Này các Trưởng lão! Nếu người muốn nghe Chánh pháp thì họ phải có đủ mười sáu tướng mới có thể cho họ nghe. Những gì là mười sáu?

Một là tùy thời mà nghe.

Hai là cung kính.

Ba là ưa thích.

Bốn là không chấp chước.

Năm là tùy theo pháp mà thực hành đúng như những gì mình nghe.

Sáu là không để bị phá nạn.

Bảy là đối với pháp khởi tâm tôn trọng.

Tám là đối với người thuyết pháp khởi tâm tôn trọng.

Chín là không xem thường và bác bỏ Chánh pháp.

Mười là không xem thường và bác bỏ người nói pháp.

Mười một là không xem thường thân mình.

Mười hai là nhất tâm không tán loạn.

Mười ba là tâm mong cầu hiểu biết.

Mười bốn là chú tâm lắng nghe.

Mười lăm là y theo lý mà tư duy chân chánh.

Mười sáu là nhớ giữ trước sau mà nghe Chánh pháp.

Đệ tử Phật Thánh
Nếu được như thế
Cung kính nghe kỹ
Tịnh căn tăng trưởng
Ở trong Chánh pháp
Tâm được lóng sạch.
Lấy đó làm đầu
Đối với Niết-bàn
Sanh tâm hoan hỷ
Và tâm cầu đắc.
Lấy đó làm đầu
Đối với Niết-bàn
Sanh tâm hỷ lạc
Lìa bỏ ái trước

Lấy đó làm đầu
Đối với Niết-bàn
Diệt trừ hoặc chướng
Được tâm nhất định.
Lấy đó làm đầu
Đối với Niết-bàn
Xả ly nghi hoặc
Sanh Kiến chân chánh.
Lấy đó làm đầu.
Đối với Niết-bàn
Khởi tâm hồi hướng
Để tu quán hạnh
Một cách mạnh mẽ
Thuận theo Đạo pháp.

Vì muốn diệt trừ những pháp làm chướng ngại những phẩm trợ đạo; Vì muốn tâm được an trụ, vì muốn đạt được Đệ nhất nghĩa, lấy đó làm đầu đối với tất cả hành pháp tịch diệt, chứng đắc Chơn Không, diệt trừ cấu nhiễm, xa lìa dục vọng. Đối với Vô sanh Niết-bàn được nhập vào tâm ưa thích, được thành tựu. Lấy đó làm đầu thì đối với Niết-bàn và ấm vô thường, được nhập vào tâm ưa thích, được thành trụ. Lấy đó làm đầu thì đối với Niết-bàn và Bốn thánh đế, pháp nhãn thanh tịnh, phát sanh tuệ nhãn. Lấy đó làm đầu thì đối với Niết-bàn chứng được giải thoát. Lấy đó làm đầu, đối với Niết-bàn, được Giải thoát tri kiến[52], tất cả đều được viên mãn.

Này các Trưởng lão! Do có thể đạt được nhất tâm đúng lý như thế, nghe kỹ Chánh pháp nên các Thánh đệ tử không bị tổn hại, bức não. Người có khả năng thuyết pháp có thể phân biệt rõ ràng ngôn ngữ pháp vị chân chánh để nói. Tức là nương tựa vào pháp, cúng dường đại sư, đạt được sự lợi lạc nơi chính mình và đem Niết-bàn đến cho người nghe pháp.

---

[52] Giải thoát tri kiến, 解脫知見, Pāli *vimutti-ñāṇadassana*, Tri kiến dẫn đến giải thoát, đạt được qua thiền định và sự đoạn trừ phiền não hoàn toàn.

Có mười loại pháp sanh khởi có thể thành thục được Bát-nhã.

Những gì là mười?

1. Thân cận thiện hữu.
2. Hay tịnh trì giới.
3. Tâm muốn hiểu biết.
4. Ưa thọ pháp lành.
5. Ưa cúng dường người thuyết pháp.
6. Y theo thời thích hợp để thưa hỏi.
7. Nghe kỹ Chánh pháp.
8. Luôn tu theo Chánh pháp.
9. Đối với các thứ đáng chán ghét thường sanh tâm chán ghét.
10. Một khi đã khởi tâm chán ghét rồi thì y theo lý khởi bốn loại Chánh cần.

Sao gọi là y theo lý mà khởi Chánh cần? Đó chính là đối với thiện pháp, tâm không bị giải đãi, thường luyện tập, sửa trị tâm, làm sạch hết các ác pháp. Nếu tâm chưa được định thì khiến cho nó được tự tại. Nếu tâm chưa được thông đạt thì làm cho nó được liễu đạt. Như vậy gọi là y theo lý mà khởi Chánh cần.

Này các Trưởng lão! Nếu Thánh đệ tử y theo đạo lý đúng như thế mà khởi Chánh cần thì sẽ có 10 loại pháp tương ưng để tu hành. Những gì là mười?

1. Tưởng bất tịnh[53].
2. Tưởng vô thường[54].
3. Ngay trong vô thường quán tưởng khổ[55].

---

[53] Tưởng bất tịnh, 不淨想, Pali *asubha-saññā*, Quán thân bất tịnh để giảm bớt tham dục, nhận ra sự không thanh khiết của cơ thể.

[54] Tưởng vô thường, 無常想, Pali *anicca-saññā*, Quán mọi sự vật thay đổi để nhận thức bản chất vô thường, giúp buông bỏ chấp trước.

[55] Khổ tưởng, 苦想, Pali *dukkha-saññā*, Quán sự đau khổ trong cuộc sống để thúc đẩy hành giả tìm kiếm con đường giải thoát.

4. Ngay trong pháp Khổ quán tưởng Vô ngã[56].
5. Chán ghét tưởng về ăn uống.
6. Đối với tất cả thế gian không khởi tưởng an lạc.
7. Sanh khởi tưởng về ánh sáng[57].
8. Quán tưởng Ly dục[58].
9. Quán tưởng Diệt ly[59].
10. Quán tưởng chết[60].

Thứ nhất là Tưởng bất tịnh:

Này các Trưởng lão! Có 14 pháp có thể đi ngược lại và làm chướng ngại các pháp quán tưởng bất tịnh này. Những gì là 14?

1. Cùng với người nữ ngồi riêng một chỗ.
2. Tâm thất niệm nhìn ngắm người nữ.
3. Thường khởi tâm buông lung.
4. Sanh tâm dục nặng nề.
5. Thường huân tập tưởng thanh tịnh.
6. Không thường huân tập tưởng thanh tịnh.
7. Thường cùng với người làm việc chung tụ tập một chỗ.
8. Thường đi theo, làm theo người khác.
9. Không ưa nghe chánh pháp.
10. Không hỏi chánh pháp.
11. Không thể gìn giữ 6 thứ căn môn.

---

[56] Vô ngã tưởng, 無我想, Pali *anattā-saññā*, Quán không có ngã để phá bỏ ảo tưởng về cái ta, đạt được trí tuệ vô ngã.

[57] Quang minh tưởng, 光明想, Pali *āloka-saññā*, Quán ánh sáng để xua tan vô minh, tạo điều kiện cho tâm trí sáng suốt hơn.

[58] Ly dục tưởng, 離欲想, Pali *virāga-saññā*, Quán sự xa rời dục lạc để thanh lọc tâm hồn, tiến tới trạng thái vô nhiễm.

[59] Diệt ly tưởng, 滅離想, Pali *nirodha-saññā*, Quán sự diệt trừ phiền não để đạt được sự tịch diệt và giải thoát.

[60] Tử tưởng, 死想, Pali *maraṇa-saññā*, Quán về cái chết để nhận thức vô thường, thúc đẩy tinh thần tu tập siêng năng.

12. Ăn uống không độ lượng.
13. Khi ở chỗ vắng vẻ một mình tâm không được an.
14. Không thể quán sát một cách như thật.

Thứ hai, đối với Tưởng vô thường: Đó là do ái trước vào pháp hành làm chướng ngại.

Thứ ba, ngay trong vô thường quán tưởng khổ: Có 6 pháp làm chướng ngại. 6 pháp đó là gì?

1. Giải đãi.
2. Lười biếng.
3. Thường ưa ngủ nghỉ.
4. Buông lung.
5. Không thể làm theo.
6. Không thể quán sát như thật.

Thứ tư, ngay trong pháp Khổ quán tưởng vô ngã: Đó là do Ngã kiến làm chướng ngại.

Thứ năm: Chán ghét tưởng ăn uống: Đó là do tham đắm mùi vị làm chướng ngại.

Thứ sáu, đối với tất cả thế gian không khởi tưởng an lạc: Đó là do hy vọng ái dục ở thế gian làm chướng ngại.

Thứ bảy, sanh khởi tưởng về ánh sáng: Có 11 pháp làm chướng ngại. Những gì là 11?

1. Nghi hoặc.
2. Không thể suy nghĩ đo lường.
3. Thân thô tháo nặng nề.
4. Uể oải.
5. Chánh tinh tấn thái quá.
6. Chánh tinh tấn yếu kém.
7. Tâm ô trược.
8. Tâm kinh động.

9. Sanh đủ các thứ vọng tưởng.
10. Nói nhiều.
11. Khởi tưởng nhìn ngắm quá kỹ đối với sắc dục.

Thứ tám, khởi tưởng Ly dục: Nghĩa là có dục vọng làm chướng ngại.

Thứ chín, quán tưởng Diệt ly: Nghĩa là tùy theo pháp mà chấp trước làm chướng ngại.

Thứ mười, quán tưởng chết: Bị sự yêu thích tuổi thọ làm chướng ngại.

Những chướng ngại kể trên chưa từng được tiêu diệt. Muốn diệt trừ các thứ chướng này thì có ba loại pháp, có ân đức rất lớn. Những gì là ba?

Thứ nhất là Nhạo tu (ưa thích sự tu hành).

Thứ hai là Diệt ly (diệt trừ và xa lìa).

Thứ ba là trụ chấp vào hai trạng thái trước.

Này các Trưởng lão! Có 14 pháp có ân đức rất lớn đối với pháp quán bất tịnh:

1. Không cùng với người nữ ngồi riêng một chỗ.
2. Không để tâm thất niệm mà nhìn ngắm người nữ.
3. Thường không buông lung.
4. Không sanh tâm ái dục nặng nề.
5. Luôn thực hành phép quán tưởng Bất tịnh.
6. Không thực hành phép quán tưởng Tịnh.
7. Không ở chung với người cùng làm việc.
8. Không đi theo, làm theo họ.
9. Ưa nghe chánh pháp.
10. Ưa học hỏi chánh pháp.
11. Giữ gìn 6 căn môn.
12. Ăn uống điều độ.
13. An trụ tâm khi ở một mình.

14. Hay quán sát đúng như thật.

Này các Trưởng lão!

Thứ nhất, Bất tịnh tưởng nghĩa là khi tu tập, phải khéo diệt trừ dục trần ái dục.

Thứ hai, Vô thường tưởng là khi tu tập, phải khéo diệt trừ tất cả hành pháp ái trước.

Thứ ba, ngay trong Vô thường quán tưởng Khổ, nghĩa là khi tu tập, phải khéo diệt trừ tâm giải đãi và biếng nhác.

Thứ tư, ở trong pháp Khổ quán, tưởng Vô ngã, nghĩa là khi tu tập, phải khéo diệt trừ ngã kiến.

Thứ năm, chán ghét tưởng ăn uống, nghĩa là khi tu hành, phải khéo diệt trừ sự tham trước vào mùi vị.

Thứ sáu, đối với tất cả thế gian không có tưởng an lạc, nghĩa là khi tu tập, phải theo diệt trừ ái dục hy hữu ở thế gian.

Thứ bảy, sanh quang minh tưởng, nghĩa là khi tu tập, phải khéo sanh trưởng trí tuệ và Kiến.

Thứ tám, quán Ly dục tưởng, nghĩa là khi tu tập, phải khéo diệt trừ hữu dục.

Thứ chín, quán Diệt ly tưởng, nghĩa là khi tu tập, phải khéo diệt trừ tất cả những pháp thuộc về hữu vi.

Thứ mười, quán Tử tưởng, nghĩa là khi tu tập, phải khéo trừ diệt những tham ái thuộc về thọ mạng.

Này các Trưởng lão! Vị Thánh đệ tử nếu đúng như lý chánh tu Chánh cần như thế thì sẽ có 20 pháp chướng ngại. Những gì là 20?

1. Cùng với người tu quán ở chung.
2. Không thích lắng nghe thưa hỏi.
3. Không được tùy thuận giáo pháp.
4. Tự thành câm ngọng đui điếc.
5. Có nhiều ham muốn mong cầu.

6. Nhiều chuyện.
7. Không như pháp an lập đời sống.
8. Bỏ gánh nặng thiện pháp.
9. Gặp tám thứ nạn[61].
10. Theo dòng mà bị tán động.
11. Cao mạn.
12. Không thọ lãnh lời dạy hay.
13. Thất niệm.
14. Phóng dật.
15. Không ở với bậc chân chánh.
16. Không giữ gìn căn môn.
17. Ăn uống không độ lượng.
18. Đầu đêm cuối đêm không giác ngộ tu hành.
19. Ở một mình chỗ trống mà không được an tâm.
20. Không thể quán sát các pháp một cách như thật.

Này các Trưởng lão! Hai mươi thứ chướng này, nếu chưa từng diệt trừ thì có 11 pháp có rất nhiều ân đức đối với quá trình diệt trừ các thứ chướng này. Những gì là 11?

1. Tín nhạo tu hành.
2. Quán tu công đức.
3. Thực hành những việc khó thực hành.
4. Hay chế phục được tâm mình.
5. Tâm không thoái đọa, lui sụt.
6. Liễu đạt thật tướng của chánh pháp.
7. Không xem thường chính mình.
8. Thích nghe pháp không hề chán mỏi.
9. Quyết nghi những vấn nạn.

---

[61] 8 nạn, 八難, Skt. aṣṭāvakṣaṇāḥ, Tám hoàn cảnh khó gặp Phật pháp, như sinh ở địa ngục, ngạ quỷ, hoặc nơi không có giáo lý.

10. Ở một mình chỗ trống mà tâm được an trụ.

11. Có thể quán sát các pháp một cách như thật.

Này các Trưởng lão! Các Thánh đệ tử, nếu có thể tu tập Chánh cần như thế thì sẽ có 20 pháp có rất nhiều ân đức. Những gì là 20?

1. Cùng ở chung với người tu quán.
2. Ưa thích nghe học chánh pháp.
3. Được tùy thuận giáo pháp.
4. Không tự mình câm điếc.
5. Không mong cầu tham dục nhiều.
6. Không nhiều chuyện.
7. Y như pháp mà an lập đời sống.
8. Không xả bỏ việc gánh vác thiện pháp.
9. Không gặp 8 thứ nạn.
10. Không theo dòng bị tán động.
11. Tâm không cao ngạo kiêu mạn.
12. Khéo thọ nhận thiện giáo.
13. Không mất chánh niệm.
14. Tâm không phóng dật.
15. An trụ nơi bậc tu hành chân chánh.
16. Khéo gìn giữ căn môn.
17. Có thể ăn uống điều độ.
18. Đầu đêm cuối đêm thường giác ngộ tu hành.
19. Ở một mình nơi chốn không nhàn mà tâm vẫn được an trụ.
20. Có khả năng quán sát một cách như thật.

Này các Trưởng lão! Có 22 chỗ mà người xuất gia phải luôn luôn quán sát. Những gì là 22?

1. Tự nghĩ: Ta nay hình sắc xấu uế thô bỉ, đã xả bỏ tất cả những hình tướng mà người tại gia luyến ái. Việc đầu tiên này, người xuất gia phải luôn quán sát.

2. Tự nghĩ ta nay đã mặc y phục hoại sắc.

3. Tự nghĩ thân này giờ đã trang sức khác với thế gian.

4. Tự nghĩ đời sống của ta giờ lệ thuộc vào bốn chúng.

5. Tự nghĩ ta nay sống dựa vào người khác thì lúc nào cũng phải mong chờ những vật dụng của họ để sinh sống, đó là y phục, ẩm thực, ngọa cụ và thuốc thang trị bệnh.

6. Tự nghĩ ta nay đến hết cuộc đời, đối với những dục trần của thế gian ta đã thọ cấm chế.

7. Tự nghĩ ta nay đến hết cuộc đời, đối với tất cả những việc du hí, hỷ lạc trong thế gian ta vĩnh viễn bị ngăn cấm.

8. Tự nghĩ ta nay đã y theo giới luật, phải nên tự quở trách tự thân là đã giữ được hay chưa?

9. Tự nghĩ ta đồng hành cùng các bậc thiện hữu, chắc chắn sẽ bị những người đang ở trong pháp luật thường hay quở trách ta đã giữ được hay chưa?

10. Tự nghĩ ta nay đang cầm giữ thân mạng của mình, phải xem thân này có bị tổn hại hay không?

11. Tự nghĩ ta nay thọ dụng mọi thứ ẩm thực của quốc độ này để được quả báo Bất-không chăng?

12. Tự nghĩ ta nay ở một mình chỗ vắng vẻ để tâm được an trụ chăng?

13. Tự nghĩ ta nay đắc được cái gì mà cứ để ngày đêm luống qua.

14. Tự nghĩ ta nay đối với tất cả các hành tịch diệt xứ, chứng đắc Không xứ[62] và Ái diệt xứ[63], ly dục, diệt Vô sanh Niết-bàn[64], được nhập vào cái tâm Thành trụ tín nhạo.

---

[62] Không xứ, 空處, Skt. ākāśānantyāyatana, Cõi không vô biên xứ, một trong bốn thiền định vô sắc, nơi tâm không bám víu vào hình tướng.

[63] Ái diệt xứ, 愛滅處, Skt. prītinirodha-āyatana, Cõi nơi ái dục được diệt trừ, một tầng thiền cao cấp trong vô sắc giới.

[64] Vô sanh Niết-bàn, 無生涅槃, Skt. anutpāda-nirvāṇa, Niết-bàn vô sinh, trạng thái không còn sinh tử, đạt được qua sự đoạn trừ hoàn toàn nghiệp.

15. Tự nghĩ ta nay đối với ấm khởi lên tưởng vô thường; đối với ấm khởi lên tưởng vô sở hữu; đối với ấm khởi lên tưởng hư vọng; đối với ấm khởi lên tưởng không thật; đối với ấm khởi lên tưởng hư hoại, được nhập vào tâm Thành trụ tín nhạo.

16. Tự nghĩ ta nay đối với 4 quả Sa-môn, phải nên chứng đắc được bất kỳ một quả nào trong 4 quả đó. Do sự chứng đắc này mà khi lâm chung, lúc các vị thiện hữu tri thức đồng hạnh thông minh đến trách vấn, ta sẽ vận dụng cái tâm vô úy vô ngại để phát sanh cái tâm hỷ lạc, phải nên ghi nhớ quả vị mà mình đã chứng được, khi mình tự ghi nhớ đó có đúng như lý hay không?

17. Tự nghĩ ta nay chưa lìa được pháp sanh, trong đời vị lai chưa biết là sẽ thác sanh ở chốn nào.

18. Tự nghĩ ta nay chưa lìa được tướng già.

19. Tự nghĩ ta nay chưa lìa được bệnh tai.

20. Tự nghĩ ta nay chưa lìa được tử tai.

21. Tự nghĩ ta nay cùng với tất cả ái niệm, tất cả các thứ vui, tiếc, biệt ly, tất cả những thứ đó đối với ta không có tương ưng, không có cùng tụ họp, không biết lẫn nhau, quyết định phải có như vậy.

22. Tự nghĩ ta nay thuộc về nghiệp, chịu sự khống chế của nghiệp, do nghiệp làm nhân, lấy nghiệp làm chỗ dựa. Tất cả những thứ nghiệp mà ta đã tạo, hoặc thiện hoặc ác, tùy theo những nghiệp ấy mà chắc chắn sẽ thọ lấy quả báo.

Tất cả những chỗ ấy, người xuất gia phải luôn quán sát. Nếu người xuất gia luôn quán sát 20 chỗ ấy thì sẽ viên mãn được cái danh sa-môn. Nếu cái danh sa-môn mà được viên mãn rồi thì đối với bảy loại tướng sẽ được viên mãn. Thế nào là bảy?

1. Thường tu tướng không nghỉ.
2. Được thường xuyên giáo hóa người khác.
3. Được cái tướng không tham trước.
4. Được cái tướng không sân nhuế.

5. Được cái tướng Chánh niệm.
6. Được cái tướng không Tăng thượng mạn.
7. Được tất cả phương tiện nuôi sống.

Vì thành tựu những điều ấy nên có thể đắc Định. Bảy loại tướng như thế đều được viên mãn.

Này các Trưởng lão! Tâm, ý, thức này, chơi đùa với sắc, với thanh hương vị xúc trong một thời gian dài. Cũng giống như thế, nó làm chỗ sanh trưởng cho sắc thanh hương vị xúc. Cái tâm như thế, do không thể tư duy chân chánh, trong cảnh giới giải thoát không thể an lập.

Này các Trưởng lão! Có 20 tướng mà hàng phàm phu lấy các tướng đó luôn làm cho tự tâm sợ sệt. Những gì là 20?

1. Ta nay trống rỗng, chẳng có đức độ gì thù thắng cả.
2. Ta nay sẽ phải chết, vì không thể chế phục được cái chết.
3. Ta đang đọa lạc vào chỗ rất thấp kém.
4. Ta nay nên đang thực hành phương pháp có sự sợ hãi và hoạn nạn.
5. Ta nay chẳng biết cách làm sao để không sợ hãi.
6. Ta nay chẳng biết con đường thẳng tắt quang minh sáng sủa.
7. Ta nay chẳng đạt được cái tâm định lìa tán loạn.
8. Tương lai ta sẽ thọ sanh vào cảnh giới khổ không thể chịu nổi.
9. Không thể luôn được duyên lành tu tập.
10. Người có thể giết hại ta thường đuổi theo ta.
11. Chẳng có gì ngăn chặn ta khỏi trôi lăn trong Lục đạo.
12. Ta nay chưa được giải thoát ra khỏi 4 đường ác.
13. Ta nay chưa lìa được vô lượng các loại kiến chấp.
14. Ta nay chưa đắp được bờ đê ngăn chặn dòng nghiệp Vô gián[65] trong đời vị lai.

---

[65] Nghiệp Vô gián, 無間業, Skt. ānantarya-karma, Năm tội nặng dẫn đến địa ngục vô gián, như giết cha, mẹ, hoặc A-la-hán, gây quả báo tức thì.

15. Ta nay chưa ngăn chặn được sự sanh tử tương tục từ vô thỉ ở đời sau.
16. Nếu không cố tâm tạo các thiện nghiệp thì cuối cùng làm cũng không được.
17. Không có người khác vì người khác tạo nghiệp.
18. Nếu không có tạo tác thì quyết sẽ không có sự an ổn tốt lành.
19. Nếu đã tạo nghiệp thì nghiệp này cũng chưa chắc có quả báo.
20. Ta nay không biết mình bị vô minh che lấp, ắt sẽ bị tai họa chết chóc.

Vì những nghĩa này, hàng phàm phu dùng các tướng này làm cho tự tâm luôn sợ hãi, chán ghét. Nếu hàng phàm phu dùng 20 tướng này để chán ghét, sợ hãi, ngăn chặn tự tâm thì lại có 20 loại pháp mau chóng được nương trụ. Những gì là 20?

1. Chánh tư tâm, tướng tâm mau chóng được nương trụ.
2. Tâm tư duy theo thứ lớp.
3. Trụ tướng tư duy nhất tâm.
4. Tướng nhập Tam-ma-đề[66].
5. Tướng xuất Tam-ma-đề.
6. Tướng kiềm chế cho tâm lắng xuống.
7. Tướng được bạt khởi tâm lên.
8. Tướng được xả bỏ đặt để tâm.
9. Được xa lìa chỗ không nên hiện hành.
10. Được ở chỗ thực hành chánh sự.
11. Được thọ nhận giáo pháp chân chánh.
12. Được huân tập nhiều sự chán ghét pháp xấu ác.
13. Tướng được huân tập nhiều pháp hỷ lạc.
14. Có thể đạt được pháp môn thắng trí.

---

[66] Tam-ma-đề, 三摩提, Skt. *samādhi*, Trạng thái định tâm, tập trung cao độ, là nền tảng cho sự phát triển trí tuệ trong thiền.

15. Được chánh y chỉ sư tôn.

16. Chánh tu tập thiện hạnh, tâm mau chóng được nương trụ.

17. Chánh tu niệm A-na-bát-na.[67]

18. Chánh tu pháp quán Bất tịnh.

19. Chánh tu Tứ niệm xứ.

20. Chánh tu pháp quán Tứ Thánh Đế, ở trong Thật tướng này tâm mau chóng được an trụ.

Này các Trưởng lão! Các Thánh đệ tử nếu có thể như lý tu tập Chánh cần, lại nên biết có 11 loại pháp chướng ngại làm nạn. Những gì là 11?

1. Luôn luôn tập họp đông đảo.
2. Quá chú trọng việc ăn uống.
3. Thường ưa thích khởi tâm tạo tác.
4. Thường ưa nói năng nhiều.
5. Thường ưa ngủ nghỉ.
6. Thường ưa nói chuyện tạp.
7. Thường ưa không lìa chúng ở một mình.
8. Yêu thích thân mình.
9. Tâm thường tán động.
10. Tâm thường buông lung, không thích tu hành.
11. Thường ưa thích chỗ không nên trụ.

Này các Trưởng lão! 11 thứ này gọi là pháp chướng ngại, chưa từng tiêu mất. Muốn diệt trừ chúng phải có 10 thắng trí mà hành giả phải nên tu học. Những gì là 10?

1. Thắng trí Tam-ma-đề.
2. Thắng trí trụ định.
3. Thắng trí xuất định.

---

[67] A-na-bát-na, 安那般那, Skt. ānāpānasmṛti, Phương pháp quán niệm hơi thở vào ra, giúp hành giả đạt được sự an tịnh và tỉnh giác.

4. Thắng trí đè nén tâm xuống.

5. Thắng trí bật khởi tâm lên.

6. Thắng trí xả bỏ.

7. Thắng trí khéo tiến tới.

8. Thắng trí khéo thối lui.

9. Thắng trí phương tiện.

10. Thắng trí hướng dẫn thu nhiếp.

Này các Trưởng lão! Các Thánh đệ tử nếu có thể đạt được 10 loại thắng trí này, lại có 13 pháp y chỉ hỷ lạc, nương vào bên trong mà sanh khởi. Những gì là 13[68]?

1. Nếu có người tín tâm, bậc đại sư tư duy chân chánh. Lúc bấy giờ sự hỷ lạc phát ra từ bên trong. Đó chính là người có tín tâm y chỉ hỷ lạc đệ nhất.

2. Chánh tư duy về chánh pháp.

3. Chánh tư duy về Tăng.

4. Chánh tư duy về giới thanh tịnh của mình và người khác.

5. Chánh tư duy về xả thí thiện pháp cho mình và người khác.

6. Chánh tư duy về pháp chứng đắc nhờ công phu tu tập của mình và người khác. Lúc ấy y vào bên trong mà sanh khởi hỷ lạc.

7. Nên nghĩ tưởng thế này: Đức Thế Tôn vì ta mà diệt trừ các pháp Khổ, y theo đó mà chánh niệm, lúc ấy nương vào bên trong mà sanh khởi hỷ lạc.

8. Nên nghĩ tưởng thế này: Đức Thế Tôn vì ta mà sanh trưởng rất nhiều pháp an lạc lợi ích.

9. Nên nghĩ như thế này: Đức Thế Tôn vì ta mà ngăn chế, đoạn trừ, làm gián cách vô lượng ác pháp làm chướng ngại đến sự tu học của ta.

---

[68] Bản gốc *Đại Chánh* nêu 13 pháp y chỉ hỷ lạc, nhưng chỉ liệt kê có 10 pháp

10. Lại nên nghĩ như thế này: Đức Thế Tôn vì ta mà sanh trưởng vô lượng pháp lành trợ giúp sự tu tập của ta.

Có người tín tâm, do bốn niệm trên mà ngay lúc ấy phát sanh niềm hỷ lạc.

Này các Trưởng lão! Các Thánh đệ tử nếu có thể luôn đạt được 13 pháp hỷ lạc và bốn pháp y chỉ thì sẽ có thêm năm pháp nữa để tu tập đến chỗ viên mãn. Sao gọi là bốn pháp y chỉ?

1. Tin ưa.
2. Tinh tấn.
3. Ở một mình chỗ vắng tâm được yên ổn.
4. Đối với sự tu tập và diệt trừ tâm không bị chán mỏi.

Sao gọi là năm pháp giúp sự tu tập đến chỗ viên mãn?

1. Tâm yên ổn.
2. Tâm hoan hỷ.
3. Tâm tốt đẹp.
4. Tâm an lạc.
5. Tâm yên định.

Này các Trưởng lão! Vì năm pháp này sanh trưởng viên mãn nên có 8 thứ gai cần phải xa lìa, dứt bỏ. Những gì là 8?

1. Gai ái dục.
2. Gai sân nhuế.
3. Gai ngu si.
4. Gai kiêu mạn.
5. Gai ái nhiễm.
6. 6. Gai kiến chấp.
7. Gai vô minh.
8. Gai nghi ngờ.

Do 8 thứ gai này nên phải xa lìa, hoại diệt hết vậy.

Các Thánh đệ tử của Phật sẽ đạt được 10 loại Thánh pháp vô học.

Những gì là 10?

1. Vô học chánh kiến.
2. Vô học chánh giác.
3. Vô học chánh ngôn.
4. Vô học chánh nghiệp.
5. Vô học chánh mạng.
6. Vô học chánh tinh tấn.
7. Vô học chánh niệm.
8. Vô học chánh định.
9. Vô học chánh giải thoát.
10. Vô học chánh giải thoát tri kiến.

Này các Trưởng lão! Các vị Thánh đệ tử, do có thể chứng đắc được mười loại pháp Vô học nên thường được tương ưng, không còn bị thối thất. Các vị Thánh đệ tử ấy đã lìa được năm phần, tương ưng sáu phần, thủ hộ một pháp, được bốn y chỉ, xả được một đế thiên chấp, vượt qua sự tầm mích, không còn sự tư duy ô trược, thân hành tịch tĩnh, tâm thiện giải thoát, huệ thiện giải thoát, đạt được sự thanh tịnh tự tại, việc cần làm đã làm. Bậc đạt được cảnh giới ấy được gọi là Thắng trượng phu.

Này các Trưởng lão! Tâm, ý, thức tối hậu này chẳng phải do các loại sắc thanh... nuôi dưỡng làm sanh trưởng. Nhờ duyên vô sở hữu, ngay lúc ấy thác hóa, vĩnh viễn đoạn trừ sự thọ sanh ở đời sau, đó gọi là vĩnh viễn đoạn trừ Khổ đế ở đời sau. Do vì nghĩa này nên mới gọi là Quảng Nghĩa Pháp Môn.

Này các Trưởng lão! Ta đã nói cho các ông nghe các pháp. Đó là sơ thiện, trung thiện, hậu thiện, nghĩa thiện, ngữ thiện. Tất cả đều thuần nhất, không tạp loạn, thanh tịnh tròn đầy. Ta đã vì các ông hiển bày phạm hạnh, đó gọi là Quảng Nghĩa Pháp Môn. Trước đây ta đã hứa với các ông sẽ nói những lời như thế, nay ta đã nói xong rồi."

Khi Tịnh Mạng Xá-lợi-phất nói kinh này xong rồi, các đồng hạnh thông tuệ cũng như vô lượng đồ chúng, những vị nào chưa chứng được chơn nghĩa thì nay đều được chứng. Những vị nào chưa chứng đắc được Sa-môn quả thì nay đều đã chứng được. Ai nấy đều vui mừng phấn khởi, tin thọ phụng hành.

Đại đức Xá-lợi-phất chánh thuyết như vậy.

PHẬT NÓI KINH QUẢNG NGHĨA PHÁP MÔN, QUYỂN 1

Kinh này rút ra từ một phẩm của Trung A-hàm.

Niên hiệu Thiên gia thứ Tư đời Trần, nhằm ngày mồng 10 tháng 11 năm Quý Mùi. Tam Tạng Chơn Đế Xà-lê của chùa Chế Chỉ, Quảng Châu dịch[69].

---

[69] Đoạn này trong các bản đời Tống, đời Nguyên, gồm 37 chữ, được đặt ở cuối phần đề kinh phía trước.

PHẬT THUYẾT PHỔ PHÁP NGHĨA KINH[70]

Tam Tạng An Thế Cao[71], người nước An Tức,
sống vào đời Hậu Hán dịch.

Tôi nghe như vầy:

Một thời Đức Phật ngự tại vườn Cấp Cô Độc, rừng Kỳ-đà, nước Xá-vệ.

Lúc bấy giờ, Hiền giả Xá-lợi-phất thỉnh các vị tỳ-kheo nghe thuyết pháp. Phần đầu cũng thiện, phần giữa cũng thiện, phần cuối cũng thiện, khéo phân biệt rõ, thanh tịnh đầy đủ. Lắng nghe hạnh của hiền giả gọi là đầy đủ pháp hạnh. Ngay khi lắng nghe thì phải dụng tâm suy nghĩ kỹ. Tỳ-kheo nên y theo lời của hiền giả, theo Hiền giả Xá-lợi-phất nghe pháp.

Hiền giả Xá-lợi-phất liền nói 12 thời hội tụ, có thể đạt đến con đường của một bậc hiền giả. Những gì là 12?

1. Tự mình có thể dạy mình.
2. Mình cũng có thể dạy cho người khác.
3. Sanh vào nhân đạo.
4. Sanh vào hàng hiền giả.
5. Đầy đủ các căn.
6. Không đọa vào nghiệp thế gian.
7. Thấy được niềm vui của hiền giả.

---

[70] *No. 98 {97}*

[71] An Thế Cao, 安世高, *Ān Shìgāo*, Vị cao tăng đầu tiên dịch kinh sang Hán văn thời Hậu Hán, đặt nền móng cho Phật giáo Trung Quốc.

8. Gặp được Phật.
9. Có khả năng thuyết pháp.
10. Đã nghe thuyết pháp thì có thể thọ trì.
11. Có thể làm cho người khác thọ trì.
12. Chưa chứng đắc thì có thể y theo phương pháp mà tu hành.

Đó chính là mười hai thời hội tụ của hiền giả, đạt đến con đường của một bậc hiền giả, theo đó mà thực hành.

Nếu muốn thuyết kinh cho người khác nghe thì phải có đủ hai mươi phẩm chất này. Những gì là hai mươi?

1. Nói một cách thiện xảo.
2. Nói một cách đầy đủ.
3. Nói có trước có sau.
4. Nói theo thứ lớp.
5. Nói một cách hoan hỷ.
6. Nói điều đáng nói.
7. Nói phải cởi mở tư tưởng.
8. Nói phải diệt trừ tàm quý.
9. Nói nhưng không quở trách lỗi của người.
10. Nói phải hài hòa.
11. Nói điều thích ứng.
12. Nói nhưng không để ly tán.
13. Vì pháp mà nói.
14. Tùy chúng mà nói.
15. Vì khế cơ mà nói một cách bình đẳng.
16. Vì giúp đỡ tâm ý mà nói.
17. Chẳng phải vì danh tiếng mà nói.
18. Chẳng phải vì lợi ích mà nói.
19. Chẳng phải mượn giáo thuyết để tự thể hiện.
20. Chẳng phải mượn giáo thuyết để chế phục người khác.

Nếu bậc hiền giả tỳ-kheo muốn thuyết pháp cho người khác thì phải có đủ hai mươi phẩm chất này.

Xá-lợi-phất lại nói với các tỳ-kheo, người muốn nghe pháp cũng cần có mười sáu thói quen này. Những gì là mười sáu?

1. Phải nên dành thời gian để nghe.
2. Phải nên nghe nhiều.
3. Phải lắng tai mà nghe.
4. Phải nên phụng sự.
5. Không nên bình phẩm chê trách.
6. Không nên quở trách lỗi lầm.
7. Không nên tìm cầu sở trường sở đoản của người.
8. Phải nên cung kính đối với pháp.
9. Phải nên cung kính đối với người nói pháp.
10. Không nên xem thường pháp dễ.
11. Cũng không nên xem thường người nói pháp dễ.
12. Cũng không nên tự ty đối với bản thân mình.
13. Phải nên chú tâm nghe pháp.
14. Không nên có thêm ý khác.
15. Phải giữ tâm chân chánh.
16. Phải tỉnh giác tất cả các niệm mới có thể nghe pháp đúng đắn.

Nếu hiền giả muốn được nghe pháp thì phải nên dựa vào mười sáu hạnh này để nghe pháp. Những gì là mười sáu?

1. Lúc nào cũng có thể nghe pháp.
2. Có thể nghe nhiều pháp.
3. Lắng tai để nghe pháp.
4. Phụng sự để nghe pháp.
5. Không được quở trách khi nghe pháp.
6. Không được tìm cầu sở trường sở đoản khi nghe pháp.
7. Cung kính pháp khi nghe pháp.
8. Cung kính người nói pháp khi nghe pháp.

9. Không xem thường pháp dễ khi nghe pháp.
10. Không xem thường người nói pháp dễ khi nghe pháp.
11. Không xem thường chính mình khi nghe pháp.
12. Phải chú tâm khi nghe pháp.
13. Không nên có ý khác khi nghe pháp.
14. Mở rộng tâm ý khi nghe pháp.
15. Giữ ý chuyên nhất khi nghe pháp.
16. Ý niệm kiên định khi nghe pháp.

Nếu hiền giả muốn được nghe pháp, phải nên dựa vào mười sáu sự nói theo đó để có thể nghe pháp.

Đã nghe pháp như trên nói, liền sanh niềm tin khả ý, từ đó đạt đến cảnh giới vô vi.

Đã nghe pháp như vậy rồi, liền phát sanh tâm ái không có dục của bậc hiền giả, rốt ráo từ đó mà đạt đến cảnh giới vô vi.

Đã nghe pháp như vậy rồi, liền phát sanh cảm thọ hoan hỷ, rồi từ đó tu tập để đạt đến cảnh giới vô vi.

Đã nghe pháp như vậy rồi, liền xả bỏ tâm ý oán ghét chấp trước, giữ ý kiên định, rồi từ đó tu tập để đạt đến cảnh giới vô vi.

Đã nghe pháp như vậy, được xả bỏ nghi kiến, mọi nghi ngờ được sáng suốt, đem hết công năng đó tu tập để đạt đến cảnh giới vô vi.

Đã nghe pháp như vậy rồi, liền thấy các ấm là vô sở hữu, thấy các ấm là không, thấy các ấm là nhẹ nhàng. Nhờ cái thấy đó mà ý liền được khai mở, ý liền được thanh tịnh, ý liền được đình chỉ, ý liền được giải thoát. Từ cái thấy như vậy, theo đó mà tu tập để đạt đến cảnh giới vô vi.

Đã nghe pháp như vậy, thấy tất cả các Hành trong thế gian là Không, không còn trụ lại trong đó, liền ưa thích sự ly diệt một cách trọn vẹn, liền có thể chuyển ý đến cảnh giới vô vi, chỉ mong được giải thoát, từ nơi đó mà tu tập để đạt được cảnh giới vô vi.

Đã nghe pháp như vậy rồi, ý muốn các Hành đi theo với Hành, hiền giả độc tọa đoạn trừ các vọng, được Đệ nhất nguyện, rồi từ đó tu hành để đạt được cảnh giới vô vi.

Đã nghe pháp như vậy rồi, nhờ Tịnh nhãn mà thấy được Tứ đế, rồi từ đó tu hành để đạt đến cảnh giới vô vi.

Đã nghe pháp như vậy rồi, hạnh nguyện đã viên mãn, từ đó tu hành để đạt đến cảnh giới vô vi.

Đã nghe pháp như vậy rồi, bậc hiền giả dạy đệ tử không nói những điều gây xúc não, cũng từ nơi việc nghe pháp mà được an lạc, cũng không hủy phạm giáo pháp, theo đó mà được an ổn, sự mong muốn tìm cầu của chính mình cũng đều được viên mãn.

Có mười pháp nhờ hạnh trí tuệ mà đạt được. Những gì là mười?

1. Hoặc khéo thực hành đúng như những gì đã biết.
2. Hoặc khéo giữ giới.
3. Hoặc khéo đồng học.
4. Hoặc biết thọ ý.
5. Hoặc thọ giáo.
6. Hoặc hỏi lại.
7. Hoặc nghe Kinh.
8. Hoặc tập họp lại để giảng kinh.
9. Hoặc nói rõ nhân duyên của sự sợ hãi.
10. Tự mình quán sát sự hổ thẹn của sợ hãi. Ngay trong lúc tự mình quán sát đó liền đoạn trừ tất cả pháp ác. Tất cả các pháp được đoạn trừ từ nơi sự quán sát của mình, nếu đã có thể từ khước các pháp này thì tâm ý kiên định, được tự tại, tất cả đều là sự quán sát từ nơi căn bản. Đó chính là dạy đệ tử thực sự buông bỏ từ ngay nơi chính mình.

Có thể thực hành mười thứ tư tưởng. Những gì là mười?

1. Tư tưởng nhớ nghĩ bất tịnh.
2. Tư tưởng phi thường.
3. Do tư tưởng vô thường đưa đến tưởng Khổ.
4. Do tư tưởng Khổ nên đưa đến tưởng không có thân.

5. Tưởng đồ ăn là bất tịnh.
6. Tư tưởng cho rằng tất cả mọi sự vật trong thiên hạ chẳng có gì đáng ham muốn.
7. Tư tưởng sự chết.
8. Tư duy bất minh.
9. Tư tưởng khước từ sự dẫn dắt của ý.
10. Tư tưởng về Diệt.

Tư tưởng nhớ nghĩ bất tịnh, bậc hiền giả dễ bị trôi theo mười bốn thứ tà pháp. Những gì là mười bốn?

1. Ở chung chỗ thất ý.
2. Tụ hội chỗ môi trường khởi tham.
3. Tật dục.
4. Tư tưởng bất tịnh nên không biết nghĩa hạnh.
5. Không thể quán bất tịnh.
6. Bị người thực hành nghiệp ác đi theo, làm việc chung.
7. Không có tri thức.
8. Không biết phụng sự.
9. Không biết hỏi.
10. Không thủ hộ các căn.
11. Ăn không biết dừng.
12. Đầu đêm cuối đêm không tu hành.
13. Không thể ở riêng một mình ngồi tư duy thiền định.
14. Nếu có cũng không thể quán được tư tưởng phi thường.

Hiền giả bị rơi vào tư tưởng Dục, phi thường, Khổ của thế gian thì cũng sẽ bị rơi vào sáu thứ ác pháp. Những gì là sáu?

1. Không đủ.
2. Không tinh tấn.
3. Không tin.
4. Dục.

5. Không muốn ngồi yên nơi chỗ vắng.

6. Không được như kẻ có tư tưởng quán Khổ, phi thân.

Người có tư tưởng không có thân, đồ ăn là bất tịnh thì đối với hương vị và ái dục không biểu hiện ham thích.

Người có tư tưởng mọi sự vật trong thiên hạ chẳng có gì đáng ham muốn thì bị vạn vật trong thế gian làm cho ham muốn.

Người có tư tưởng về sự chết thì tùy theo mạng căn mà lìa sự tu hành.

Người có tư duy bất minh, hiền giả sẽ rơi vào mười một thứ tà. Những gì là mười một?

1. Nghi.
2. Không nhớ nghĩ.
3. Thân hình thô phù.
4. Ngủ nghỉ nhiều.
5. Quá tinh tấn.
6. Lìa tinh tấn.
7. Niềm vui dối trá.
8. Sợ hãi.
9. Tư tưởng bất nhất.
10. Không có sự tính toán.
11. Quán quá kỹ về sắc.

Người có tư tưởng khước từ sự dẫn dắt của Ý sẽ bị Dục làm cho xa lìa chánh đạo.

Người có tư tưởng về Diệt, nếu Ý đang ở nơi pháp thì nó khiến cho xa lìa chánh đạo. Bậc hiền giả bị chúng khiến cho xa lìa chánh đạo thì dù chưa bị hoại diệt chúng cũng muốn làm cho nó hoại diệt, có ba thứ nhiều. Những gì là ba?

1. Dục.
2. Đoạn.
3. Tọa hành.

Người có tư tưởng bất tịnh, Hiền giả thường làm mười bốn pháp nhiều. Những gì là mười bốn?

1. Không chịu ở chung chỗ họ vốn tụ hội.
2. Tâm ý dừng trụ.
3. Không thấy chỗ họ ở.
4. Tự giữ gìn.
5. Không có bệnh dục.
6. Tư tưởng tịnh không đi theo.
7. Không quán sát tư tưởng tịnh.
8. Không muốn sống cùng người trong thế gian.
9. Không muốn nhận hạnh nghiệp của thế gian.
10. Tự giữ gìn các căn.
11. Ăn uống biết đủ.
12. Đầu đêm cuối đêm thường không ngủ nghỉ.
13. Chán ghét dục lạc, thường độc tọa tu hành.
14. Quán tưởng nhiều về bất tịnh.

Bậc hiền giả, nhờ tu tập và thực hành nhiều lần như vậy, từ đó đoạn trừ được Ái dục phi thường tưởng. Nhờ tu tập và thực hành nhiều lần như vậy, đoạn trừ được Ái dục phi thường Khổ tưởng. Nhờ tu tập và thực hành nhiều lần như vậy, từ đó đoạn trừ được cái khổ mịt mờ phi thân tưởng. Nhờ tu tập và thực hành nhiều lần như vậy, từ sự thấy biết đó mà đoạn được Uế thực tưởng. Nhờ tu tập và thực hành nhiều lần như vậy, từ đó đoạn trừ được ái dục Thế gian bất đoạn tưởng. Nhờ tu tập và thực hành nhiều lần như vậy, từ đó đoạn trừ được Thế gian đoan chánh tử tưởng. Nhờ tu tập và thực hành nhiều lần như vậy, tác ý chấp trước và thọ mạng, từ đó đoạn trừ được Minh tưởng. Nhờ tu tập và thực hành nhiều lần như vậy, từ đó đưa đến cái nhìn trí tuệ, thấy được tư tưởng từ bỏ. Nhờ tu tập và thực hành nhiều lần như vậy, từ đó đoạn ái, diệt tưởng. Nhờ tu tập và thực hành nhiều lần như vậy, từ đó lìa được các tà kiến, thọ trì chắc thật như thế. Bậc hiền giả dạy đệ tử như vậy.

Bậc hiền giả dạy đệ tử có hai mươi pháp khiến hành giả không được tùy đạo. Những gì là hai mươi?

1. Bị ở chung với người không tu tập.
2. Không có người hỏi.
3. Tu hành không biết chỗ nào cho thích ứng.
4. Bị mờ mịt.
5. Ác hạnh.
6. Ý tham.
7. Nhiều chuyện.
8. Ít tinh tấn.
9. Hoại nhau rồi tự quay về.
10. Chạy theo hình tướng.
11. Căng cứng.
12. iên đảo.
13. Thất ý.
14. Tham.
15. Ở chung với những kẻ bất thiện.
16. Không thủ hộ căn môn.
17. Ăn uống không biết đủ.
18. Đầu đêm cuối đêm không phù hợp để tu hành.
19. Không vui thích tư duy độc tọa.
20. Không có tu quán.

Đó là hai mươi việc. Này hiền giả! Kẻ khiến lìa đạo, chưa đoạn muốn đoạn có mười một pháp làm nhiều lần. Những gì là mười một?

1. Dục.
2. Đắc.
3. Thấy tiện lợi.
4. Có sự chiêm ngưỡng.
5. Không phí phạm.
6. Thắng lợi.

7. Được pháp tướng.

8. Tùy tiện.

9. Vấn đáp.

10. Một mình tự thủ hộ.

11. Có tu quán.

Như vậy đúng là đã hợp. Bậc hiền giả dạy đệ tử hai mươi pháp nhiều. Những gì là hai mươi?

1. Những người tu hành theo đạo cùng ở chung.

2. Vấn đáp.

3. Chỗ thực hành biết rõ chỗ thích ứng.

4. Không còn mịt mờ.

5. Hỗ tương nhau mà tu hành.

6. Không bị vướng ở tham lam.

7. Ít việc.

8. Không xả bỏ tinh tấn.

9. Không có ngang trái.

10. Không theo hình tướng.

11. Không mong sự căng cứng.

12. Không điên đảo.

13. Giữ ý.

14. Không tham.

15. Những người tốt cùng ở chung.

16. Giữ gìn căn môn.

17. Ăn uống biết đủ.

18. Đầu đêm cuối đêm đều có thể tu hành.

19. Vui thích độc tọa tư duy.

20. Có tu quán.

Nếu đạt được như thế, bậc hiền giả lại có được hai mươi hai thời xứ. Đã làm một vị sa-môn, tu hành chánh đạo thì phải mau chóng ngay nơi đó quán tưởng. Những gì là hai mươi hai?

1. Đã thọ nhận không đoan chánh.
2. Đã làm những nghiệp khác.
3. Mạng sống của mình phải dựa vào người khác.
4. Suốt đời thảy đều mong cầu y phục, thực phẩm, thuốc thang, ngọa cụ…
5. Suốt đời bị Dục ngăn che.
6. Suốt đời mang thân dục lạc của thế gian.
7. Không làm cho thân mình thương tích hủy hoại.
8. Có thể có được niềm vui riêng mình giữa không trung.
9. Không theo tội mà thọ thực.
10. Không để cho thân mình mất giới.
11. Không bị đồng đạo trí tuệ của mình bàn luận, dị nghị.
12. Giúp cho đạo của ta ứng hợp với bốn đức, khi mạng của ta hết, giả sử người đồng đạo có thăm hỏi thì ta cũng nói được. Đừng để cho ta tức thời tạm bị ham muốn. Người hành đạo phải nên quán tưởng như vậy.
13. Giúp cho ta quán được các Ấm là vô thường.
14. Giúp cho ta quán được các Ấm là vô sở hữu.
15. Giúp cho ta quán được các Ấm là không quan trọng, dùng ý quay trở lại y chỉ nơi giải thoát. Người hành đạo phải nên mau chóng quán như thế.
16. Giúp cho ta quán được các Hành trong thế gian là Không, không chấp trước nơi Ái, xa lìa hết thảy, diệt tận vô vi, dùng ý quán hỷ thọ, y chỉ nơi giải thoát. Đã lìa hình tướng thì ngay nơi thời xứ đó mà quán.
17. Kẻ được sanh ra, vì sanh nên chưa được độ thoát.
18. Từ già đến già chưa được độ thoát.
19. Từ bệnh đến bệnh chưa được độ thoát.
20. Từ chết đến chết chưa được độ thoát, mất cả thân hình, phải nên mau chóng quán tưởng như vậy.
21. Tất cả người yêu thương của ta tụ hội đều phải xa lìa, hoặc mất,

hoặc bị người đem đi, hoặc chết đi không trụ được lâu, mất cả hình hài. Phải nên cấp thiết quán sát phân biệt ngay thời xứ ấy.

22. Mỗi người đều tùy theo hành nghiệp của mình mà đi, tùy theo hành nghiệp của chính mình mà thọ khổ báo. Tùy theo nghiệp thiện ác của mình mà thọ hình hài, phải nên cấp thiết quán sát thời xứ ấy.

Vận dụng hai mươi hai pháp hành này mà tu tập, thực hành nhiều lần, đó chính là viên mãn quả Sa-môn, là chỗ mà hành giả phải tư duy, quán niệm.

Đã là một bậc sa-môn, sở hành, tư duy viên mãn thì có thể viên mãn thêm bảy thứ tư duy nữa. Những gì là bảy?

1. Thường thực hành không ngừng nghỉ mới được nhập.
2. Không di chuyển.
3. Không tranh chấp.
4. Suy nghĩ chơn chánh.
5. Không khởi ý kiêu mạn.
6. Chỉ cầu y thực tại thế gian.
7. Vì đình chỉ ý mà được tự tại.

Đó chính là tâm, ý, thức của bậc hiền giả từ vô số ngày đêm dài làm cho sắc, thanh, hương, vị, xúc chạm êm dịu ở thế gian mà không thể kềm chế được thì nay có thể tự chế phục và định chỉ được từ đó liền nhập vào chủng tánh Cam lồ.

Bậc hiền giả phải có hai mươi chủng hạnh. Người chưa đắc đạo thì phải có 20 thứ lo sợ. Những gì là hai mươi?

1. Không thâm nhập vào Không.
2. Không học về cái chết.
3. Nương tựa vào chỗ thấp bé.
4. Không sợ phương hướng.
5. Không biết không sợ phương hướng.
6. Không biết Đạo.

7. Không được Định ý.
8. Đời sau khổ.
9. Khó gặp bậc hiền giả.
10. Ở trong thế gian mà chẳng khác người thế gian.
11. Chưa làm cây cầu để thoát khỏi địa ngục.
12. Chưa hóa giải được chỗ ác.
13. Còn vô số nghi ngờ.
14. Chưa làm được những điều quan trọng trong thế gian.
15. Chưa sáng suốt, còn si mê thì chết.
16. Chưa làm được chuyện này mà đi làm chuyện khác.
17. Không làm chuyện không nên làm.
18. Vì không làm nên cũng chẳng có tốt xấu gì.
19. Đã làm rồi thì không quên.
20. Chỉ tự thực hành đối với những gì mình có, chỉ tự thực hành đối với những gì tùy mình thích, chỉ tự thực hành đối với những gì thuộc về bổn phận sự, chỉ tự thực hành đối với những gì giúp mình trở về mà thôi.

Nếu người tự thực hành thiện ác thì sẽ thọ lấy quả báo do chính hành nghiệp của họ tạo nên. Người trong thế gian phải nên lo sợ như thế.

Từ hai mươi nhân duyên này, ý ác lại càng ác, ý lo sợ thì càng lo sợ, ý viễn ly thì được viễn ly.

Có hai mươi chủng hạnh giúp Ý đình chỉ nhanh. Những gì là hai mươi?

1. Niệm ý, tưởng ý giúp ý đình chỉ nhanh.
2. Trong ý biết ý giúp ý đình chỉ nhanh.
3. Ý được nhất tâm giúp ý đình chỉ nhanh.
4. Chánh tưởng là biết ý giúp ý đình chỉ nhanh.
5. Chánh chỉ, tưởng ý giúp ý đình chỉ nhanh.
6. Từ nơi Chánh khởi Tưởng giúp ý đình chỉ nhanh.

7. Nhiếp tưởng giúp ý đình chỉ nhanh.
8. Trợ giúp Tưởng giúp ý đình chỉ nhanh.
9. Giữ Tưởng giúp ý đình chỉ nhanh.
10. Thực hành Tứ ý chỉ giúp ý đình chỉ nhanh.
11. Hành Tứ đoạn ý giúp ý đình chỉ nhanh.
12. Hành Tứ thần túc giúp ý đình chỉ nhanh.
13. Lìa Bất khả hành giúp ý đình chỉ nhanh.
14. Gần gũi Hành xứ giúp ý đình chỉ nhanh.
15. Nương tựa theo mà tu học giúp ý đình chỉ nhanh.
16. Nên tụng đọc mà hiểu rõ được giúp ý đình chỉ nhanh.
17. Nên có ý bi thương giúp ý đình chỉ nhanh.
18. Nên có nhiều niềm vui đối với Đạo giúp ý đình chỉ nhanh.
19. Nên nhận biết sự việc giúp ý đình chỉ nhanh.
20. Nên thực hành đúng giúp ý đình chỉ nhanh.

Chánh thân như vậy, bậc hiền giả dạy đệ tử có mười một thứ ngang trái cần phải biết. Những gì là mười một?

1. Tụ hội.
2. Ăn nhiều.
3. Nhiều chuyện.
4. Nói nhiều.
5. Ngủ nghỉ nhiều.
6. Thích đi chung nhóm.
7. Ưa ở chung.
8. Làm cho thân khoái lạc.
9. Khinh khi.
10. Tham dâm dục.
11. Không thích ở chung trong quận huyện.

Bậc hiền giả chưa đoạn những ngang trái này thì nay phải nên đoạn trừ.

Phải nên học tập lại mười thứ hỗ tương. Những gì là mười?

1. Phải luôn định ý.
2. Phải luôn định chỉ.
3. Phải luôn định khởi.
4. Phải luôn đình chỉ.
5. Phải luôn cấm chế.
6. Phải luôn phòng hộ.
7. Phải luôn là chính mình.
8. Phải luôn phòng hộ những ngang trái.
9. Phải luôn vận dụng phương tiện.
10. Phải luôn thâm nhập.

Bậc hiền giả dạy đệ tử có mười ba Đức. Những gì là mười ba?

1. Đã nhớ nghĩ Như Lai liền được niềm tin hoan hỷ, do đó phát sanh hỷ lạc.
2. Đối với Pháp cũng vậy.
3. Đối với Tăng (học giả) cũng vậy.
4. Tự trì giới cũng vậy.
5. Người khác trì giới cũng vậy.
6. Tự thân chứng đắc cũng vậy.
7. Người khác chứng đắc cũng vậy.
8. Tự thân thí cũng vậy.
9. Người khác thí cũng vậy.
10. Đạo diệt trừ được nhiều Khổ.
11. Thế gian nói nhiều Kinh giúp mình được tư duy.
12. Từ vô số những hạnh ác, trở lại phát sanh niềm tin Hỷ lạc.

Từ vô số những hành pháp thiện, giúp phát sanh niềm tin Hỷ lạc. Đã có niềm tin hoan hỷ, nên vui mừng với sự hoan hỷ đó.

Bậc hiền giả dạy đệ tử phải nên y theo bốn pháp hạnh khiến cho Năm pháp được tròn đầy. Những gì là bốn?

1. Nương tựa vào Pháp.
2. Nương tựa vào Dục.

3. Nương tựa vào Cánh tấn.

4. Nương tựa vào độc tọa, không đắm trước vào các dục khác.

Những gì là Năm pháp được tròn đầy làm tác dụng cho Đạo?

1. Hỷ.
2. Ái.
3. Y.
4. Lạc.
5. Định.

Bậc hiền giả dạy đệ tử hoan hỷ thực hành như vậy.

Hãy diệt trừ Tám thứ ghẻ lở. Những gì là tám?

1. Ghẻ lở Dục.
2. Ghẻ lở Sân nhuế.
3. Ghẻ lở Ngu si.
4. Ghẻ lở kiêu mạn.
5. Ghẻ lở Ái.
6. Ghẻ lở Si.
7. Ghẻ lở lợi dưỡng, cung kính, danh tiếng.
8. Ghẻ lở nghi ngờ không hiểu rõ.

Hành giả có thể làm cho tám thứ ghẻ lở này diệt trừ, tiêu mất thì vượt qua được thế gian.

Không nên học Mười pháp. Những gì là mười?

1. Không học Trực kiến.
2. Trực trị.
3. Trực thanh.
4. Trực hành.
5. Trực hữu.
6. Trực phương tiện.
7. Trực niệm.
8. Trực định.

9. Trực độ.
10. Trực huệ.

Khi đã đạt được mười pháp Bất học[72] này, từ nhân duyên đã được trực tiếp tương phùng. Từ đó liền xả bỏ được Năm thứ Trực, tương ứng với sáu phần, thủ hộ một pháp, được bốn y chỉ, xả một đế thiên chấp, thoát khỏi lỗi lầm của Tầm và Mích, không có tư duy ô trược, đình chỉ Thân hành, đình chỉ Thinh hành, đình chỉ Tâm hành, đình chỉ sự suy tư của Ý, Thiện giải thoát tất cả.

Đã thực hành đầy đủ được như thế gọi là tối thắng. Này hiền giả! Đó là Tâm, Ý, Thức tối hậu của hiền giả. Từ xưa đến nay không còn tạo tác, không còn tụ hội, dứt hết tất cả. Đó chính là pháp yếu để đoạn trừ đau khổ.

Như trong đầu Kinh đã nói, bậc hiền giả nghe thuyết pháp, phần đầu cũng thiện, phần giữa cũng thiện, phần cuối cũng thiện, có lợi ích, có sự thâm nhập tất cả đều thanh tịnh và nói về đạo thuyết yếu một cách thanh tịnh. Đó gọi là đầy đủ lợi pháp nhân duyên, như từ đầu đã nói thì đây cũng đã trình bày xong.

Hiền giả Xá-lợi-phất nói như vậy. Các tỳ-kheo chí tâm thọ trì, nhớ nghĩ đúng như vậy.

PHẬT NÓI PHỔ PHÁP NGHĨA KINH

HẾT.

---

[72] Mười pháp bất học, 十不學法, Skt. daśa-aśikṣā-dharma, Mười pháp mà A-la-hán không cần học thêm, vì đã đạt đến đỉnh cao của tu tập.

KINH NGŨ UẨN GIAI KHÔNG[73]

Tam Tạng Pháp sư Nghĩa Tịnh
sống vào đời Đường dịch.

Tôi nghe như vầy:

Một thời Đức Bạt-già-phạm[74] ngự tại vườn Nai, nơi chư thiên đọa xứ, thuộc thành Ba-la-nại[75].

Bấy giờ, Đức Thế Tôn nói với năm vị Tỳ-kheo rằng:

"Các ông nên biết, Sắc không phải là ngã. Nếu Sắc là ngã thì sắc sẽ không bị bệnh và thọ các khổ não. Ta muốn sắc như thế này hoặc không muốn sắc như thế kia đều không được, tùy theo tình huống mà nó khác. Vì thế nên biết Sắc không phải là ngã, Thọ, Tưởng, Hành, Thức cũng giống như thế.

"Lại nữa, này các Tỳ-kheo! Ý các ông nghĩ sao? Sắc là thường hay vô thường?"

Các Tỳ-kheo bạch rằng:

"Bạch Đức Thế Tôn! Sắc là vô thường."

Đức Phật dạy:

"Sắc đã là vô thường, đó chính là Khổ. Hoặc là Khổ khổ (cái khổ

---

[73] *No. 102. {No. 99 (33-34)}*

[74] **Bạt-già-phạm**, 薄伽梵, Skt *Bhagavān*, Một trong mười tôn hiệu của Đức Phật, nghĩa là Thế Tôn, người có đầy đủ đức hạnh cao cả.

[75] **Ba-la-nại**, 波羅奈, Pali *Bārāṇasī*, Thành Ba-la-nại, nơi Đức Phật chuyển pháp luân lần đầu tại vườn Lộc Uyển.

này chồng lên cái khổ khác), hoặc Hoại khổ (sự biến hoại làm cho khổ), hoặc Hành khổ (bị các Hành làm cho khổ). Nhưng Đa văn Thánh đệ tử của ta có chấp ngã chăng? Có chấp Sắc chính là ta, ta có cái Sắc, Sắc thuộc về ta, ta ở trong Sắc chăng?"

"Bạch Đức Thế Tôn, không phải như thế!"

Đức Phật dạy:

"Nên biết Thọ, Tưởng, Hành, Thức, Thường và Vô thường cũng lại như thế. Phàm những gì thuộc về Sắc, hoặc quá khứ, vị lai hay hiện tại, hoặc thô hay tế, trong hay ngoài, hơn hay kém, xa hay gần thảy đều vô ngã.

"Các ông nên biết, phải nên vận dụng chánh trí để khéo quán sát các uẩn Thọ, Tưởng, Hành, Thức, hoặc quá khứ, vị lai hay hiện tại đều cũng phải nên dùng chánh trí quán sát như thế.

"Các Đa văn Thánh đệ tử của ta quán năm thứ thủ uẩn này, biết rõ không có ngã và ngã sở. Quán sát như thế rồi, liền biết trong thế gian không thể giữ được những thứ mà mình đang chấp thủ, cũng không thể chuyển biến. Nhờ đó mà tự ngộ nhập và chứng đắc Niết-bàn. Đời sống của ta đã linh diệu, phạm hạnh đã lập, việc cần làm đã làm, không còn thọ thân đời sau nữa."

Khi Đức Phật nói pháp này, năm vị Tỳ-kheo đối với các phiền não tâm được giải thoát, tin tưởng lãnh thọ phụng hành.

PHẬT NÓI KINH NGŨ UẨN GIAI KHÔNG
HẾT.

PHẬT THUYẾT TAM CHUYỂN
PHÁP LUÂN KINH[76]

Tam Tạng Pháp sư Nghĩa Tịnh dịch vào đời Đường.

Tôi nghe như vầy:

Một thời Đức Bạt-già-phạm ngự tại vườn Nai, nơi chư thiên đọa xứ, thuộc thành Ba-la-nại.

Bấy giờ, Đức Thế Tôn nói với năm vị Tỳ-kheo rằng:

"Này các vị Tỳ-kheo! Đối với pháp đã nghe như pháp Khổ Thánh Đế này, nếu như lý tác ý thì có thể phát sanh trí nhãn giác ngộ sáng suốt.

"Này các vị Tỳ-kheo! Các pháp Thánh đế Khổ tập, Khổ diệt và Thuận Khổ diệt đạo, nếu như lý tác ý thì cũng phát sanh trí nhãn giác ngộ sáng suốt.

"Này các vị Tỳ-kheo! Khổ Thánh đế này chính là pháp đã được liễu ngộ, nên đoạn như vậy đối với pháp đã nghe, như lý tác ý sẽ phát sanh trí nhãn giác ngộ sáng suốt.

"Này các vị Tỳ-kheo! Thuận Khổ Diệt Đạo Thánh đế này là pháp đã được liễu ngộ, nên tu tập như vậy. Đối với pháp đã nghe, như lý tác ý sẽ phát sanh trí nhãn giác ngộ sáng suốt.

"Này các vị Tỳ-kheo! Pháp Khổ Thánh đế này là pháp đã được liễu ngộ, đã biết như vậy. Đối với pháp đã nghe, như lý tác ý sẽ phát sanh trí nhãn giác ngộ sáng suốt.

---

[76] No. 110. {No. 109, No. 99 (379)}

"Này các vị Tỳ-kheo! Pháp Khổ Tập Thánh đế này là pháp đã được liễu ngộ, đã đoạn như vậy. Đối với pháp đã nghe, như lý tác ý sẽ phát sanh trí nhãn giác ngộ sáng suốt.

"Này các vị Tỳ-kheo! Pháp Khổ Diệt Thánh đế này là pháp đã được liễu ngộ, đã chứng như vậy. Đối với pháp đã nghe, như lý tác ý sẽ phát sanh trí nhãn giác ngộ sáng suốt.

"Này các vị Tỳ-kheo! Pháp Thuận Khổ Diệt Đạo Thánh đế này là pháp đã được liễu ngộ, đã tu như vậy. Đối với pháp đã nghe, như lý tác ý sẽ phát sanh trí nhãn giác ngộ sáng suốt.

"Này các vị Tỳ-kheo! Đối với pháp Tứ Thánh Đế này, nếu ta chưa liễu ngộ, chưa chuyển (pháp luân) đến ba lần thành mười hai tướng như thế thì nhãn trí giác ngộ sáng suốt đều không thể phát sanh. Ta không thể ở trong tất cả thế gian như chư thiên, ma, phạm, sa-môn, bà-la-môn mà xả ly phiền não, tâm được giải thoát. Ta không thể chứng được Vô thượng Bồ-đề.

"Này các vị Tỳ-kheo! Ta nhờ đối với pháp Tứ Thánh Đế này hiểu rõ ba lần chuyển thành mười hai tướng, cho nên trí nhãn giác ngộ sáng suốt thảy đều phát sanh. Nhờ đó ở trong tất cả thế gian như chư thiên, ma, phạm, sa-môn, bà-la-môn xả ly phiền não, tâm được giải thoát, liền chứng đắc Vô thượng Bồ-đề."

Khi Đức Thế Tôn nói pháp này, Cụ Thọ Kiều Trần Như cùng với tám vạn chư thiên xa liền trần cấu, được Pháp nhãn thanh tịnh.

Đức Phật bảo với Kiều Trần Như:

"Ông có hiểu rõ pháp này chăng?"

Kiều Trần Như đáp:

"Dạ, con đã hiểu!"

Thế Tôn hỏi lại:

"Ông có hiểu rõ pháp này chăng?"

Kiều Trần Như đáp:

"Dạ, con đã hiểu!"

Đấng Thiện Thệ dạy:

"Kiều Trần Như hiểu rõ pháp này, do đó có tên là A-nhã Kiều Trần Như[77]." (A-nhã có nghĩa là hiểu rõ vậy).

Lúc bấy giờ, các vị Dược-xoa[78] ở Địa cư thiên[79] nghe Đức Phật nói pháp rồi, liền phát ra âm thanh lớn, nói với khắp trời người rằng:

"Các bậc nhân giả nên biết! Đức Phật đang ở vườn Nai, nơi chư thiên đọa xứ, tại thành Ba-la-nại, chuyển pháp luân lớn ba lần mười hai hành tướng. Nhờ đó làm lợi ích cho khắp tất cả thế gian từ chư thiên, nhân, ma, phạm, sa-môn, bà-la-môn, khiến cho tất cả những vị đồng phạm hạnh mau chóng đạt đến cõi Niết-bàn an ổn. Trời người được tăng thêm hưng thịnh, A-tu-la giảm thiểu." Nhờ các vị Dược-xoa nói lớn như vậy, nên chư thiên, Tứ đại vương chúng ở khắp hư không thảy đều nghe biết. Cứ truyền nói như vậy nên chỉ trong khoảng một sát-na, hết thảy Lục dục thiên, trong khoảng Tu-di cho đến cõi trời Phạm thiên[80] thảy đều nghe lời ấy vang vọng. Thiên chúng ở cõi trời Phạm nghe rồi, ai nấy đều bố cáo rộng khắp, rộng nói như trước.

Nhờ nhân duyên đó nên kinh này được gọi là Tam Chuyển Pháp Luân Kinh.

Khi năm vị Tỳ-kheo cùng hết thảy chúng trời, người nghe Phật nói xong rồi, ai nấy hoan hỷ phụng hành.

PHẬT NÓI TAM CHUYỂN PHÁP LUÂN KINH
HẾT.

---

[77] A-nhã Kiều Trần Như, 阿若憍陳如, Skt. *Ājñāta-Kauṇḍinya*, Tên đầy đủ của Kiều Trần Như, vị đệ tử đầu tiên đạt sơ quả sau bài pháp đầu tiên.

[78] Dược-xoa, 藥叉, Skt. *yakṣa*, Loài thần linh hộ pháp, có tính hung dữ, thường xuất hiện trong các truyền thuyết Phật giáo.

[79] Địa cư thiên, 地居天, Skt. *bhūmivāsin-deva*, Các vị trời sống trên đất, thuộc cõi dục giới, thấp hơn các cõi trời không cư.

[80] Phạm thiên, 梵天, Pali *Brahmaloka*, Cõi trời cao cấp nơi Phạm vương cư ngụ, biểu tượng của sự thanh tịnh và trí tuệ.

ƯƠNG-QUẬT-MA-LA[81] KINH

QUYỂN THỨ NHẤT

Tam Tạng Pháp Sư Cầu-na Bạt-đà-la[82],
người nước Thiên Trúc dịch vào đời Lưu Tống.

Tôi nghe như vầy:

Một thời Đức Phật ngự tại vườn Cấp Cô Độc, rừng Kỳ-đà, nước Xá-vệ. Bấy giờ Đức Thế Tôn và vô lượng Bồ-tát Ma-ha-tát, cùng với bốn bộ chúng, vô lượng Chư thiên, Long thần, Dạ-xoa, Càn-thát-bà, Ca-lầu-la, Khẩn-na-la, Ma-hầu-la-dà, Tỳ-xá-già, thêm nhiều Già na A-tu-la, Đàn-na-bà vương, Nhật Nguyệt Thiên Tử, A-tu-la, cùng các La-sát, Hộ Thế Chủ Tứ Thiên Vương, Ma-thiên... tất cả cùng câu hội.

Bấy giờ Đức Thế Tôn rộng nói pháp mầu vi diệu, độ thoát chúng sanh. Kinh này tên là Chấp Kiếm Đại Phương Quảng Kinh. Phần đầu, phần giữa, phần cuối cho đến cứu cánh, tất cả đều thiện lành, hiển bày đầy đủ các tướng nghĩa thiện, vị thiện, thuần nhất thanh tịnh, cụ túc, thanh bạch phạm hạnh. Khi Đức Phật nói kinh này xong rồi, ở phía Bắc thành Xá-vệ, cách thành không xa, nơi ấy có một thôn làng tên là Tát-na[83]. Trong làng có một vị nữ Bà-la-môn bần cùng khốn khổ

---

[81] *No. 120.* {Nos. 99 (1077), 100 (16), 125 (38.6), 118, 119}
- Ương-quật-ma-la, 央掘摩羅, Skt. Pāli *Aṅgulimāla*, Vị cướp đường hung ác cải tà quy chánh, sau trở thành A-la-hán nhờ sự giáo hóa của Đức Phật.

[82] Cầu-na Bạt-đà-la, 求那跋陀羅, Skt. *Guṇabhadra*, Vị cao tăng người Ấn Độ, dịch nhiều kinh điển Đại thừa sang Hán văn thời Lưu Tống.

[83] Tát-na thôn, 薩那村, Pāli *Sannā-village*, Làng *Sanna*, nơi liên quan đến

tên là Bạt-đà-la[84]. Vị Bà-la-môn nữ này sanh được một người con trai tên là Nhất Thiết Thế Gian Hiện[85]. Người con trai mồ côi cha từ khi còn rất nhỏ, mới mười hai tuổi nhưng sắc lực mạnh mẽ, nhân tướng khôi ngô, thông minh lanh lợi, nói năng nhỏ nhẹ nhưng vô cùng thông tuệ khéo léo.

Lại có một thôn làng khác tên là Phả-la-ha-tử, có một vị sư Bà-la-môn cựu trụ tên là Ma-ni Bạt-đà-la. Vị sư ấy thông đạt bốn bộ kinh điển Phệ-đà. Bấy giờ Thế Gian Hiện cũng theo sư thọ học, khiêm thuần cung kính, hết lòng cúng dường, các căn thuần thục, khéo hộ trì tất cả những gì đã học.

Lúc ấy, vị sư Bà-la-môn nhận lời thỉnh mời của nhà vua, tạm để Thế Gian Hiện ở lại giữ nhà mà đi. Vợ của vị Bà-la-môn tuổi còn trẻ, mặt mũi đoan chánh, khi nhìn thấy Thế Gian Hiện thì lòng sanh ái nhiễm, chợt quên cả nghi thức quấn y trước đó, chẳng giữ gìn nghi thức khuôn phép. Khi đó Thế Gian Hiện liền thưa với thiếu phụ ấy rằng:

"Phu nhân bây giờ được xem như mẹ của tôi, làm sao ở chỗ tôn quý ấy mà có thể làm điều phi pháp."

Người con trai trong lòng thẹn sợ, bỏ áo tránh ra xa. Bấy giờ, thiếu phụ tâm dục bừng bốc, rơi lệ nghĩ rằng:"Anh ta đoạn tuyệt không theo ý ta. Nếu không gặp được anh ta thì sẽ đoạn mạng tự sát. Nếu không thể khiến anh ta làm chuyện vợ chồng với mình". Thiếu phụ bèn lấy móng tay cào cấu vào thân thể của mình. Tâm dâm loạn phừng phừng thiêu đốt một cách bệnh hoạn. Sau đó, thiếu phụ bèn sửa soạn lại thân thể, nói lời siểm nhẹ của người nữ rồi lấy dây thừng tự thắt cổ mà chân không lìa đất.

Lúc ấy, Ma-ni Bạt-đà xong việc trở về nhà, thấy vợ mình treo cổ nên dùng dao cắt đứt dây, la hét om sòm hỏi vợ:

"Ai gây nên chuyện này?"

---

các sự kiện lịch sử trong cuộc đời Đức Phật.

[84] Bạt-đà-la, 跋陀羅, Skt. *Bhadra*.
[85] Thế Gian Hiện, 世間現, *Lokadatta*.

Thiếu phụ đáp rằng:

"Đó chính là Thế Gian Hiện muốn làm chuyện phi pháp với thiếp, cưỡng bức, ép buộc, nên mới như thế."

Ma-ni Bạt-đà biết trước người này có đức lực lớn nên tự tư duy rằng: "Người này sanh ra, tất cả đao kiếm của dòng Sát-lợi[86] thảy đều tự bạt ra. Kiếm bén gấp gãy rơi hết xuống đất, khiến các Sát-lợi thảy đều sợ hãi. Ngày sinh của y đã có những điều dị thường như thế, nên biết người này có đại đức lực."

Tư duy như vậy rồi, Ma-ni Bạt-đà liền nói với Thế Gian Hiện rằng:

"Ngươi là tên ác nhân, dám hủy nhục người tôn quý. Ngươi nay chẳng phải là một vị Bà-la-môn chơn chánh. Bây giờ ngươi phải giết chết một ngàn người mới có thể trừ được tội."

Thế Gian Hiện vốn tánh cung thuận, tôn trọng lời dạy của Thầy nên bạch với Thầy rằng:

"Than ôi Hòa thượng! Phải giết hại một ngàn người, con không thể làm được."

Bà-la-môn sư liền nói rằng:

"Ngươi là một kẻ ác, không muốn sanh lên cõi trời, làm một vị Bà-la-môn chăng?"

Thế Gian Hiện đáp rằng:

"Thiện tai Hòa thượng! Con xin phụng mạng, giết chết một ngàn người."

Nói rồi Thế Gian Hiện lạy dưới chân thầy, Bà-la-môn sư nghe thấy như thế sanh lòng hy hữu, nói:

"Ngươi là đại ác nhân, cho nên không thể chết phải chăng?"

Bà-la-môn sư lại nghĩ: "Nay ta sẽ khiến cho ngươi chết", nên bảo với Thế Gian Hiện rằng:

---

[86] Sát-lợi, 剎利, Skt *Kṣatriya*, Giai cấp chiến sĩ và vua chúa trong xã hội Ấn Độ cổ đại, nơi Đức Phật ra đời.

"Mỗi khi giết chết một người, ngươi phải lấy một lóng tay của họ. Giết chết một ngàn người xong, xâu tất cả lóng tay ấy lại thành một chuỗi, tròng lên cổ rồi mang về đây, sau đó mới được thành một vị Bà-la-môn."

Do nhân duyên đó mà Thế Gian Hiện mới có tên là Ương-quật-ma-la. Ương-quật-ma-la bạch với Thầy rằng:

"Thiện tai Hòa thượng! Xin vâng lời chỉ giáo."

Ương-quật-ma-la liền đi giết một ngàn người, chỉ thiếu có một. Bấy giờ mẹ của Ương-quật-ma-la nghĩ con mình đang đói, nên đem bốn loại thức ăn ngon đến cho con. Khi con trai vừa thấy mẹ, liền nghĩ thế này: "Nên giết mẹ ta để được sanh lên cõi trời", liền cầm dao bén muốn chạy tới đoạt mạng mẹ mình.

Ở cách nước Xá-vệ khoảng gần mười do-tuần có một gốc cây tên là A-du-ca[87], bấy giờ Đức Thế Tôn dùng Nhất thiết trí, biết đã đúng lúc, liền xuất hiện như nhạn vương bay tới. Ương-quật-ma-la thấy Đức Thế Tôn đến, liền cầm dao bén chạy nhanh đến chỗ Thế Tôn, trong lòng nghĩ rằng: "Ta nên giết Sa-môn Cù-đàm". Lúc ấy Thế Tôn thị hiện cách xa hơn. Ương-quật-ma-la liền nói kệ rằng.

"Đại Sa-môn đứng lại
Thái tử Bạch Tịnh Vương[88]
Ta là Ương-quật-ma
Nay cần một lóng tay.

Đại Sa-môn dừng lại
Đừng tham nhiễm chiếc áo
Ta là Ương-quật-ma
Nay cần một lóng tay.

Đại Sa-môn dừng lại
Bậc mãnh hổ oai hùng
Ta là Ương-quật-ma

---

[87] A-du-ca thọ, 阿樹迦樹, Skt. *Ajjuka-vṛkṣa*, Cây *Ajjuka*, nơi Đức Phật từng dừng chân, mang ý nghĩa thiêng liêng trong các kinh điển.

[88] Thái tử Bạch Tịnh Vương, 白淨王子, Skt. *Śuddhodana-kumāra*.

Nay cần một lóng tay.

Đại Sa-môn dừng lại
Bậc nhạn vương trang nhã
Ta là Ương-quật-ma
Nay cần một lóng tay.

Đại Sa-môn dừng lại
Bậc long tượng an tường
Ta là Ương-quật-ma
Nay cần một lóng tay.

Đại Sa-môn dừng lại
Vầng trăng non vừa hiện
Ta là Ương-quật-ma
Nay cần một lóng tay.

Đại Sa-môn dừng lại
Vầng trăng sáng tròn đầy
Ta là Ương-quật-ma
Nay cần một lóng tay.

Đại Sa-môn dừng lại
Núi vàng ròng nghiêm tịnh
Ta là Ương-quật-ma
Nay cần một lóng tay.

Đại Sa-môn dừng lại
Mắt hoa sen nghìn cánh
Ta là Ương-quật-ma
Nay cần một lóng tay.

Đại Sa-môn dừng lại
Răng trắng bạch liên hoa
Ta là Ương-quật-ma
Nay cần một lóng tay.

Đại Sa-môn dừng lại
Lưỡi khéo nói chân ngôn
Ta là Ương-quật-ma
Nay cần một lóng tay.

Đại Sa-môn dừng lại
Tướng lông trắng giữa mày
Ta là Ương-quật-ma
Nay cần một lóng tay.

Đại Sa-môn dừng lại
Bậc tóc xanh sáng biếc
Ta là Ương-quật-ma
Nay cần một lóng tay.

Đại Sa-môn dừng lại
Bậc tay dài quá gối
Ta là Ương-quật-ma
Nay cần một lóng tay.

Đại Sa-môn dừng lại
Mã âm tàng[89] *ly dục*
Ta là Ương-quật-ma
Nay cần một lóng tay.

Đại Sa-môn dừng lại
Xương gối kín không lộ
Ta là Ương-quật-ma
Nay cần một lóng tay.

Đại Sa-môn dừng lại
Tay chân bọc đồng đỏ
Ta là Ương-quật-ma

---

[89] Mã âm tàng, 馬陰藏, (Skt. *Kośopagata-vasti-guhya*) còn gọi là Mã Vương Ẩn Tàng Tướng hay Thế Phong Tạng Mật Tướng, là một trong ba mươi hai tướng đại nhân của Như Lai. Âm là dương vật. Mã Âm Tàng có nghĩa là dương vật ẩn kín trong bụng không lộ ra ngoài nên gọi là Âm Tàng, giống như bộ phận sinh dục của ngựa đực bị ẩn kín không lộ ra. Theo kinh *Bảo Nữ Sở Vấn*, tướng Mã Âm Tàng là do trong khi tu nhân, chư Phật luôn giữ mình cẩn thận, vĩnh viễn xa lìa sắc dục. *Vãng Sanh Yếu Tập*, quyển Trung, chép: "Như Lai âm tàng, phẳng như trăng tròn, có ánh sáng vàng, dường như mặt trời".

Nay cần một lóng tay.

Đại Sa-môn dừng lại
Bậc bước nhẹ trên không
Ta là Ương-quật-ma
Nay cần một lóng tay.

Đại Sa-môn dừng lại
Tiếng Ca-lăng-tần-già[90]
Ta là Ương-quật-ma
Nay cần một lóng tay.

Đại Sa-môn dừng lại
Diệu âm Kiều-cát-la
Ta là Ương-quật-ma
Nay cần một lóng tay.

Đại Sa-môn dừng lại
Sao sáng hơn bách ức
Ta là Ương-quật-ma
Nay cần một lóng tay.

Đại Sa-môn dừng lại
Các căn khéo điều phục
Ta là Ương-quật-ma
Nay cần một lóng tay.

Đại Sa-môn dừng lại
Bậc đầy đủ mười lực
Ta là Ương-quật-ma
Nay cần một lóng tay.

Đại Sa-môn dừng lại
Bậc khéo trì bốn đế
Ta là Ương-quật-ma
Nay cần một lóng tay.

---

[90] Ca-lăng-tần-già, 迦陵頻伽, Skt. *Kalaviṅka*, Loài chim có tiếng hót tuyệt đẹp, tượng trưng cho âm thanh diệu kỳ của Phật pháp.

Đại Sa-môn dừng lại
Nói tám đường lợi lạc
Ta là Ương-quật-ma
Nay cần một lóng tay.

Đại Sa-môn dừng lại
Bậc đủ ba hai tướng[91]
Ta là Ương-quật-ma
Nay cần một lóng tay.

Đại Sa-môn dừng lại
Bậc tám mươi vẻ đẹp[92]
Ta là Ương-quật-ma
Nay cần một lóng tay.

Đại Sa-môn dừng lại
Bậc dứt hẳn ái dục
Ta là Ương-quật-ma
Nay cần một lóng tay.

Đại Sa-môn dừng lại
Chớ làm ta nổi sân
Ta là Ương-quật-ma
Nay cần một lóng tay.

Đại Sa-môn dừng lại
Kỳ đặc chưa từng thấy
Ta là Ương-quật-ma
Nay cần một lóng tay.

Đại Sa-môn dừng lại

---

[91] Ba mươi hai tướng, 三十二相, Skt. *dvātriṃśad-varalakṣaṇa*, Ba mươi hai đặc điểm trên thân thể Đức Phật, biểu thị sự hoàn hảo và giác ngộ.

[92] Tám mươi vẻ đẹp, 八十隨形好, Skt. *aśīti-anuvyañjana*, Tám mươi đặc điểm phụ trên thân Phật, bổ sung cho ba mươi hai tướng, tượng trưng cho vẻ đẹp tâm linh.

Tu-la⁹³, Nhân-đà-la⁹⁴
Cùng tất cả La-sát⁹⁵
Hàng phục ba loại này
Ông là hạng người nào
Mà đi nhanh như thế
Khi ta chưa hạ đao
Biết thời nhanh dừng lại.

Đại Sa-môn dừng lại
Chẳng biết danh ta ư
Ta là Ương-quật-ma
Cần thâu gắp lóng tay.

Đại Sa-môn dừng lại
Hết các loại chúng sanh
Nếu nghe đến danh ta
Tất cả đều sợ chết
Huống hồ thấy mặt ta
Sao giữ được thân mạng.

Đại Sa-môn dừng lại
Ông là ai mau nói
Là trời hay là gió
Mà lướt nhanh trước ta.

Đại Sa-môn dừng lại

---

[93] *Atula*, 阿修羅, (theo tiếng Phạn là *Asura*) hay còn nhiều các tên khác như A-tô-la, A-tố-la, A-tu-luân, A-tác-la. Đây là một cõi trong sáu cõi của lục đạo luân hồi, thường được biết đến với tên thường gọi là cõi thần.

[94] Nhân Đà La, 因陀羅, là cách phiên âm Hán Việt của tên tiếng Phạn *Indra*. Thần này còn được gọi là Đế Thích Thiên.

[95] Trong tiếng Phạn, "La Sát" được gọi là *Rākṣasa* (cho giống đực) hoặc *Rākṣasī* (cho giống cái). Đây là một thuật ngữ chỉ loại sinh vật thần thoại hung tợn trong thần thoại Hindu và Phật giáo, có thể mang hình dạng của con người hoặc quỷ thần bất thiện, đôi khi còn được biết đến là ác quỷ ăn thịt người.

*Ta nay đã mệt rồi
Không thể đuổi kịp ông
Ta cần một lóng tay.*

*Đại Sa-môn dừng lại
Ông khéo trì tịnh giới
Mau nộp một lóng tay
Chớ vượt cảnh giới ta."*

Lúc bấy giờ Đức Thế Tôn như chim thiên nga vương bước đi bảy bước rõ ràng, như Sư tử ngoái đầu, vì Ương-quật-ma-la mà nói kệ rằng:

*"Dừng lại Ương-quật-ma
Nên dừng nơi Tịnh giới
Ta là Đẳng chánh giác
Trao kiếm huệ cho ngươi
Ta dừng ở Vô sanh*[96]
*Mà ngươi lại không biết.
Ngươi Ương-quật-ma-la
Ta là Đẳng chánh giác
Nay đang nạp cho ngươi
Nước thiện pháp Vô thượng*[97]
*Ngươi nay nên mau uống
Để dứt khát sanh tử.*

*Dừng lại Ương-quật-ma
Nên dừng nơi Tịnh giới
Ta là Đẳng chánh giác
Trao kiếm huệ cho ngươi
Ta dừng ở Vô vi*[98]

---

[96] Vô sanh, 無生, Skt. *anutpāda*, Trạng thái không sinh diệt, đạt được khi hành giả đoạn trừ hoàn toàn nghiệp và phiền não.

[97] Thiện pháp vô thượng, 無上善法, Pāli *anuttara-kuśala-dharma*, Pháp thiện cao nhất, dẫn dắt hành giả đến Niết-bàn và giác ngộ hoàn toàn.

[98] Vô vi, 無為, Skt. *asaṃskṛta*, Hiện tượng không bị tạo tác, thuộc về Niết-bàn, nơi không còn sự chi phối của nhân duyên.

*Mà ngươi lại không biết.
Ngươi Ương-quật-ma-la
Ta là Đẳng chánh giác
Nay đang nạp cho ngươi
Nước thiện pháp Vô thượng
Ngươi nay nên mau uống
Để dứt khát sanh tử*[99].

*Dừng lại Ương-quật-ma
Nên dừng nơi Tịnh giới
Ta là Đẳng chánh giác
Trao kiếm huệ cho ngươi
Ta dừng chỗ không già*[100]
*Mà ngươi lại không biết.
Ngươi Ương-quật-ma-la
Ta là Đẳng chánh giác
Nay đang nạp cho ngươi
Nước thiện pháp Vô thượng
Ngươi nay nên mau uống
Để dứt khát sanh tử.*

*Dừng lại Ương-quật-ma
Nên dừng nơi Tịnh giới
Ta là Đẳng chánh giác
Trao kiếm huệ cho ngươi
Ta dừng chỗ không bệnh*[101]
*Mà ngươi lại không biết.
Ngươi Ương-quật-ma-la
Ta là Đẳng chánh giác
Nay đang nạp cho ngươi*

---

[99] Khát sanh tử, 生死渴, Skt. *tṛṣṇā-saṃsāra*, Dục vọng dẫn đến luân hồi sinh tử, là nguyên nhân chính của khổ đau trong đời sống.

[100] Không già, 無老, Skt. *ajarā*, Trạng thái không bị lão hóa, biểu thị sự trường tồn của chân lý và giác ngộ.

[101] Không bệnh, 無病, Skt. *aroga*, Trạng thái không bệnh tật, biểu tượng cho sự thanh tịnh và khỏe mạnh của thân tâm.

Nước thiện pháp Vô thượng
Ngươi nay nên mau uống
Để dứt khát sanh tử.

Dừng lại Ương-quật-ma
Nên dừng nơi Tịnh giới
Ta là Đẳng chánh giác
Trao kiếm huệ cho ngươi
Ta dừng nơi Thật tế[102]
Mà ngươi lại không biết.
Ngươi Ương-quật-ma-la
Ta là Đẳng chánh giác
Nay đang nạp cho ngươi
Nước thiện pháp Vô thượng
Ngươi nay nên mau uống
Để dứt khát sanh tử.

Dừng lại Ương-quật-ma
Nên dừng nơi Tịnh giới
Ta là Đẳng chánh giác
Trao kiếm huệ cho ngươi
Ta dừng nơi Vô tác[103]
Mà ngươi lại không biết.
Ngươi Ương-quật-ma-la
Ta là Đẳng chánh giác
Nay đang nạp cho ngươi
Nước thiện pháp Vô thượng
Ngươi nay nên mau uống
Để dứt khát sanh tử.

Dừng lại Ương-quật-ma
Nên dừng nơi Tịnh giới

---

[102] Thật tế, 實際, Skt. *bhūta-koṭi*, Chân lý cuối cùng, nơi hành giả nhận thức được bản chất thật sự của vạn pháp.

[103] Vô tác, 無作, Skt. *anabhisaṃskṛta*, Trạng thái không tạo nghiệp, đạt được khi hành giả sống hoàn toàn trong vô vi.

Ta là Đẳng chánh giác
Trao kiếm huệ cho ngươi
Ta dừng nơi Bất tử
Mà ngươi lại không biết.
Ngươi Ương-quật-ma-la
Ta là Đẳng chánh giác
Nay đang nạp cho ngươi
Nước thiện pháp Vô thượng
Ngươi nay nên mau uống
Để dứt khát sanh tử.

Dừng lại Ương-quật-ma
Nên dừng nơi Tịnh giới
Ta là Đẳng chánh giác
Trao kiếm huệ cho ngươi
Ta dừng nơi Vô nhiễm
Mà ngươi lại không biết.
Ngươi Ương-quật-ma-la
Ta là Đẳng chánh giác
Nay đang nạp cho ngươi
Nước thiện pháp Vô thượng
Ngươi nay nên mau uống
Để dứt khát sanh tử.

Dừng lại Ương-quật-ma
Nên dừng nơi Tịnh giới
Ta là Đẳng chánh giác
Trao kiếm huệ cho ngươi
Ta dừng nơi Vô lậu
Mà ngươi lại không biết.
Ngươi Ương-quật-ma-la
Ta là Đẳng chánh giác
Nay đang nạp cho ngươi
Nước thiện pháp Vô thượng
Ngươi nay nên mau uống
Để dứt khát sanh tử.

Dừng lại Ương-quật-ma
Nên dừng nơi Tịnh giới
Ta là Đẳng chánh giác
Trao kiếm huệ cho ngươi
Ta dừng nơi Vô tội
Mà ngươi lại không biết.
Ngươi Ương-quật-ma-la
Ta là Đẳng chánh giác
Nay đang nạp cho ngươi
Nước thiện pháp Vô thượng
Ngươi nay nên mau uống
Để dứt khát sanh tử.

Dừng lại Ương-quật-ma
Nên dừng nơi Tịnh giới
Ta là Đẳng chánh giác
Trao kiếm huệ cho ngươi
Ta dừng nơi Sự thật
Mà ngươi lại không biết.
Ngươi Ương-quật-ma-la
Ta là Đẳng chánh giác
Nay đang nạp cho ngươi
Nước thiện pháp Vô thượng
Ngươi nay nên mau uống
Để dứt khát sanh tử.

Dừng lại Ương-quật-ma
Nên dừng nơi Tịnh giới
Ta là Đẳng chánh giác
Trao kiếm huệ cho ngươi
Ta dừng nơi Như pháp
Mà ngươi lại không biết.
Ngươi Ương-quật-ma-la
Ta là Đẳng chánh giác
Nay đang nạp cho ngươi
Nước thiện pháp Vô thượng
Ngươi nay nên mau uống

Để dứt khát sanh tử.

Dừng lại Ương-quật-ma
Nên dừng nơi Tịnh giới
Ta là Đẳng chánh giác
Trao kiếm huệ cho ngươi
Ta dừng nơi Tịch tĩnh
Mà ngươi lại không biết.
Ngươi Ương-quật-ma-la
Ta là Đẳng chánh giác
Nay đang nạp cho ngươi
Nước thiện pháp Vô thượng
Ngươi nay nên mau uống
Để dứt khát sanh tử.

Dừng lại Ương-quật-ma
Nên dừng nơi Tịnh giới
Ta là Đẳng chánh giác
Trao kiếm huệ cho ngươi
Ta dừng nơi An ổn
Mà ngươi lại không biết.
Ngươi Ương-quật-ma-la
Ta là Đẳng chánh giác
Nay đang nạp cho ngươi
Nước thiện pháp Vô thượng
Ngươi nay nên mau uống
Để dứt khát sanh tử.

Dừng lại Ương-quật-ma
Nên dừng nơi Tịnh giới
Ta là Đẳng chánh giác
Trao kiếm huệ cho ngươi
Ta dừng nơi Vô ưu
Mà ngươi lại không biết.
Ngươi Ương-quật-ma-la
Ta là Đẳng chánh giác
Nay đang nạp cho ngươi

*Nước thiện pháp Vô thượng
Ngươi nay nên mau uống
Để dứt khát sanh tử.*

*Dừng lại Ương-quật-ma
Nên dừng nơi Tịnh giới
Ta là Đẳng chánh giác
Trao kiếm huệ cho ngươi
Ta dừng nơi Ly ưu
Mà ngươi lại không biết.
Ngươi Ương-quật-ma-la
Ta là Đẳng chánh giác
Nay đang nạp cho ngươi
Nước thiện pháp Vô thượng
Ngươi nay nên mau uống
Để dứt khát sanh tử.*

*Dừng lại Ương-quật-ma
Nên dừng nơi Tịnh giới
Ta là Đẳng chánh giác
Trao kiếm huệ cho ngươi
Ta dừng nơi Vô trần
Mà ngươi lại không biết.
Ngươi Ương-quật-ma-la
Ta là Đẳng chánh giác
Nay đang nạp cho ngươi
Nước thiện pháp Vô thượng
Ngươi nay nên mau uống
Để dứt khát sanh tử.*

*Dừng lại Ương-quật-ma
Nên dừng nơi Tịnh giới
Ta là Đẳng chánh giác
Trao kiếm huệ cho ngươi
Ta dừng nơi Ly trần
Mà ngươi lại không biết.
Ngươi Ương-quật-ma-la*

Ta là Đấng chánh giác
Nay đang nạp cho ngươi
Nước thiện pháp Vô thượng
Ngươi nay nên mau uống
Để dứt khát sanh tử.

Dừng lại Ương-quật-ma
Nên dừng nơi Tịnh giới
Ta là Đấng chánh giác
Trao kiếm huệ cho ngươi
Ta dừng nơi Vô luy[104]
Mà ngươi lại không biết.
Ngươi Ương-quật-ma-la
Ta là Đấng chánh giác
Nay đang nạp cho ngươi
Nước thiện pháp Vô thượng
Ngươi nay nên mau uống
Để dứt khát sanh tử.

Dừng lại Ương-quật-ma
Nên dừng nơi Tịnh giới
Ta là Đấng chánh giác
Trao kiếm huệ cho ngươi
Ta dừng nơi Vô họa
Mà ngươi lại không biết.
Ngươi Ương-quật-ma-la
Ta là Đấng chánh giác
Nay đang nạp cho ngươi
Nước thiện pháp Vô thượng
Ngươi nay nên mau uống
Để dứt khát sanh tử.

Dừng lại Ương-quật-ma
Nên dừng nơi Tịnh giới

---

[104] Vô luy, 無羸, Skt. anāvaraṇa, Trạng thái không bị ràng buộc, thể hiện sự tự do hoàn toàn khỏi phiền não và nghiệp.

*Ta là Đẳng chánh giác
Trao kiếm huệ cho ngươi
Ta dừng nơi Vô não
Mà ngươi lại không biết.
Ngươi Ương-quật-ma-la
Ta là Đẳng chánh giác
Nay đang nạp cho ngươi
Nước thiện pháp Vô thượng
Ngươi nay nên mau uống
Để dứt khát sanh tử.*

*Dừng lại Ương-quật-ma
Nên dừng nơi Tịnh giới
Ta là Đẳng chánh giác
Trao kiếm huệ cho ngươi
Ta dừng nơi Vô hoạn
Mà ngươi lại không biết.
Ngươi Ương-quật-ma-la
Ta là Đẳng chánh giác
Nay đang nạp cho ngươi
Nước thiện pháp Vô thượng
Ngươi nay nên mau uống
Để dứt khát sanh tử.*

*Dừng lại Ương-quật-ma
Nên dừng nơi Tịnh giới
Ta là Đẳng chánh giác
Trao kiếm huệ cho ngươi
Ta dừng nơi Ly hoạn
Mà ngươi lại không biết.
Ngươi Ương-quật-ma-la
Ta là Đẳng chánh giác
Nay đang nạp cho ngươi
Nước thiện pháp Vô thượng
Ngươi nay nên mau uống
Để dứt khát sanh tử.*

*Dừng lại Ương-quật-ma
Nên dừng nơi Tịnh giới
Ta là Đẳng chánh giác
Trao kiếm huệ cho ngươi
Ta dừng nơi Vô hữu
Mà ngươi lại không biết.
Người Ương-quật-ma-la
Ta là Đẳng chánh giác
Nay đang nạp cho ngươi
Nước thiện pháp Vô thượng
Ngươi nay nên mau uống
Để dứt khát sanh tử.*

*Dừng lại Ương-quật-ma
Nên dừng nơi Tịnh giới
Ta là Đẳng chánh giác
Trao kiếm huệ cho ngươi
Ta dừng nơi Vô lượng
Mà ngươi lại không biết.
Người Ương-quật-ma-la
Ta là Đẳng chánh giác
Nay đang nạp cho ngươi
Nước thiện pháp Vô thượng
Ngươi nay nên mau uống
Để dứt khát sanh tử.*

*Dừng lại Ương-quật-ma
Nên dừng nơi Tịnh giới
Ta là Đẳng chánh giác
Trao kiếm huệ cho ngươi
Ta dừng nơi Vô thượng
Mà ngươi lại không biết.
Người Ương-quật-ma-la
Ta là Đẳng chánh giác
Nay đang nạp cho ngươi
Nước thiện pháp Vô thượng
Ngươi nay nên mau uống*

Để dứt khát sanh tử.

Dừng lại Ương-quật-ma
Nên dừng nơi Tịnh giới
Ta là Đẳng chánh giác
Trao kiếm huệ cho ngươi
Ta dừng nơi Tối thắng
Mà ngươi lại không biết.
Ngươi Ương-quật-ma-la
Ta là Đẳng chánh giác
Nay đang nạp cho ngươi
Nước thiện pháp Vô thượng
Ngươi nay nên mau uống
Để dứt khát sanh tử.

Dừng lại Ương-quật-ma
Nên dừng nơi Tịnh giới
Ta là Đẳng chánh giác
Trao kiếm huệ cho ngươi
Ta dừng nơi Thường hằng
Mà ngươi lại không biết.
Ngươi Ương-quật-ma-la
Ta là Đẳng chánh giác
Nay đang nạp cho ngươi
Nước thiện pháp Vô thượng
Ngươi nay nên mau uống
Để dứt khát sanh tử.

Dừng lại Ương-quật-ma
Nên dừng nơi Tịnh giới
Ta là Đẳng chánh giác
Trao kiếm huệ cho ngươi
Ta dừng nơi Cao tột
Mà ngươi lại không biết.
Ngươi Ương-quật-ma-la
Ta là Đẳng chánh giác
Nay đang nạp cho ngươi

Nước thiện pháp Vô thượng
Ngươi nay nên mau uống
Để dứt khát sanh tử.

Dừng lại Ương-quật-ma
Nên dừng nơi Tịnh giới
Ta là Đẳng chánh giác
Trao kiếm huệ cho ngươi
Ta dừng nơi Tối thượng
Mà ngươi lại không biết.
Ngươi Ương-quật-ma-la
Ta là Đẳng chánh giác
Nay đang nạp cho ngươi
Nước thiện pháp Vô thượng
Ngươi nay nên mau uống
Để dứt khát sanh tử.

Dừng lại Ương-quật-ma
Nên dừng nơi Tịnh giới
Ta là Đẳng chánh giác
Trao kiếm huệ cho ngươi
Ta dừng nơi Bất hoại
Mà ngươi lại không biết.
Ngươi Ương-quật-ma-la
Ta là Đẳng chánh giác
Nay đang nạp cho ngươi
Nước thiện pháp Vô thượng
Ngươi nay nên mau uống
Để dứt khát sanh tử.

Dừng lại Ương-quật-ma
Nên dừng nơi Tịnh giới
Ta là Đẳng chánh giác
Trao kiếm huệ cho ngươi
Ta dừng nơi Bất băng[105]

---

[105] Bất băng, 不崩, Skt. *abhedya*, Trạng thái không sụp đổ, tượng trưng cho

Mà ngươi lại không biết.
Ngươi Ương-quật-ma-la
Ta là Đẳng chánh giác
Nay đang nạp cho ngươi
Nước thiện pháp Vô thượng
Ngươi nay nên mau uống
Để dứt khát sanh tử.

Dừng lại Ương-quật-ma
Nên dừng nơi Tịnh giới
Ta là Đẳng chánh giác
Trao kiếm huệ cho ngươi
Ta dừng nơi Vô biên
Mà ngươi lại không biết.
Ngươi Ương-quật-ma-la
Ta là Đẳng chánh giác
Nay đang nạp cho ngươi
Nước thiện pháp Vô thượng
Ngươi nay nên mau uống
Để dứt khát sanh tử.

Dừng lại Ương-quật-ma
Nên dừng nơi Tịnh giới
Ta là Đẳng chánh giác
Trao kiếm huệ cho ngươi
Ta nơi Không thể thấy
Mà ngươi lại không biết.
Ngươi Ương-quật-ma-la
Ta là Đẳng chánh giác
Nay đang nạp cho ngươi
Nước thiện pháp Vô thượng
Ngươi nay nên mau uống
Để dứt khát sanh tử.

Dừng lại Ương-quật-ma

---

sự kiên cố và bất biến của chân lý.

Nên dừng nơi Tịnh giới
Ta là Đẳng chánh giác
Trao kiếm huệ cho ngươi
Ta dừng nơi Thâm pháp
Mà ngươi lại không biết.
Ngươi Ương-quật-ma-la
Ta là Đẳng chánh giác
Nay đang nạp cho ngươi
Nước thiện pháp Vô thượng
Ngươi nay nên mau uống
Để dứt khát sanh tử.

Dừng lại Ương-quật-ma
Nên dừng nơi Tịnh giới
Ta là Đẳng chánh giác
Trao kiếm huệ cho ngươi
Ta dừng nơi Khó thấy
Mà ngươi lại không biết.
Ngươi Ương-quật-ma-la
Ta là Đẳng chánh giác
Nay đang nạp cho ngươi
Nước thiện pháp Vô thượng
Ngươi nay nên mau uống
Để dứt khát sanh tử.

Dừng lại Ương-quật-ma
Nên dừng nơi Tịnh giới
Ta là Đẳng chánh giác
Trao kiếm huệ cho ngươi
Ta dừng nơi Vi tế
Mà ngươi lại không biết.
Ngươi Ương-quật-ma-la
Ta là Đẳng chánh giác
Nay đang nạp cho ngươi
Nước thiện pháp Vô thượng
Ngươi nay nên mau uống
Để dứt khát sanh tử.

Dừng lại Ương-quật-ma
Nên dừng nơi Tịnh giới
Ta là Đẳng chánh giác
Trao kiếm huệ cho ngươi
Ta dừng nơi Mãn pháp
Mà ngươi lại không biết.
Ngươi Ương-quật-ma-la
Ta là Đẳng chánh giác
Nay đang nạp cho ngươi
Nước thiện pháp Vô thượng
Ngươi nay nên mau uống
Để dứt khát sanh tử.

Dừng lại Ương-quật-ma
Nên dừng nơi Tịnh giới
Ta là Đẳng chánh giác
Trao kiếm huệ cho ngươi
Ta nơi Cực khó thấy
Mà ngươi lại không biết.
Ngươi Ương-quật-ma-la
Ta là Đẳng chánh giác
Nay đang nạp cho ngươi
Nước thiện pháp Vô thượng
Ngươi nay nên mau uống
Để dứt khát sanh tử.

Dừng lại Ương-quật-ma
Nên dừng nơi Tịnh giới
Ta là Đẳng chánh giác
Trao kiếm huệ cho ngươi
Ta dừng nơi Vô định
Mà ngươi lại không biết.
Ngươi Ương-quật-ma-la
Ta là Đẳng chánh giác
Nay đang nạp cho ngươi
Nước thiện pháp Vô thượng
Ngươi nay nên mau uống

Để dứt khát sanh tử.

Dừng lại Ương-quật-ma
Nên dừng nơi Tịnh giới
Ta là Đẳng chánh giác
Trao kiếm huệ cho ngươi
Ta dừng nơi Vô tránh
Mà ngươi lại không biết.
Ngươi Ương-quật-ma-la
Ta là Đẳng chánh giác
Nay đang nạp cho ngươi
Nước thiện pháp Vô thượng
Ngươi nay nên mau uống
Để dứt khát sanh tử.

Dừng lại Ương-quật-ma
Nên dừng nơi Tịnh giới
Ta là Đẳng chánh giác
Trao kiếm huệ cho ngươi
Ta nơi Vô phân biệt
Mà ngươi lại không biết.
Ngươi Ương-quật-ma-la
Ta là Đẳng chánh giác
Nay đang nạp cho ngươi
Nước thiện pháp Vô thượng
Ngươi nay nên mau uống
Để dứt khát sanh tử.

Dừng lại Ương-quật-ma
Nên dừng nơi Tịnh giới
Ta là Đẳng chánh giác
Trao kiếm huệ cho ngươi
Ta dừng nơi Vô tế
Mà ngươi lại không biết.
Ngươi Ương-quật-ma-la
Ta là Đẳng chánh giác
Nay đang nạp cho ngươi

Nước thiện pháp Vô thượng
Ngươi nay nên mau uống
Để dứt khát sanh tử.

Dừng lại Ương-quật-ma
Nên dừng nơi Tịnh giới
Ta là Đẳng chánh giác
Trao kiếm huệ cho ngươi
Ta dừng nơi Giải thoát
Mà ngươi lại không biết.
Ngươi Ương-quật-ma-la
Ta là Đẳng chánh giác
Nay đang nạp cho ngươi
Nước thiện pháp Vô thượng
Ngươi nay nên mau uống
Để dứt khát sanh tử.

Dừng lại Ương-quật-ma
Nên dừng nơi Tịnh giới
Ta là Đẳng chánh giác
Trao kiếm huệ cho ngươi
Ta dừng nơi Tịch tĩnh
Mà ngươi lại không biết.
Ngươi Ương-quật-ma-la
Ta là Đẳng chánh giác
Nay đang nạp cho ngươi
Nước thiện pháp Vô thượng
Ngươi nay nên mau uống
Để dứt khát sanh tử.

Dừng lại Ương-quật-ma
Nên dừng nơi Tịnh giới
Ta là Đẳng chánh giác
Trao kiếm huệ cho ngươi
Ta dừng nơi Tịch chỉ
Mà ngươi lại không biết.
Ngươi Ương-quật-ma-la

Ta là Đấng chánh giác
Nay đang nạp cho ngươi
Nước thiện pháp Vô thượng
Ngươi nay nên mau uống
Để dứt khát sanh tử.

Dừng lại Ương-quật-ma
Nên dừng nơi Tịnh giới
Ta là Đấng chánh giác
Trao kiếm huệ cho ngươi
Ta dừng nơi Thượng chỉ¹⁰⁶
Mà ngươi lại không biết.
Ngươi Ương-quật-ma-la
Ta là Đấng chánh giác
Nay đang nạp cho ngươi
Nước thiện pháp Vô thượng
Ngươi nay nên mau uống
Để dứt khát sanh tử.

Dừng lại Ương-quật-ma
Nên dừng nơi Tịnh giới
Ta là Đấng chánh giác
Trao kiếm huệ cho ngươi
Ta dừng nơi Vô đoạn¹⁰⁷
Mà ngươi lại không biết.
Ngươi Ương-quật-ma-la
Ta là Đấng chánh giác
Nay đang nạp cho ngươi
Nước thiện pháp Vô thượng
Ngươi nay nên mau uống
Để dứt khát sanh tử.

---

[106] Thượng chỉ, 上止, Pāli uttama-nirodha, Sự dừng lại tối thượng, trạng thái định cao nhất dẫn đến sự diệt trừ phiền não.
[107] Vô đoạn, 無斷, asaṃchinna, Trạng thái không bị gián đoạn, thể hiện sự liên tục của tâm giác ngộ.

Dừng lại Ương-quật-ma
Nên dừng nơi Tịnh giới
Ta là Đẳng chánh giác
Trao kiếm huệ cho ngươi
Ta dừng nơi Bờ kia
Mà ngươi lại không biết.
Ngươi Ương-quật-ma-la
Ta là Đẳng chánh giác
Nay đang nạp cho ngươi
Nước thiện pháp Vô thượng
Ngươi nay nên mau uống
Để dứt khát sanh tử.

Dừng lại Ương-quật-ma
Nên dừng nơi Tịnh giới
Ta là Đẳng chánh giác
Trao kiếm huệ cho ngươi
Ta dừng nơi Mỹ diệu
Mà ngươi lại không biết.
Ngươi Ương-quật-ma-la
Ta là Đẳng chánh giác
Nay đang nạp cho ngươi
Nước thiện pháp Vô thượng
Ngươi nay nên mau uống
Để dứt khát sanh tử.

Dừng lại Ương-quật-ma
Nên dừng nơi Tịnh giới
Ta là Đẳng chánh giác
Trao kiếm huệ cho ngươi
Ta nơi lìa Hư ngụy
Mà ngươi lại không biết.
Ngươi Ương-quật-ma-la
Ta là Đẳng chánh giác
Nay đang nạp cho ngươi
Nước thiện pháp Vô thượng
Ngươi nay nên mau uống

Để dứt khát sanh tử.

Dừng lại Ương-quật-ma
Nên dừng nơi Tịnh giới
Ta là Đẳng chánh giác
Trao kiếm huệ cho ngươi
Ta dừng nơi phá trạch[108]
Mà ngươi lại không biết.
Ngươi Ương-quật-ma-la
Ta là Đẳng chánh giác
Nay đang nạp cho ngươi
Nước thiện pháp Vô thượng
Ngươi nay nên mau uống
Để dứt khát sanh tử.

Dừng lại Ương-quật-ma
Nên dừng nơi Tịnh giới
Ta là Đẳng chánh giác
Trao kiếm huệ cho ngươi
Ta dừng nơi Phục mạn[109]
Mà ngươi lại không biết.
Ngươi Ương-quật-ma-la
Ta là Đẳng chánh giác
Nay đang nạp cho ngươi
Nước thiện pháp Vô thượng
Ngươi nay nên mau uống
Để dứt khát sanh tử.

Dừng lại Ương-quật-ma
Nên dừng nơi Tịnh giới
Ta là Đẳng chánh giác
Trao kiếm huệ cho ngươi

---

[108] Phá trạch, 破宅, Skt. gṛha-bheda, Hành động phá bỏ ngôi nhà ảo tưởng, tức là phá bỏ thân xác để đạt giải thoát.
[109] Phục mạn, 伏慢. Hàng phục kiêu mạn.

Ta dừng nơi Phục huyễn[110]
Mà ngươi lại không biết.
Ngươi Ương-quật-ma-la
Ta là Đẳng chánh giác
Nay đang nạp cho ngươi
Nước thiện pháp Vô thượng
Ngươi nay nên mau uống
Để dứt khát sanh tử.

Dừng lại Ương-quật-ma
Nên dừng nơi Tịnh giới
Ta là Đẳng chánh giác
Trao kiếm huệ cho ngươi
Ta dừng nơi Phục si[111]
Mà ngươi lại không biết.
Ngươi Ương-quật-ma-la
Ta là Đẳng chánh giác
Nay đang nạp cho ngươi
Nước thiện pháp Vô thượng
Ngươi nay nên mau uống
Để dứt khát sanh tử.

Dừng lại Ương-quật-ma
Nên dừng nơi Tịnh giới
Ta là Đẳng chánh giác
Trao kiếm huệ cho ngươi
Ta dừng nơi Xả bỏ
Mà ngươi lại không biết.
Ngươi Ương-quật-ma-la
Ta là Đẳng chánh giác
Nay đang nạp cho ngươi
Nước thiện pháp Vô thượng

---

[110] Phục huyễn, 伏幻, Skt. *avijñapti-moha*, Hành động chế ngự ảo tưởng, giúp hành giả vượt qua sự mê lầm và vô minh.

[111] Phục si, 伏癡, Skt. *avijñapti-moha*, Hành động chế ngự si mê, là bước quan trọng để đạt được trí tuệ và giác ngộ.

*Ngươi nay nên mau uống
Để dứt khát sanh tử.*

*Dừng lại Ương-quật-ma
Nên dừng nơi Tịnh giới
Ta là Đẳng chánh giác
Trao kiếm huệ cho ngươi
Ta dừng nơi Pháp giới*[112]
*Mà ngươi lại không biết.
Ngươi Ương-quật-ma-la
Ta là Đẳng chánh giác
Nay đang nạp cho ngươi
Nước thiện pháp Vô thượng
Ngươi nay nên mau uống
Để dứt khát sanh tử.*

*Dừng lại Ương-quật-ma
Nên dừng nơi Tịnh giới
Ta là Đẳng chánh giác
Trao kiếm huệ cho ngươi
Ta dừng nơi Vô nhập
Mà ngươi lại không biết.
Ngươi Ương-quật-ma-la
Ta là Đẳng chánh giác
Nay đang nạp cho ngươi
Nước thiện pháp Vô thượng
Ngươi nay nên mau uống
Để dứt khát sanh tử.*

*Dừng lại Ương-quật-ma
Nên dừng nơi Tịnh giới
Ta là Đẳng chánh giác
Trao kiếm huệ cho ngươi
Ta dừng nơi Thuần thiện*[113]

---

[112] Pháp giới, 法界, Skt. *Dharma-dhātu* hoặc *Dharmadhātu*.
[113] Thuần thiện, 純善, Skt. *śuddhakuśala*, Trạng thái hoàn toàn thiện lành,

Mà ngươi lại không biết.
Ngươi Ương-quật-ma-la
Ta là Đẳng chánh giác
Nay đang nạp cho ngươi
Nước thiện pháp Vô thượng
Ngươi nay nên mau uống
Để dứt khát sanh tử.

Dừng lại Ương-quật-ma
Nên dừng nơi Tịnh giới
Ta là Đẳng chánh giác
Trao kiếm huệ cho ngươi
Ta dừng nơi Xuất thế[114]
Mà ngươi lại không biết.
Ngươi Ương-quật-ma-la
Ta là Đẳng chánh giác
Nay đang nạp cho ngươi
Nước thiện pháp Vô thượng
Ngươi nay nên mau uống
Để dứt khát sanh tử.

Dừng lại Ương-quật-ma
Nên dừng nơi Tịnh giới
Ta là Đẳng chánh giác
Trao kiếm huệ cho ngươi
Ta dừng nơi Bất động[115]
Mà ngươi lại không biết.
Ngươi Ương-quật-ma-la
Ta là Đẳng chánh giác
Nay đang nạp cho ngươi
Nước thiện pháp Vô thượng
Ngươi nay nên mau uống

---

không còn lẫn tạp với phiền não hay ác nghiệp.

[114] Xuất thế, 出世, Skt. *lokottara*, Siêu việt thế gian, trạng thái vượt qua mọi ràng buộc của đời sống thường nhật.

[115] Bất động, 不動, Skt. *Acalanatha*.

Để dứt khát sanh tử.

*Dừng lại Ương-quật-ma
Nên dừng nơi Tịnh giới
Ta là Đẳng chánh giác
Trao kiếm huệ cho ngươi
Ta dừng nơi Điện đường
Mà ngươi lại không biết.
Ngươi Ương-quật-ma-la
Ta là Đẳng chánh giác
Nay đang nạp cho ngươi
Nước thiện pháp Vô thượng
Ngươi nay nên mau uống
Để dứt khát sanh tử.*

*Dừng lại Ương-quật-ma
Nên dừng nơi Tịnh giới
Ta là Đẳng chánh giác
Trao kiếm huệ cho ngươi
Ta nơi Không hối hận
Mà ngươi lại không biết.
Ngươi Ương-quật-ma-la
Ta là Đẳng chánh giác
Nay đang nạp cho ngươi
Nước thiện pháp Vô thượng
Ngươi nay nên mau uống
Để dứt khát sanh tử.*

*Dừng lại Ương-quật-ma
Nên dừng nơi Tịnh giới
Ta là Đẳng chánh giác
Trao kiếm huệ cho ngươi
Ta dừng nơi Dừng nghỉ
Mà ngươi lại không biết.
Ngươi Ương-quật-ma-la
Ta là Đẳng chánh giác
Nay đang nạp cho ngươi*

*Nước thiện pháp Vô thượng
Ngươi nay nên mau uống
Để dứt khát sanh tử.*

*Dừng lại Ương-quật-ma
Nên dừng nơi Tịnh giới
Ta là Đẳng chánh giác
Trao kiếm huệ cho ngươi
Ta dừng nơi Cứu cánh*[116]
*Mà ngươi lại không biết.
Ngươi Ương-quật-ma-la
Ta là Đẳng chánh giác
Nay đang nạp cho ngươi
Nước thiện pháp Vô thượng
Ngươi nay nên mau uống
Để dứt khát sanh tử.*

*Dừng lại Ương-quật-ma
Nên dừng nơi Tịnh giới
Ta là Đẳng chánh giác
Trao kiếm huệ cho ngươi
Ta nơi đoạn Tam độc
Mà ngươi lại không biết.
Ngươi Ương-quật-ma-la
Ta là Đẳng chánh giác
Nay đang nạp cho ngươi
Nước thiện pháp Vô thượng
Ngươi nay nên mau uống
Để dứt khát sanh tử.*

*Dừng lại Ương-quật-ma
Nên dừng nơi Tịnh giới
Ta là Đẳng chánh giác
Trao kiếm huệ cho ngươi
Ta nơi đoạn Phiền não*

---

[116] Cứu cánh: rốt ráo

*Mà ngươi lại không biết.
Ngươi Ương-quật-ma-la
Ta là Đẳng chánh giác
Nay đang nạp cho ngươi
Nước thiện pháp Vô thượng
Ngươi nay nên mau uống
Để dứt khát sanh tử.*

*Dừng lại Ương-quật-ma
Nên dừng nơi Tịnh giới
Ta là Đẳng chánh giác
Trao kiếm huệ cho ngươi
Ta nơi đoạn Hữu dư[117]
Mà ngươi lại không biết.
Ngươi Ương-quật-ma-la
Ta là Đẳng chánh giác
Nay đang nạp cho ngươi
Nước thiện pháp Vô thượng
Ngươi nay nên mau uống
Để dứt khát sanh tử.*

*Dừng lại Ương-quật-ma
Nên dừng nơi Tịnh giới
Ta là Đẳng chánh giác
Trao kiếm huệ cho ngươi
Ta nơi dứt Tam độc
Mà ngươi lại không biết.
Ngươi Ương-quật-ma-la
Ta là Đẳng chánh giác
Nay đang nạp cho ngươi
Nước thiện pháp Vô thượng
Ngươi nay nên mau uống
Để dứt khát sanh tử.*

---

[117] Hữu dư, 有餘, Skt. *sopadhiśeṣa*, Niết-bàn còn dư, nơi hành giả vẫn giữ thân xác nhưng đã đoạn trừ phiền não.

Dừng lại Ương-quật-ma
Nên dừng nơi Tịnh giới
Ta là Đẳng chánh giác
Trao kiếm huệ cho ngươi
Ta dừng nơi Tịch diệt
Mà ngươi lại không biết.
Ngươi Ương-quật-ma-la
Ta là Đẳng chánh giác
Nay đang nạp cho ngươi
Nước thiện pháp Vô thượng
Ngươi nay nên mau uống
Để dứt khát sanh tử.

Dừng lại Ương-quật-ma
Nên dừng nơi Tịnh giới
Ta là Đẳng chánh giác
Trao kiếm huệ cho ngươi
Ta dừng nơi Buông xả
Mà ngươi lại không biết.
Ngươi Ương-quật-ma-la
Ta là Đẳng chánh giác
Nay đang nạp cho ngươi
Nước thiện pháp Vô thượng
Ngươi nay nên mau uống
Để dứt khát sanh tử.

Dừng lại Ương-quật-ma
Nên dừng nơi Tịnh giới
Ta là Đẳng chánh giác
Trao kiếm huệ cho ngươi
Ta dừng nơi chở che[118]
Mà ngươi lại không biết.
Ngươi Ương-quật-ma-la
Ta là Đẳng chánh giác

---

[118] Chở che, 覆護, Skt *paritrāṇa*, Hành động bảo vệ và che chở chúng sinh, biểu thị lòng từ bi của chư Phật, Bồ-tát.

Nay đang nạp cho ngươi
Nước thiện pháp Vô thượng
Ngươi nay nên mau uống
Để dứt khát sanh tử.

Dừng lại Ương-quật-ma
Nên dừng nơi Tịnh giới
Ta là Đẳng chánh giác
Trao kiếm huệ cho ngươi
Ta dừng nơi Nương giúp[119]
Mà ngươi lại không biết.
Ngươi Ương-quật-ma-la
Ta là Đẳng chánh giác
Nay đang nạp cho ngươi
Nước thiện pháp Vô thượng
Ngươi nay nên mau uống
Để dứt khát sanh tử.

Dừng lại Ương-quật-ma
Nên dừng nơi Tịnh giới
Ta là Đẳng chánh giác
Trao kiếm huệ cho ngươi
Ta dừng nơi thú hướng[120]
Mà ngươi lại không biết.
Ngươi Ương-quật-ma-la
Ta là Đẳng chánh giác
Nay đang nạp cho ngươi
Nước thiện pháp Vô thượng
Ngươi nay nên mau uống
Để dứt khát sanh tử.

Dừng lại Ương-quật-ma
Nên dừng nơi Tịnh giới

---

[119] Nương giúp, 依怙.

[120] Thú hướng, 趣向, Skt. *pratiṣṭhāna*, Hướng tới mục tiêu giác ngộ, là động lực chính trong quá trình tu tập.

*Ta là Đẳng chánh giác
Trao kiếm huệ cho ngươi
Ta dừng nơi bến bãi*[121]
*Mà ngươi lại không biết.
Ngươi Ương-quật-ma-la
Ta là Đẳng chánh giác
Nay đang nạp cho ngươi
Nước thiện pháp Vô thượng
Ngươi nay nên mau uống
Để dứt khát sanh tử.*

*Dừng lại Ương-quật-ma
Nên dừng nơi Tịnh giới
Ta là Đẳng chánh giác
Trao kiếm huệ cho ngươi
Ta dừng nơi dung nhận*[122]
*Mà ngươi lại không biết.
Ngươi Ương-quật-ma-la
Ta là Đẳng chánh giác
Nay đang nạp cho ngươi
Nước thiện pháp Vô thượng
Ngươi nay nên mau uống
Để dứt khát sanh tử.*

*Dừng lại Ương-quật-ma
Nên dừng nơi Tịnh giới
Ta là Đẳng chánh giác
Trao kiếm huệ cho ngươi
Ta hàng phục Xan, Tật*[123]
*Mà ngươi lại không biết.
Ngươi Ương-quật-ma-la
Ta là Đẳng chánh giác*

---

[121] Bến bãi, 洲渚.

[122] Dung nhận, 容受, Skt *kṣamā/adhyavasāya*, Khả năng bao dung và chấp nhận, giúp hành giả phát triển tâm từ và trí tuệ.

[123] Xan Tật, 慳嫉.

Nay đang nạp cho ngươi
Nước thiện pháp Vô thượng
Ngươi nay nên mau uống
Để dứt khát sanh tử.

Dừng lại Ương-quật-ma
Nên dừng nơi Tịnh giới
Ta là Đẳng chánh giác
Trao kiếm huệ cho ngươi
Ta dừng nơi Lìa khát[124]
Mà ngươi lại không biết.
Ngươi Ương-quật-ma-la
Ta là Đẳng chánh giác
Nay đang nạp cho ngươi
Nước thiện pháp Vô thượng
Ngươi nay nên mau uống
Để dứt khát sanh tử.

Dừng lại Ương-quật-ma
Nên dừng nơi Tịnh giới
Ta là Đẳng chánh giác
Trao kiếm huệ cho ngươi
Ta Xả bỏ tất cả
Mà ngươi lại không biết.
Ngươi Ương-quật-ma-la
Ta là Đẳng chánh giác
Nay đang nạp cho ngươi
Nước thiện pháp Vô thượng
Ngươi nay nên mau uống
Để dứt khát sanh tử.

Dừng lại Ương-quật-ma
Nên dừng nơi Tịnh giới
Ta là Đẳng chánh giác

---

[124] Lìa khát, 離渴, Skt. *vigata-tṛṣṇā*, Trạng thái xa rời khát ái, là bước quan trọng để thoát khỏi vòng luân hồi.

Trao kiếm huệ cho ngươi
Ta Lìa hết tất cả
Mà ngươi lại không biết.
Ngươi Ương-quật-ma-la
Ta là Đẳng chánh giác
Nay đang nạp cho ngươi
Nước thiện pháp Vô thượng
Ngươi nay nên mau uống
Để dứt khát sanh tử.

Dừng lại Ương-quật-ma
Nên dừng nơi Tịnh giới
Ta là Đẳng chánh giác
Trao kiếm huệ cho ngươi
Ta Đình chỉ tất cả
Mà ngươi lại không biết.
Ngươi Ương-quật-ma-la
Ta là Đẳng chánh giác
Nay đang nạp cho ngươi
Nước thiện pháp Vô thượng
Ngươi nay nên mau uống
Để dứt khát sanh tử.

Dừng lại Ương-quật-ma
Nên dừng nơi Tịnh giới
Ta là Đẳng chánh giác
Trao kiếm huệ cho ngươi
Ta dừng nơi Đoạn đạo[125]
Mà ngươi lại không biết.
Ngươi Ương-quật-ma-la
Ta là Đẳng chánh giác
Nay đang nạp cho ngươi
Nước thiện pháp Vô thượng
Ngươi nay nên mau uống

---

[125] Đoạn đạo, 斷道, Skt. *nirodha-mārga*, Con đường diệt khổ, nơi hành giả đoạn trừ nguyên nhân dẫn đến khổ đau.

Để dứt khát sanh tử.

Dừng lại Ương-quật-ma
Nên dừng nơi Tịnh giới
Ta là Đẳng chánh giác
Trao kiếm huệ cho ngươi
Ta dừng nơi Không lạc[126]
Mà ngươi lại không biết.
Ngươi Ương-quật-ma-la
Ta là Đẳng chánh giác
Nay đang nạp cho ngươi
Nước thiện pháp Vô thượng
Ngươi nay nên mau uống
Để dứt khát sanh tử.

Dừng lại Ương-quật-ma
Nên dừng nơi Tịnh giới
Ta là Đẳng chánh giác
Trao kiếm huệ cho ngươi
Ta đoạn các Kiết sử[127]
Mà ngươi lại không biết.
Ngươi Ương-quật-ma-la
Ta là Đẳng chánh giác
Nay đang nạp cho ngươi
Nước thiện pháp Vô thượng
Ngươi nay nên mau uống
Để dứt khát sanh tử.

Dừng lại Ương-quật-ma
Nên dừng nơi Tịnh giới
Ta là Đẳng chánh giác
Trao kiếm huệ cho ngươi

---

[126] Không lạc, 空樂, Skt. śūnyatā-sukha, Hạnh phúc từ sự quán không, đạt được khi hành giả nhận ra bản chất rỗng không của vạn pháp.

[127] Kết đoạn, 結斷.

Ta dừng nơi Dứt ái[128]
Mà ngươi lại không biết.
Ngươi Ương-quật-ma-la
Ta là Đẳng chánh giác
Nay đang nạp cho ngươi
Nước thiện pháp Vô thượng
Ngươi nay nên mau uống
Để dứt khát sanh tử.

Dừng lại Ương-quật-ma
Nên dừng nơi Tịnh giới
Ta là Đẳng chánh giác
Trao kiếm huệ cho ngươi
Ta dừng nơi Ly dục
Mà ngươi lại không biết.
Ngươi Ương-quật-ma-la
Ta là Đẳng chánh giác
Nay đang nạp cho ngươi
Nước thiện pháp Vô thượng
Ngươi nay nên mau uống
Để dứt khát sanh tử.

Dừng lại Ương-quật-ma
Nên dừng nơi Tịnh giới
Ta là Đẳng chánh giác
Trao kiếm huệ cho ngươi
Ta dừng nơi Niết-bàn
Mà ngươi lại không biết.
Ngươi Ương-quật-ma-la
Ta là Đẳng chánh giác
Nay đang nạp cho ngươi
Nước thiện pháp Vô thượng
Ngươi nay nên mau uống
Để dứt khát sanh tử.

---

[128] Dứt ái, 愛盡. (Ái tận).

Dừng lại Ương-quật-ma
Nên dừng nơi Tịnh giới
Ta là Đẳng chánh giác
Trao kiếm huệ cho ngươi
Ngươi nên bỏ dao bén
Đến quy y minh trí
Chớ theo trí ác sư
Lấy phi pháp làm pháp
Nên nếm vị chí lạc
Rồi tự giác thâm sâu
Ai cũng sợ dao gậy
Ai chả thích thọ mạng
Cứ lấy mình mà suy
Chớ giết chớ bảo giết.
Ta chẳng khác người khác
Người khác chẳng khác ta
Cứ lấy mình mà suy
Chớ giết chớ bảo giết.
Chớ làm thân La-sát
Lấy máu người bôi thân
Máu ngươi bôi kiếm bén
Cầm nó mãi trên tay
Mau bỏ chuỗi lóng tay
Lìa Nhị sanh nghiệp này
Cầu Nhị sanh phi pháp
Chính là ác La-sát
Dê con ở nơi mẹ
Vẫn còn biết hiếu dưỡng
Than ôi! Ngươi đáng thương
Bị ác sư lầm lạc
Khoa tay huơ kiếm bén
Muốn đoạt hại mạng sống
Nghiệp này ngươi tạo ra
Ác hơn loài cầm thú
Sát hại hơn La-sát

Hung bạo hơn Tu-la
Mãi rơi vào ma đảng
Xa cách mãi con người
Ghê thay kẻ ác nghịch
Ơn mẹ khó báo đền
Hoài thai mười hai tháng
Cẩn thận dưỡng nuôi thai
Sanh ra luôn nuôi nấng
Ngày đêm chịu khổ nhơ
Nay ngươi quán mẹ ngươi
Huyết lệ tràn mi chảy
Quên mình thương nhớ ngươi
Tự đem thức ăn đến
Gió lùa làm tóc rối
Bụi đất nhớp thân mình
Tay chân đều nứt nẻ
Bao đau đớn nơi thân
Chịu đói khát lâu ngày
Nóng lạnh đều từng trải
Tâm bức bách cuồng loạn
Thường sầu muộn oán than."

Bấy giờ, người mẹ kia thấy Đức Phật Thế Tôn cùng với Ương-quật-ma-la đối luận với nhau, thấy tâm của con mình được hàng phục, buông mình thông tay, nghĩ đến con mình, bà nói kệ bạch với Phật:

"*Kho báu mất lâu nay được lại*
Bụi nhơ hư mắt nay được sáng
Than ôi con con tâm mê loạn
Thường đem máu người bôi trét thân
Cầm mãi đao kiếm bén trên tay
Giết bao nhiêu người thây chất đống
Giúp đứa con này đi theo con
Nay kính khể thủ Đẳng chánh giác
Nhiều người mắng chửi không chịu nghe
Con con như thế con đáng trách."

Bấy giờ Thế Tôn bảo với Ương-quật-ma-la:

"Người đứng dưới gốc cây này chính là mẹ của ngươi. Công ơn sanh dưỡng thâm trọng khó báo đền. Cớ sao ngươi muốn sát hại để được sanh thiên. Ương-quật-ma-la lấy chuyện phi pháp cho rằng đúng pháp. Như ánh dương diệm giữa trời xuân, làm cho những con nai đang khát nước bị mê hoặc. Nếu tất cả chúng sanh lấy phi pháp cho rằng là đúng pháp, đến khi mạng chung sẽ đọa vào địa ngục, không còn chọn lựa nào khác.

"Này Ương-quật-ma-la! Nay ngươi hãy mau chóng đến quy y với Như Lai. Này Ương-quật-ma-la! Chớ có khiếp hãi, chớ có lo sợ. Như Lai đại từ, chẳng phải chỗ lo sợ. Như Lai nhìn tất cả chúng sanh giống như La-hầu-la, con ruột của mình. Như Lai chữa trị các bệnh tật, làm chỗ nương tựa cho những ai không có nơi nương tựa. Như Lai an ổn, đó là chỗ để quay về dừng nghỉ. Những kẻ không có người thân, Như Lai có thể làm chỗ để quay về thân thiện. Đối với những kẻ bần cùng khất cái, Như Lai sẽ vì họ hóa làm cho kho báu. Đối với kẻ lạc mất con đường Phật đạo, Như Lai sẽ hiển bày vô thượng đạo. Đối với những kẻ sợ hãi, Như Lai sẽ làm nơi bảo hộ che chở. Đối với những kẻ trôi lăn chìm đắm, Như Lai sẽ làm cầu, thuyền để đi qua. Ngươi hãy nên mau chóng buông bỏ đao kiếm bén để xuất gia học đạo, đảnh lễ dưới chân mẹ ngươi để tự tẩy rửa, hối hận những lỗi mình đã tạo ra, chí thành cầu thỉnh để bà cho phép được xuất gia, tế độ cho mẹ ngươi lìa khổ trong ba cõi. Nay ta trao cho ngươi phép xuất gia thọ giới Cụ-túc. Nay ngươi nên uống cam lồ pháp thủy. Ngươi đã lâu rong ruổi trên đường ác, mê loạn mệt nhoài rồi, nay phải nên dừng nghỉ. Ngươi là chủ nợ, ta cũng là chủ nợ, vì giữ phép vua đối với tất cả chúng sanh nên thường nhận món thuế này để vượt qua được biển cả sanh tử."

Lúc bấy giờ, Ương-quật-ma-la liền buông bỏ đao kiếm như đứa bé một tuổi bốc phải cục than lửa rồi hất khỏi tay khóc lóc. Ương-quật-ma-la bứt bỏ chuỗi lóng tay trên cổ của mình, kêu gào la hét cũng giống như thế. Như người ngủ mê bị rắn cắn vào chân, giật mình hoảng hốt vùng dậy lấy tay hốt ném ra xa. Ương-quật-ma-la vứt chuỗi lóng tay cũng giống như thế.

Bấy giờ Ương-quật-ma-la như là được sự nắm giữ của hạnh phi

nhân, tự biết hổ thẹn, máu rơi khắp thân, nước mắt tuôn chảy như mưa. Giống như có người bị rắn độc cắn, bị lương y dùng chú thuật làm cho bò đi như rắn, Ương-quật-ma-la uyển chuyển bò đi ba mươi chín vòng cũng giống như thế.

Sau đó Ương-quật-ma-la tiến tới đảnh lễ dưới chân Phật mà nói kệ rằng:

"Tuyệt thay Chánh giác Đệ nhất Từ
Điều Ngự Nhân Sư vì con đến
Giúp con vượt qua biển vô tri
Lầm lạc ngu tối đầy sóng gió.

Tuyệt thay Chánh giác Vô thượng Bi
Điều Ngự Nhân Sư vì con đến
Độ con nạn đồng trống sanh tử
Bao nhiêu rừng gai gốc phiền não.

Tuyệt thay Chánh giác Đệ nhất Hỷ
Điều Ngự Nhân Sư vì con đến
Giúp con vượt qua bao mê hoặc
Nạn hổ lang cầm thú tà kiến.

Tuyệt thay Chánh giác Đệ nhất Xả
Điều Ngự Nhân Sư vì con đến
Giúp con thoát Vô trạch địa ngục
Lìa xa vô lượng khổ lẫy lừng.

Kẻ không nơi tựa làm nương tựa
Kẻ chẳng người thân làm chỗ thân
Bao ác nghiệp tập hướng đại khổ
Vì con đến để được quy y."

Lúc bấy giờ, Đức Thế Tôn bảo với Ương-quật-ma-la:

"Bây giờ ông hãy đứng dậy, đi đến chỗ mẹ của mình, chí thành hối lỗi, cầu xin bà cho được xuất gia."

Ương-quật-ma-la ngay dưới chân Phật đứng dậy, đi đến chỗ mẹ, nhiễu quanh nhiều vòng, rồi năm vóc sát đất, chí thành sám hối, khóc lóc bi thảm, rồi hướng đến mẹ mà nói kệ rằng:

"Than ôi từ mẫu! tội con dày
Ác nghiệp tập thành tội chất đầy
Theo lời ác sư làm bạo ác
Giết cả ngàn người thiếu một thôi.
Con nay trở về quy y mẹ
Và cũng quy y Phật Thế Tôn
Con nay cúi đầu dưới chân mẹ
Xin thương xót cho con xuất gia."

Khi ấy người mẹ nói kệ đáp rằng:

"Nay mẹ cho phép con
Xuất gia vì đời sau
Ta cũng xin Như Lai
Xuất gia thọ Cụ túc
Tuyệt thay, khó nghĩ bàn
Như Lai không gì sánh
Phật nay độ con con
Thương xót khắp thế gian
Công đức không gì sánh
Con nay chút xưng tán
Tối thắng thiên trung thiên."

Bấy giờ Đức Thế Tôn nói kệ đáp rằng:

"Thiện tai Thiện nữ nhân
Được niềm vui vô gián
Nay cho phép con mình
Được xuất gia với ta
Nay ngươi tuổi đã già
Tuổi xuất gia đã quá
Chỉ cần tin ưa sâu
Lấy pháp tự an ổn
Ngươi nay đợi một chút
Ba-tư-nặc vương đến."

Lúc bấy giờ trời Đế Thích đem các thiên chúng và các thê nữ quyến thuộc, phóng thân quang minh chiếu đến nước Xá-vệ, thấy Ương-quật-ma-la đối kháng với Đức Phật rồi bị khuất phục, hồi tâm biến cải, tồi phục quy hối. Thiên Đế phát đại hoan hỷ nên nói kệ rằng:

"Tuyệt thay Thập Lực Hùng
Điều Ngự chẳng ai bằng
Hàng phục Ương-quật-ma
Kẻ bôi máu khắp thân
Đàn-na, Nhân đà-la
A-tu-la, La-sát
Quỷ Dạ-xoa hung bạo
Cùng bọn ác nhân khác
Na-già, Khẩn-na-la
Họ nghe Ương-quật-ma
Thảy sợ hãi nhắm mắt
Hà huống vua cõi người
Thấy sao mà không sợ
Kẻ ấy thuở mới sanh
Long thần đều kinh sợ
Tất cả các sát-lợi
Cởi giáp rơi đao kiếm
Hà huống vua cõi người
Thấy sao mà không sợ
Nghiệp bạo ác như thế
Như Lai tất điều phục
Phật lực bất tư nghì
Cảnh trí tuệ cũng thế
Tuyệt thay Ương-quật-ma
Khéo trụ vô nhiễm giới
Phạm hạnh rất thanh tịnh
Như núi vàng ròng thật.
Tuyệt thay ta hôm nay
Được pháp lợi thuần thiện
Ta nay tặng y áo
Cho Ương-quật-ma-la
Xin mong vì ta nhận
Đức Thế Tôn thương xót

Nay cho Ương-quật-ma
Đắp pháp phục sa-môn
Là Đại khất sĩ vương
Thế Tôn khéo quán sát."

Bấy giờ Đế Thích bạch với Ương-quật-ma-la rằng:

"Kính mong Đại sĩ nhận lấy thiên y này để làm pháp phục."

Ương-quật-ma-la thưa với Đế Thích rằng:

"Ông là hạng muỗi mòng côn trùng nào? Ta há lại đi thọ nhận của bố thí của hạng người bất tín. Ông là hạng la lừa tham dục nào? Chưa vượt qua được sông dài sanh tử khổ ải, bản chất lỏa hình làm sao thí y? Nên biết chính ông bản chất lỏa hình, làm sao cho người được y vô giá? Giống như vị quốc vương có ngàn lực sĩ, chưa thấy kẻ thù địch, đã té ngả xuống đất hết rồi thì làm sao chiến đấu với hàng ngàn lực sĩ thù địch của quốc vương kia. Như vậy nếu ta thọ nhận tấm y vô giá, làm sao có thể hàng phục được ức vạn phiền não ma và tự tánh ma. Ta đang đoạn trừ vô lượng phiền não mà Như Lai tán thán. Mười hai hạnh đầu đà[129], hành pháp của sa-môn ta đang thọ học. Ông chẳng phải là thiên vương, chẳng khác chúng sanh mờ mắt. Ông là trời Đế Thích mà chẳng biết phân biệt sai đúng. Thế nào gọi là ác nghiệp hung bạo? Than ôi Đế Thích! Ông biết Ương-quật-ma-la là ác nhân hung bạo, lại có thể hiểu biết Phật pháp chánh nghĩa sao? Làm sao một vị sa-môn mới xuất gia có thể đắp chiếc y vô giá được? Ông đã không biết Tịnh pháp của người xuất gia. Than ôi Đế Thích! Ông chính là kẻ bên ngoài của chánh pháp Như Lai. Trưởng tử của Như Lai là Thượng tọa Ca-diếp. Ngài có kho báu đến tám vạn ngọc Ma-ni và những kho báu khác số nhiều vô lượng. Đồng thời Ngài cũng có bao nhiêu chủng loại vô giá bảo y, Ngài cũng xả bỏ nó như xả bỏ đờm dãi. Xuất gia học đạo, thực hành pháp Sa-môn, thọ mười hai pháp Đầu-đà khổ hạnh, hà cớ lại đắp chiếc y vô giá để rồi buông lung phóng dật ư? Thượng tọa Ca-diếp xả bỏ bao nhiêu thức ăn ngon ngọt, bỏ ăn cá thịt, thọ trì tu pháp không ăn cá thịt, đi đến từng nhà khất thực mà không khởi

---

[129] Đầu-đà, 頭陀, Skt. *dhūta*, Hạnh khổ hạnh, các phương pháp tu tập khắc nghiệt để rèn luyện thân tâm.

tưởng chán ghét, thủy chung như nhất, sướng khổ chẳng đổi thay. Nơi Ngài đến khất thực có biết bao người. Có kẻ nói không cho, hoặc chửi mắng hạ nhục Ngài, Ngài vẫn đáp lại bằng lời an lạc, sau đó ra đi mà lòng không hề khuynh động. Có kẻ nói có, Ngài cũng không vì thế mà tham đắm vui mừng, dùng lời an lạc đáp lại, thọ nhận rồi ra đi mà tâm cũng chẳng hề giao động.

"Nếu đem tài sản lớn để bố thí cho chúng Tăng để chúng Tăng đời vị lai thọ dụng, tất cả kho báu vô cùng vô tận vì lý do gì mà không phụng thí cho chư Tăng, mà lại đem phân chia cho ngạ quỷ và những kẻ bần cùng, cô độc, khất cái. Này Đế Thích! Pháp của sa-môn là không tích chứa nhiều. Cho đến muối dầu cũng không chất chứa, đó là pháp của sa-môn. Tất cả những thứ như nô tỳ, vườn ruộng, nhà cửa bán mua, những bất tịnh vật đều chẳng phải pháp của sa-môn. Đó là pháp của người tại gia. Hoặc cho hoặc nhận các bất tịnh vật thảy đều như thế. Ông đại ngu si như vậy, tất cả chúng tôi nay đều đương điều phục, như nhổ cỏ hoang hại lúa mạ tốt. Những người ta giết hại lấy lóng tay làm vòng đeo, bọn họ thảy đều là những chúng sanh hoại pháp, chẳng có người nào là tỳ-kheo, tỳ-kheo-ni, ưu-bà-tắc, ưu-bà-di cả."

Bấy giờ Đế Thích nói với Ương-quật-ma-la:

"Hiện tướng bất hại, đó chính là pháp. Đức Như Lai xem tất cả chúng sanh như La-hầu-la, làm sao cho phép hàng phục ác nhân?"

Ương-quật-ma-la nói:

"Tướng sai biệt giữa hại và không hại, ông làm sao biết được. Như phương tiện của một huyễn sĩ (ảo thuật gia), người khác không thể biết được. Như vậy, cảnh giới như huyễn của Bồ-tát, ông là kẻ ngoài Phật pháp, làm sao có thể biết được.

"Hại và không hại, mỗi thứ đều có hai loại: Có Thanh văn bất hại và Bồ-tát bất hại. Ông chỉ là hàng muỗi mòng nhỏ nhít, làm sao có thể biết được hai loại bất hại đó. Cảnh giới của ông và cảnh giới của Bồ-tát, tướng sai biệt của nó giống như cánh của con muỗi che giữa hư không. Giống như pháp Sa-môn mà hàng phi nhân hành trì. Lúc ấy đại chúng có nên thủ hộ, chăng?"

Đế Thích đáp rằng:

"Cần phải nên thủ hộ."

Ương-quật-ma-la hỏi?

"Nếu do thủ hộ mà chết thì ai là người đắc tội?"

Đế Thích đáp rằng:

"Trừ sạch tâm hại thì không bị tội."

Ương-quật-ma-la nói:

"Như vậy, điều phục các con voi ác, nếu khiến cho nó chết, thì người thủ hộ chúng không bị tội, được công đức thù thắng vô lượng. Như vậy tướng hại và không hại sai khác khó có thể biết được. Đó gọi là Bồ-tát bất hại."

Đế Thích hỏi:

"Giống như vị lương y điều trị cho bệnh nhân, dùng móc câu vào lưỡi. Nếu bệnh nhân ấy chết thì vị lương y đó có tội chăng?"

Ương-quật-ma-la đáp:

"Không có tội! Vị lương y đó làm được nhiều điều lợi lạc, trừ khi người ấy có tâm hại."

Đế Thích hỏi:

"Như vậy điều phục các con voi ác, nếu làm cho các con voi ấy chết thì có tội chăng?"

Ương-quật-ma-la đáp:

"Không có tội, mà lại còn được công đức thù thắng vô lượng, trừ khi người ấy có tâm hại."

Đế Thích hỏi:

"Thí như người đệ tử theo thầy thọ học, do đệ tử vâng theo lời dạy của thầy mà chết đi thì vị thầy ấy có tội chăng?"

Ương-quật-ma-la đáp:

"Không có tội, trừ khi có tâm hại."

Đế Thích hỏi:

"Như vậy, bậc uy đức chúng sanh, bậc minh hiển đối với chúng sanh, những con voi ác thấy họ mà chết thì có bị già tội chăng?"

Ương-quật-ma-la đáp:

"Không có tội, trừ khi có tâm hại. Vì thế thưa Đế Thích, ông không biết được tướng sai biệt giữa thiện nghiệp và ác nghiệp, không biết tướng sai biệt giữa sa-môn và phi sa-môn. Các loại ác tượng hủy hoại chánh pháp thì cần phải nên điều phục. Như Thượng tọa Ca-diếp và tám mươi vị Đại Thanh văn, cho đến hàng vạn ức, tất cả đều xả bỏ các kho báu lớn, xuất gia học đạo, ở trong chánh pháp thiểu dục tri túc. Bậc tỳ-kheo cần gì phải đắp vô giá y. Tất cả các vị ấy cạo đầu, trừ bỏ kiêu mạn, một mình ôm bình bát đi khất thực để tự nuôi sống, đắp y hoại sắc. Như vậy vị tỳ-kheo làm sao mà phóng dật. Các vị ấy thường bị đói khát lạnh nóng bức bách, chân trần bước đi trên cát bụi như nai rừng, không bỏ qua một giới nhỏ nào, như trâu mao yêu đuôi, gìn giữ không bỏ như quạ mẹ giữ gìn con, như voi mà gãy ngà rồi thì không còn trở lại tướng voi đẹp nữa. Họ cần gì phải đắp y vô giá. Ông là người ở ngoài chánh pháp, cẩn thận chớ có nói nữa. Giống như bọn ngoại đạo Chiên-đà-la kia, rốt cuộc không thể nhập vào trong hai chúng được, ông cũng giống như thế, ông cũng chỉ là Chiên-đà-la ở ngoài chánh pháp mà thôi. Ông cũng chỉ là hạng muỗi mòng nhỏ nhít, lặng yên không tiếng."

ƯƠNG-QUẬT- MA-LA KINH, QUYỂN THỨ NHẤT

HẾT.

KINH ƯƠNG-QUẬT-MA-LA

QUYỂN THỨ HAI

Tam Tạng Pháp Sư Cầu-na Bạt-đà-la,
người nước Thiên Trúc dịch vào đời Lưu Tống

Lúc bấy giờ Ta-bà thế giới chủ là Phạm Thiên vương phóng ánh sáng lớn chiếu đến nước Xá-vệ, nhất tâm chắp tay đảnh lễ dưới chân Phật, cúng dường Như Lai cùng với Ương-quật-ma-la rồi nói kệ rằng:

"Tuyệt thay ta nay gặp đại chiến
Như hai sư tử hùng mạnh đấu
Tuyệt thay Điều Ngự Thiên Nhân Sư
Như lai điều phục Ương-quật-ma
Giống như rắn độc gặp thầy bùa
Thổi khí phòng độc không sợ hãi
Thầy hiền điều phục khiến im lặng.
Bậc Thầy ba cõi cũng như vậy
Điều phục Ương-quật-ma hung bạo
Con nay lễ Tam giới y vương
Đại thần thông lực chẳng nghĩ bàn.
Con nay khể thủ Tự Tại Vương
Xây dựng Đại thiên thật kỳ đặc
Lấy pháp kiến lập Ương-quật-ma
Việc làm tối thắng không thể ví[130]
Vì thế nên gọi Vô Thí Tôn.

---

[130] Thí (譬) nhưng sợ dịch Thí độc giả sẽ hiểu lầm, nên dịch ví.

> *Nghiệp Ương-quật-ma nay thù thắng.*
> *Trụ giới điều phục thật tịch tĩnh*
> *Thân tâm an ổn không sợ hãi*
> *Thí như bản chất màu vàng ròng*
> *Vàng cõi Diêm-phù thuần tịnh diệu*
> *Ngưỡng mong Như Lai thương thọ thí*
> *Cho Ương-quật-ma đắp thiên y*
> *Khiến cho con được đại Bồ-đề*
> *Vị ấy đắp y hộ phạm hạnh*
> *Rốt ráo thanh tịnh tâm bất động.*"

Bấy giờ Ương-quật-ma-la nói với Phạm thiên rằng:

"Ông là người nào mà đa ngôn lưỡng thiệt. Ông bảo Ương-quật-ma-la đắp y của ta để hộ trì phạm hạnh lâu dài và tự thấy hủy nhục. Ông là ác Phạm thiên, giống như Phạm thiên mà không phải Phạm thiên. Ông chỉ là hạng muỗi mòng đến đây tự nói là Phạm. Phạm có nghĩa là gì? Vì sao mà gọi là Thế gian Phạm nghiệp? Ta há có thể đắp y của hạng muỗi mòng mà tu phạm hạnh được sao. Ta cũng không làm một kẻ dung nhân. Ta cũng không thể tùy theo lòng muốn của kẻ khác. Ta cũng không làm một kẻ mắc nợ, như Thân-đầu-la[131] bay đi bay lại. Kẻ muỗi mòng nhỏ nhít như ông cũng giống như thế. Khi đi thì thọ niềm vui của Phạm, trở lại thì đọa đến đây, không biết được công đức chân thật của Bồ-tát khi thọ sanh, lấy phi pháp làm pháp. Hạng người như ông không biết được sanh tử mê hoặc luân chuyển. Than ôi Phạm thiên! Ông có biết lời nói thiện ác thế nào không? Ương-quật-ma-la tạo ác nghiệp lớn, kẻ ác phạm muỗi mòng như ông làm sao biết được. Ông nên tu học sở hành của Bồ-tát."

Lúc ấy Phạm Vương đáp với Ương-quật-ma-la rằng:

"Ngài hiện làm kẻ sát nhân, ngàn người chỉ thiếu một. Nay ta vẫn còn thấy Ngài mạnh mẽ không dừng, đến nỗi các loài chim điêu chim thứu còn không dám gần. Ngài ở đây mà chẳng phải kẻ mạnh mẽ thì ở đâu mới là chỗ thật mạnh mẽ đây? Đây chẳng phải là ác ma thì ở

---

[131] Thân-đầu-la, 申頭羅, là loại người huyễn ở Thiên Trúc (ảo thuật gia), có khả năng bay lượn giữa không trung, bay đi bay lại rất nhanh chóng.

đâu mới thực sự là ác ma đây? Ương-quật-ma-la! Ông chớ có phóng dật. Những nghiệp ác ông làm, Phật đã dùng phương tiện để trừ diệt. Lành thay! Đức Như Lai quả thật đại bi, Ngài đã độ cho một chúng sanh hung bạo như Ương-quật-ma-la này."

Bấy giờ Ương-quật-ma-la nói với Phạm thiên rằng:

"Kẻ muỗi mòng ác Phạm thiên kia! Ông sắp đi đâu? Ông lại đang ở chỗ nào mà bị mê lầm làm chuyển hóa, không biết chúng sanh làm việc thiện ác, đến khi chết đọa vào ác đạo. Giống như có người đi đến khu rừng rậm, ban đêm thấy trên cây có một ổ đom đóm, bèn kinh hãi rồi quay về, nói với những người trong thành rằng khu rừng kia bị lửa cháy. Bấy giờ mọi người đều đến khu rừng ấy xem sao, thấy bầy đom đóm lấp lánh nên biết không phải là rừng cháy. Kẻ ác Phạm thiên như ông cũng giống như vậy. Ông nói ta si mê, như vậy tự mình khi dối và còn khi dối người khác. Ông cùng những người khác nên tự biết về sau bị huyễn tích tụ. Giống như người si mê đi đến khu rừng rậm, thấy hoa cây Vô-ưu rồi la lên là lửa cháy, sợ hãi quay về, vào thành nói với mọi người là khu rừng kia bị cháy. Mọi người kéo đến mới biết đó chẳng phải là lửa cháy. Kẻ muỗi mòng nhỏ nhít như ông cũng lại như thế. Ông cùng những người khác nên biết thiện hay bất thiện, và cũng nên tự biết là huyễn hóa tích tụ, chớ nói ra những lời không thật như vậy nữa. Ông nên im lặng, đừng học nói lời giả dối."

Lúc bấy giờ Hộ thế Tứ thiên vương đi đến chỗ Phật đại cúng dường Đức Phật và Ương-quật-ma. Sau khi thiết lễ cúng dường xong, Tứ Thiên vương liền hướng đến Như Lai và Ương-quật-ma-la mà nói kệ rằng:

"Tuyệt thay quá hy hữu
Đấng thế hùng đại chiến
Vấn đáp đệ nhất nghĩa
Tuệ giác trừ si mê.
Tuyệt thay Đấng Điều Ngự
Vô thượng Thiên nhân sư
Nhờ vô lượng năng lực
Nên hiệu là Như Lai

> *Đệ nhất Bát-đàm-ma*[132]
> *Đủ thanh tịnh nhu nhuyến*
> *Nước trong không mảy bụi*
> *Thế nên khể thủ lễ.*
> *Con nay quy y Phật*
> *Sở nguyện nhất tâm thỉnh*
> *Ngài khiến Ương-quật-ma*
> *Thọ dụng bát của con*
> *Ương-quật nay tốt đẹp*
> *Như trăng treo hư không*
> *Ương-quật-ma trang nghiêm*
> *Ánh Tịnh giới viên mãn.*"

Bấy giờ Ương-quật-ma-la nói với Tứ thiên vương rằng:

"Ngươi là loại muỗi mòng nhỏ nhít nào? Nói rằng hộ thế hộ thế nhưng lại tự cống cao. Xướng lên "Ta bố thí cho ông bình bát cõi trời" mà thấy hủy nhục. Ông hãy đợi xem ta vấn nạn. Trong chốc lát sẽ tự thấy, tay bưng bát sành, làm sao dùng bình bát phóng dật như vậy mà lại cao xưng là hộ thế? Nếu bảo là hộ thế tức là phải có khả năng điều phục các ác tượng. Chẳng phải hộ thế gian mà là hộ pháp chân thật, đó mới gọi là hộ thế. Giống như có người nghe tiếng Câu-kỳ-la[133], rồi thấy cả thân của nó. Khi tìm đến nơi thì thấy đó là con quạ rồi sanh nghi hoặc, rồi bảo rằng đó là Câu-kỳ-la, Câu-kỳ-la. Ông cũng giống như thế, lấy phi pháp làm pháp, thủ hộ phi pháp, giống như người kia thấy con quạ mà cứ bảo là Câu-kỳ-la. Ông hãy nên hộ pháp, chớ có hộ thế gian."

Cả bốn vị Thiên vương thảy đều im lặng.

Bấy giờ, ác ma Ba-tuần[134] đi đến chỗ Phật, cúng dường Đức Phật rồi đứng sang một bên, hướng đến Ương-quật-ma-la mà nói kệ rằng:

> "*Ngươi nay mau xuất gia*

---

[132] Bát-đàm-ma, 鉢曇摩, Skt. *Padma*.
[133] Câu-kỳ-la, 俱耆羅.
[134] Ba-tuần, 波旬, Skt. *Māra Pāpīyas*, Ma Ba Tuần, ác ma đại diện cho cám dỗ, thường tìm cách cản trở sự giác ngộ.

Khi dối vào thành ta
Ta cũng không nghĩ ngươi
Lại thoát khỏi địa ngục."

Bấy giờ Ương-quật-ma-la nói kệ đáp rằng:

"Tránh xa đi cẩu ma
Muỗi mòng nói không sợ
Chưa bị năm trói buộc
Ba-tuần nên chạy mau.
Đừng để ta chốc nữa
Giơ chân đạp đồ chó
Như khi ta chưa làm
Tự lo về cung điện.
Như kim sí điểu vương
Trên đỉnh núi Tu-di
Nhìn xuống dưới biển lớn
Thấy các rồng dạo chơi
Bồ-tát Kim sí vương[135]
Chơi trên cõi Nê-lê[136]
Uống được nước giải thoát
Thấy khổ của chúng sanh
Tặc cẩu ma im lặng
Lắng nghe pháp cam lồ
Rồi trở về cõi trời
Tùy ý buông lòng muốn."

Bấy giờ thần Ma-hê-thủ-la[137] thiết đại cúng dường cho Đức Như Lai cùng với Ương-quật-ma-la. Cúng dường xong đứng qua một bên, vui mừng cung kính đến nói kệ khen rằng:

"Con nay lễ chân Phật

---

[135] Kim sí điểu, 金翅鳥, Skt. *Garuḍa*, Chim thần có cánh vàng, kẻ thù của rồng, biểu tượng sức mạnh và bảo vệ.
[136] Nê-lê, 泥黎; Pāli *Niraya*.
[137] Ma-hê-thủ-la, 大自在天, Skt. *Maheśvara/Śiva*, Đại tự tại thiên, vị thần Shiva trong Ấn giáo, đôi khi được nhắc đến trong Phật giáo.

Cung kính nói Già-đà[138]
Như Lai sắc thân đẹp
Như hoa Ưu-bát-la
Răng trắng Câu-mâu-đầu[139]
Mặt trong hoa nghìn cánh
Trí tuệ không nhiễm ô
Sạch hơn Phân đà-lợi[140]
Tuyệt thay Ương-quật-ma
Thù thắng quá hy hữu
Trụ tại phàm phu địa
Mà hàng phục được ma
Mau đắc thành chánh giác
Cứu độ chư thế gian."

Bấy giờ Ương-quật-ma-la nói kệ đáp rằng:

"Ngươi cõi hèn nào đến
Vọng xưng Ma-hê-la
Giả danh là Tự Tại
Nào phải Tự Tại Vương
Nay ngươi làm sao biết
Ta trụ phàm phu địa
Răng dài Tỳ-xá-già[141]
Mau đáp lời ta hỏi
Hình sắc còn ghê tởm
Lại như người bịnh hủi

---

[138] Già-đà, 伽陀, Skt. *gāthā*, Kệ tụng trong kinh điển, thường được dùng để truyền tải giáo pháp một cách thi ca.

[139] Câu-mâu-đầu, 拘牟頭.

[140] Phân-đà-lợi, 分陀利, Skt. Pāli: *puṇḍarīka*, Hoa sen trắng, tượng trưng cho sự thuần khiết và trí tuệ cao cả.

[141] Tỳ-xá-già, 毗舍遮, Skt. *Piśāca*, còn phiên âm là Tỳ Xá Xà, dịch nghĩa là Thực Tinh Khí Quỷ, Địa Vị thấp hơn loài La Sát, là ác quỷ thích hại người, là bộ thuộc của Trì Quốc thiên vương (Skt. *Dhrtarāstra*). Loài quỷ này thích ăn Tinh Khí và máu thịt của con người. Tuy thế, cũng có quỷ Tỳ Xá Giá phát tâm hộ pháp.

> *Mà lại nói thế gian*
> *Nói thuốc trị bịnh hủi*
> *Tự bịnh không trị được*
> *Làm sao trị người khác*
> *Ngươi muỗi mòng nhỏ nhít*
> *Si mê cũng như thế*
> *Không biết đi về đâu*
> *Sao biết tâm người khác*
> *Mà nói Ương-quật-ma*
> *Trụ tại phàm phu địa.*
> *Ngươi không nên quán đảnh*
> *Ép người Tự Tại Vương*
> *Không biết thì im lặng*
> *Chốc nữa tự sẽ thấy."*

Lúc bấy giờ, Đức Như Lai đang ngồi dưới một gốc cây. Trên cây ấy có một vị thần, thấy Ương-quật-ma-la nên tâm sanh kính tin, nói kệ khen rằng:

> *"Ương-quật-ma đến đây*
> *Bậc dũng huệ kiên cố*
> *Nay thỉnh mặc pháp y*
> *Cúng ông bữa cơm đầu*
> *Cúng ông và Như Lai*
> *Sẽ được quả thứ nhất."*

Bấy giờ Ương-quật-ma-la nói kệ đáp rằng:

> *"Như Lai chưa từng ăn*
> *Thanh văn cũng như thế*
> *Ông nên thí cho ai*
> *Mau nói rõ chỗ nghi."*

Lúc ấy thọ thần nói kệ đáp rằng:

> *"Như Lai thường phạn thực*
> *Thanh văn cũng như thế*
> *Kiên cố muốn xuất gia*
> *Không nên nói vọng ngữ*

Nên xả bỏ hư ngụy
Siểm khúc không thanh tịnh
Nếu người vượt pháp môn
Đó chính là vọng ngữ
Không vượt qua đời khác
Không ác nào không tạo."

Bấy giờ Ương-quật-ma-la dùng kệ đáp rằng:

"Ngươi là hạng thấp kém
Nay muốn nói điều gì
Ngươi hãy tự quán sát
Người nữ Phật chê bai
Thế gian ai vọng ngữ
Ai người nói chân thật
Thế gian ai ham ăn
Thế gian ai bệnh chết
Như Lai thảy đầy đủ
Đại ngã thật công đức
Chúng sanh không thể biết
Đó chính là vọng ngữ
Không ăn mà nói ăn
Đó chính là vọng ngữ
Họ còn chưa xuất gia
Huống là thọ Cụ túc
Không biết ẩn lời nói
Đó là đại vọng ngữ
Họ còn chưa xuất gia
Huống là thọ Cụ túc
Ta không vượt một pháp
Mà ngươi vượt vô lượng
Mau hướng trời trong trời
Hối trừ lời hư vọng."

Lúc ấy thọ thần nói kệ vấn nạn rằng:

"Ông lấy duyên cớ gì
Nói ta là ty tiện

Chưa lìa Tỳ-xá-già
Làm sao biết nam nữ."

Bấy giờ Ương-quật-ma-la dùng kệ đáp rằng:

"Thí như Chuyển luân vương
Tòa trang nghiêm trân bảo
Chó hôi nằm trên đó
Rồi trở lại chỗ dơ
Ngươi ty tiện thô bỉ
Tạm chơi pháp phương tiện
Rồi trở lại nữ thân
Phóng túng ngũ dục lạc
Ngươi nay nên phương tiện
Mau xả nữ cẩu thân
Đừng lấy tướng nam nữ
Mà tu pháp Không tịch[142]
Tu tập pháp Không rồi
Liền được nam nữ tánh."

Lúc bấy giờ, Tôn giả Xá-lợi-phất, Đại Mục-kiền-liên, dùng sức thần thông, như Thiên Nga Vương, thừa hư không mà đến. Đến chỗ Phật, nhị vị Tôn giả đánh lễ dưới chân Phật rồi đứng sang một bên. Thấy Ương-quật-ma-la, tâm quý Ngài phát sanh tùy hỷ. Lúc ấy, Đại Mục-kiền-liên nói kệ tán thán rằng:

"Siêu thay bậc dũng tuệ
Khéo tu nghiệp thù thắng
Nên mau chóng theo Phật
Xuất gia tu Tịnh giới
Cùng các bậc phạm hạnh
Đằng vân đến Kỳ viên
Xin Phật hứa khả cho
Xuất gia thọ Cụ túc
Khiến cho khắp thế gian

---

[142] Không tịch, 空寂, Skt. *Śūnyatā-śānta*, Sự kết hợp của không và yên lặng, trạng thái tâm linh cao cấp trong thiền định.

Tất cả được chiêm ngưỡng
Đặng không như Nga vương
Sáng tịnh như mãn nguyệt."

Bấy giờ Ương-quật-ma-la nói kệ đáp rằng:

"Sao là thế thần thông
Sao là thần thông gốc
Thần lực nào quý nhất
Mau nói đoạn nghi ta."

Lúc ấy đại Mục-kiền-lên nói kệ đáp rằng:

"Như người tu Tịnh xá
Thường bố thí giày dép
Tỳ-kheo trì Tịnh giới
Xa lìa không lặp lại
Hai nhân duyên như vậy
Mau được sắc thần thông."

Bấy giờ Ương-quật-ma-la nói kệ đáp rằng:

"Than ôi Mục-kiền-liên
Tu tập hạnh muỗi mòng
Không hề biết phân biệt
Chân đệ nhất thần thông
Muỗi thừa hư không đến
Chẳng biết nên im lặng
Thường tự lợi lợi tha
Xin mau an chúng sanh
Tu phương tiện như vậy
Mau được thượng thần thông
An ủi người thuyết pháp
Hoặc khi bị khổ nạn
Xả thân để cứu hộ
Mau được thượng thần thông
Ta nay nên mau chóng
Rộng độ khắp quần sanh
Đến nơi rừng Kỳ-đà

Sẽ đắc Đại thần thông
Như vậy vô hạn lượng
Đó là Ma-ha-diễn[143]
Vô lượng lại vô biên
Gọi là Chư Như Lai."

Khi Ương-quật-ma-la nói kệ này rồi thì lại nói kệ hỏi Xá-lợi-phất:

"Thế nào Xá-lợi-phất
Thế gian đại trí tuệ
Trí tuệ từ đâu sanh
Mau quyết nghi cho ta."

Bấy giờ Xá-lợi-phất nói kệ đáp rằng:

"Khéo hộ trì năm giới
Thành tựu đại trí tuệ
Mạng chung thọ thân lại
Trí tuệ thường cùng sanh
Danh tiếng lan rộng xa
Trí tuệ không khuynh động."

Bấy giờ Ương-quật-ma-la nói kệ đáp rằng:

"Phật dạy thường bất diệt
Từ đó sanh đại huệ
Phật dạy Đại trí tuệ
Từ thuyết pháp mà sanh
Than ôi Xá-lợi-phất!
Tu tập hạnh muỗi mòng
Không hề biết phân biệt
Nghĩa trí tuệ chân thật
Kém thay tuệ muỗi mòng
Không biết nên im lặng."

Bấy giờ Tôn giả A-nan đi đến chỗ Phật, đảnh lễ dưới chân Phật rồi đứng sang một bên. Thấy Ương-quật-ma-la tâm sanh tùy hỷ, nói kệ

---

[143] Ma-ha-diễn, 摩訶衍, Skt *Mahāyāna*, Đại thừa, con đường tu tập nhấn mạnh cứu độ tất cả chúng sinh, không chỉ bản thân.

khen rằng:

> "Lành thay Ương-quật-ma
> Đã tu thù thắng nghiệp
> Ta nay sanh tùy hỷ
> Mau thông Cửu bộ kinh."[144]

Bấy giờ Ương-quật-ma-la nói kệ hỏi rằng:

> "Như Lai khen ngợi ngươi
> Là Đa văn đệ nhất
> Sao là Thế đa văn
> Đa văn từ đâu sanh."

Lúc ấy A-nan nói kệ đáp rằng:

> "Tuy không Cửu bộ kinh
> Lìa Xan, vì ngươi nói
> Từ đó được đa văn
> Tổng trì không nghĩ bàn."

Bấy giờ Ương-quật-ma-la lại nói kệ đáp rằng:

> "Khen nói các Như Lai
> Khen mãi không dừng nghỉ
> Đó gọi là thế gian
> Đệ nhất tối đa văn
> Than ôi A-nan-đà!
> Tu tập hạnh muỗi mòng
> Không hề biết phân biệt
> Chỗ nhập cửa đa văn
> Kém thay hạnh muỗi mòng
> Không biết nên im lặng."

Bấy giờ Tôn giả La-hầu-la đi đến chỗ Phật, đảnh lễ dưới chân Phật rồi đứng sang một bên. Thấy Ương-quật-ma-la tâm sanh tùy hỷ, nói

---

[144] Cửu bộ kinh, 九部經, Skt. *Navāṅga-sat-sūtra*, Chín loại kinh điển, phân loại các bài giảng của Đức Phật theo nội dung và hình thức khác nhau.

kệ khen rằng:

> *"Lành thay Ương-quật-ma*
> *Đã tu thắng công đức*
> *Ta nay sanh tùy hỷ*
> *Kính giới mau thọ trì."*

Bấy giờ Ương-quật-ma-la dùng kệ hỏi rằng:

> *"Như Lai khen ngợi ông*
> *Cung kính giới đệ nhất*
> *Thế nào là Thế gian*
> *Cung kính với Tịnh giới*
> *Ngươi là con cưng Phật*
> *Mau quyết nghi cho ta."*

Lúc ấy La-hầu-la nói kệ đáp rằng:

> *"Tất cả lời Phật dạy*
> *Chuyển tâm kính thọ trì*
> *Đó chính là thế gian*
> *Đệ nhất cung kính giới."*

Bấy giờ Ương-quật-ma-la lại nói kệ đáp rằng:

> *"Nếu nói các Như Lai*
> *Thế gian Đệ nhất thường*
> *Đó gọi là thế gian*
> *Tối thượng cung kính giới*
> *Than ôi La-hầu-la!*
> *Tu tập hạnh muỗi mòng*
> *Không thể biết đệ nhất*
> *Chân thật cung kính giới*
> *Kém thay hạnh muỗi mòng*
> *Không biết nên im lặng."*

Bấy giờ Tôn giả A-na-luật[145] đi đến chỗ Phật, đảnh lễ dưới chân

---

[145] A-na-luật, 阿那律, Skt *Aniruddha*, Đệ tử có thiên nhãn thông, nhìn thấy tất cả chúng sinh trong vũ trụ, một trong thập đại đệ tử.

Phật rồi đứng sang một bên. Thấy Ương-quật-ma-la tâm sanh tùy hỷ, nói kệ tán thán rằng:

"Tuyệt thay Ương-quật-ma
Khéo tu nghiệp thù thắng
Ta nay phát tùy hỷ
Chẳng lâu được thiên nhãn."

Bấy giờ Ương-quật-ma-la nói kệ hỏi rằng:

"Như Lai khen ngợi ông
Là Thiên nhãn đệ nhất
Thế nào là Thiên nhãn
Thiên nhãn từ đâu sanh?"

Lúc ấy A-na-luật dùng kệ đáp rằng:

"Thường bố thí đèn sáng
Thuyết pháp khai hóa người
Nhờ đó được thiên nhãn
Nhìn thấu không chướng ngại."

Bấy giờ Ương-quật-ma-la lại nói kệ đáp rằng:

"Như Lai pháp thẳm sâu
Tinh cần phương tiện nói
Hiển bày không che giấu
Rốt ráo nhãn tối thắng
Than ôi A-na-luật!
Tu tập hạnh muỗi mòng
Không biết chỗ phát sanh
Thiên nhãn thắng phương tiện
Kém thay hạnh muỗi mòng
Không biết nên im lặng."

Bấy giờ Tôn giả Sa-môn Đà-ta[146] đi đến chỗ Phật, đảnh lễ dưới chân Phật rồi đứng sang một bên. Thấy Ương-quật-ma-la tâm sanh tùy hỷ, nói kệ tán thán rằng:

---

[146] Sa-môn Đà-ta, 沙門陀娑, Pāli: *Samaṇa Datta*.

*"Tuyệt thay Ương-quật-ma
Khéo tu nghiệp thù thắng
Ta nay phát tùy hỷ
Nên tu tập nhẫn nhục."*

Bấy giờ Ương-quật-ma-la nói kệ hỏi rằng:

*"Sao gọi là thế gian
Thành tựu Đệ nhất nhẫn
Nhờ đâu sanh nhẫn nhục
Mau quyết nghi cho ta."*

Lúc ấy Sa-môn Đà-ta nói kệ đáp rằng:

*"Chiên-đàn bôi tay phải
Dùng dao chém tay trái
Tâm bình đẳng không động
Phát sanh Tối thượng nhẫn
Đó gọi là thế gian
Điều phục được nhẫn nhục."*

Bấy giờ Ương-quật-ma-la lại nói kệ đáp rằng:

*"Nếu nói Như Lai tàng
Hiển thị các thế gian
Vô tri, ác tà kiến
Xả ngã tu vô ngã
Nói là Phật chánh pháp
Nghe Phật thuyết không sợ
Lìa mạn, xả thân mạng
Rộng nói Như Lai Tàng
Đó gọi là thế gian.
Điều phục được nhẫn nhục
Ôi Sa-môn Đà-ta
Tu tập hạnh muỗi mòng
Không biết chỗ xuất sanh
Tối thượng Nhẫn phương tiện
Muỗi mòng còn nhẫn được
Khổ đói khát lạnh nóng*

Kém thay hạnh muỗi mòng
Không biết nên im lặng."

Lúc bấy giờ Tôn giả Mãn Nguyện Tử[147] đi đến chỗ Phật, đảnh lễ dưới chân Phật rồi đứng sang một bên. Thấy Ương-quật-ma-la tâm sanh tùy hỷ, nói kệ tán thán rằng:

"Lành thay tu thắng nghiệp
Ta nay phát tùy hỷ
Vì tất cả chúng sanh
An ủi diễn thuyết pháp."

Bấy giờ Ương-quật-ma-la nói kệ hỏi rằng:

"Như Lai khen ngợi ông
Là thuyết pháp đệ nhất
Thế nào là thuyết pháp
Làm sao để biết nghĩa
Kính mong sao thuyết pháp
Để quyết nghi cho ta."

Mãn Nguyện Tử liền nói kệ đáp rằng:

"Chư Phật cùng Thanh văn
Không sở đắc các pháp
Chánh giác khéo thông đạt
Rộng vì chúng sanh nói.

"Cách nói này có nghĩa như thế nào? Nghĩa là tất cả Chư Phật trong quá khứ, đối với tất cả các pháp cầu phương tiện rốt ráo mà không sở đắc. Chúng sanh giới cùng với Ngã, Nhân, Thọ mạng; Hiện tại và vị lai, tất cả Chư Phật cùng ba đời tất cả Thanh văn Duyên giác, trong tất cả các pháp cầu phương tiện rốt ráo đều bất khả đắc. Ta cũng như thế, vì chúng sanh mà nói. Lìa chúng sanh giới Ngã, Nhân, Thọ mạng thuyết Vô ngã pháp, Không pháp, thuyết pháp như vậy."

Bấy giờ Ương-quật-ma-la nói với Mãn Nguyện Tử rằng:

"Than ôi Mãn Nguyện Tử! Ông tu tập hạnh muỗi mòng, không biết

---

[147] Mãn Nguyện Tử, 滿願子, tức Phú-lâu-na.

thuyết pháp. Kém cỏi thay! Muỗi mòng không biết thì nên im lặng. Không biết Như Lai thuyết pháp ẩn mật. Nói pháp vô ngã. Gieo đầu vào đèn ngu si như loài bướm ngài gieo đầu vào lửa. Điều mà Chư Phật Như Lai vô sở đắc đó, là tất cả Chư Phật Thế Tôn trong quá khứ, đối với tất cả chúng sanh cầu phương tiện rốt ráo, không có Như Lai tàng bất khả đắc. Tất cả Chư Phật Thế Tôn trong hiện tại, đối với tất cả chúng sanh cầu phương tiện rốt ráo, không có ngã tánh, bất khả đắc; Tất cả Chư Phật Thế Tôn trong vị lai, đối với tất cả chúng sanh cầu phương tiện rốt ráo, không có tự tánh bất khả đắc. Ba đời tất cả Thanh văn Duyên giác, đối với tất cả chúng sanh cầu phương tiện rốt ráo, không có Như Lai tàng, và cũng bất khả đắc. Đó chính là Kệ chánh nghĩa của Như Lai.

"Lại nữa, điều mà Chư Phật Như Lai không sở đắc, nghĩa là tất cả Chư Phật Thế Tôn trong quá khứ, đối với tất cả các pháp cầu phương tiện rốt ráo bản ngã của thế gian. Giống như dùng ngón tay chỉ tất cả các hạt lúa gạo đậu mè hạt cải, sanh vàng đỏ trắng, dài ngắn vuông tròn, so sánh tất cả các tướng mạo ấy, rồi nói nó ở nơi tim, hoặc nói trên dưới rốn, hoặc nói đầu, mắt và các phần của thân, hoặc nói nó ở khắp cả thân giống như máu huyết đờm dãi. Như vậy vô lượng bao nhiêu vọng tưởng, như người thế gian tu Ngã, rồi cũng nói thường trụ, ổn, dừng nghỉ, rồi đem nó so sánh cái Ngã của tất cả Chư Phật và Thanh văn Duyên giác thảy đều không được Chánh giác. Pháp ấy không vì chúng sanh mà nói, đó mới là kệ Chánh nghĩa của Như Lai, không phải cách thuyết pháp đồng với vọng tưởng như ông nói đâu.

"Lại nữa điều mà Chư Phật Như Lai không sở đắc, nghĩa là tất cả Chư Phật Thế Tôn trong quá khứ cầu phương tiện rốt ráo kho tàng của Như Lai là Tác bất khả đắc, bởi tánh của Như Lai là Vô tác. Đối với tất cả chúng sanh, vô lượng tướng hảo thanh tịnh trang nghiêm, tất cả Chư Phật Thế Tôn trong hiện tại, cầu phương tiện rốt ráo kho tàng của Như Lai là Tác bất khả đắc, vì tánh của Như Lai là Vô tác. Đối với tất cả chúng sanh, vô lượng tướng hảo thanh tịnh trang nghiêm, tất cả Chư Phật Thế Tôn trong hiện tại, cầu phương tiện rốt ráo kho tàng của Như Lai là Tác bất khả đắc, vì Vô tác là tánh của Như Lai. Đối với tất cả chúng sanh, vô lượng tướng hảo thanh tịnh trang nghiêm, tất cả Thanh Văn Duyên giác trong ba đời, có Như Lai tạng nhưng mắt không thể thấy, nên nói Nhân duyên, như La-hầu la kính trọng giới pháp, nhìn kỹ vào nước trong thấy côn trùng mà không liễu biệt được đó là có vi trùng hay không có vi trùng, hay chỉ là những hạt bụi nhỏ, lâu lâu nhìn kỹ thì từ từ thấy những côn trùng nhỏ nhít. Hàng Thập địa Bồ-tát cũng giống như vậy, ngay nơi tự thân quán sát tự tánh, rồi khởi lên vô lượng các tánh, bao nhiêu là cái thấy khác biệt như vậy như vậy. Kho tàng của Như Lai cũng khó thể nhập như thế. Nói năng an ủi lại càng khó khăn hơn nữa. Nghĩa là đối với đời ác thế lẫy lừng, hàng Bồ-tát không tiếc thân mạng, vì chúng sanh mà nói Như Lai tàng, vì vậy nói chư vị Bồ-tát Ma-ha-tát, các bậc hùng sư trong cõi người chính là Như Lai. A-na-luật, bậc Thiên nhãn đệ nhất thấy rõ một cách chân thật dấu chim bay qua giữa hư không. Ngài với những người chỉ có nhục nhãn cùng đi, người có nhục nhãn thì không thể thấy, nhưng họ tin A-na-luật nên biết có dấu chim. Hàng nhục nhãn ngu muội Thanh văn Duyên giác tin tưởng kinh Phật nói có Như Lai tàng, chứ làm sao có thể thấy được cảnh giới tánh của Chư Phật. Hàng Thanh văn Duyên giác còn phải tin vào người khác, huống hồ hàng phàm phu mù lòa, làm sao có thể tự biết được mà không nhờ vào người khác.

"Ta đã từng nghe Chư Phật trước đây đã xưng thuyết về điều này. Vào thời kiếp sơ có 4 loại thức ăn. Những chúng sanh ăn theo bốn cách thuở ấy, do thói quen lâu đời, đến nay vẫn không bỏ. Những người quá khứ đã từng tu Như Lai tàng cũng lại như thế. Do tu tập lâu đời, đến nay vẫn tin ưa tu tập mãi hoài để báo đáp ân đức của Như Lai. Lại nữa, người thuyết pháp trong đời vị lai nghe đến Như Lai tàng, nghe rồi tin ưa, như những người ăn theo bốn cách thuở ấy. Những chúng sanh khác, những kẻ tin ưa, chính là con của Như Lai báo ân của Như Lai. Giống như loài chim kiêu, từ xa xưa đến nay không có tàm quý, không biết báo ân dưỡng dục. Do tập khí quá khứ, mãi đến nay cũng không bỏ. Các chúng sanh kia cũng lại như thế. Trong đời quá khứ đã không biết hổ thẹn. Quá khứ đã không biết tàm quý, hiện tại không tàm quý và vị lai cũng không tàm quý, nghe nói đến Như Lai tàng mà không phát sanh lòng tin ưa. Quá khứ đã không tin ưa, hiện tại cũng không tin ưa và vị lai cũng sẽ không tin ưa.

"Giống như loài khỉ vượn hình hài cực xấu xí, thường khởi tâm kinh sợ, tháo động như nước dậy sóng, do thói quen lâu đời nên đến nay cũng còn như thế không dứt. Các chúng sanh kia cũng lại như thế. Từ xưa đến nay tâm thường khinh tháo, nghe nói đến Như Lai tàng nhưng không khởi tâm tin ưa.

"Giống như loài chim cú mèo, ban ngày thì như mù, ban đêm lại nhìn thấy, thích bóng tối, ghét ánh sáng. Các chúng sanh kia cũng giống như thế, thích tà, ghét chánh, không ưa thích thấy Phật và Như Lai tàng, từ xưa đến nay không phát sanh tâm tin ưa, như loài chim cú thích bóng tối ghét ánh sáng.

"Giống như người suốt đêm dài tu tập tà kiến, huân nhiễm những tư tưởng bất chánh của ngoại đạo, do tập khí từ quá khứ đến nay vẫn chưa xả bỏ. Các chúng sanh kia lại cũng như thế, huân tập lâu đời giáo lý vô ngã che lấp. Như hàng phàm phu kia, huân nhiễm các tà thuyết, quá khứ hiện tại không hiểu được giáo pháp thâm mật, nghe Như Lai tàng nhưng không sanh lòng tín nhạo. Còn những chúng sanh khác, nếu người nào trong quá khứ từng gặp chư Phật, cúng dường phụng sự, khi nghe nói đến Như Lai tàng, dù chỉ trong thời gian khẩy móng tay tạm được lắng nghe thọ nhận, duyên theo thiện nghiệp này mà các căn được thuần thục, được sanh vào cảnh giới thù thắng, giàu sang tự tại. Các chúng sanh ấy đến nay vẫn còn thuần thục, được sanh vào cảnh giới thù thắng, giàu sang tự tại. Do các chúng sanh ấy xưa kia đã từng được gặp Chư Phật, từng được nghe nói đến Như Lai tàng. Trong đời vị lai, nghe đến Như Lai tàng sẽ lại tin ưa và như thuyết tu hành, các căn thuần thục, giàu sang tự tại, sắc lực đầy đủ, trí tuệ sáng suốt, phạm âm thanh tịnh, không gì không được yêu thích. Các chúng sanh ấy, hoặc làm Chuyển luân Thánh vương, hoặc làm Vương tử, hoặc làm Đại thần, đầy đủ hiền đức, lìa các ngã mạn hay phóng túng, hàng phục được các thùy miên, siêng năng tu học, chẳng có buông lung, các công đức khác thảy đều thành tựu. Hoặc có khi các vị ấy làm các vua trời như Đế Thích, Phạm Vương, Hộ thế Tứ Vương... Tất cả đều do công đức đã từng nghe nói đến Như Lai tàng mà được như thế. Thân của họ thường được an ổn, không bệnh, không não, thọ mạng dài lâu, mọi người kính ngưỡng, đầy đủ thính văn, Như Lai thường trụ pháp cam lồ, Đại bát Niết-bàn, kiên cố an ổn, cửu trụ thế gian, tùy thuận thế gian mà cùng vui thú. Họ biết các đức Như Lai không từ ái dục sinh ra nên rộng vì thế gian mà khai thị, diễn thuyết. Do trí tuệ công đức lợi ích này mà những nơi họ sinh ra, con cháu đông đầy, cha mẹ được trường thọ, thường được hưởng thụ tất cả khoái lạc của cõi trời người, tộc tánh thù thắng, mọi thứ thảy đều đầy đủ. Tất cả những phước báo này đều nhờ nghe biết tất cả chúng sanh đều có đủ kho tàng Như Lai thường trụ. Trong suốt hiện tại, vị lai, ở cõi trời hay cõi người, tất cả mọi khoái lạc thường được đầy đủ, do họ đã từng nghe biết kho tàng thường trụ của Như Lai.

"Nếu các chúng sanh kia, trong suốt quá khứ, vị lai hay hiện tại ở trong Ngũ thú mà tay chân không đủ, luân chuyển trong sanh tử, thọ các thứ khổ, đây là do khinh mạn Như Lai tạng vậy. Nếu các chúng sanh từng trải qua thời Phật, gần gũi cúng dường, cho đến có thể nghe được kho tàng của Như Lai rồi tin ưa, nghe nhận, không khởi tâm hủy báng, nếu có thể như thật an ủy giảng nói, chính người như thế tức là Như Lai.

"Nếu các chúng sanh thường quay lưng lại với chư Phật, nghe nói đến Như Lai tàng thì sanh lòng hủy báng, các chúng sanh ấy tự mình thiêu đốt hạt giống. Than ôi khổ thay! Khổ thay! Hạng người bất tín ở trong ba cõi thật đáng thương xót. Những người thuyết pháp phải nên khen ngợi Như Lai thường trụ chân thật. Nếu người thuyết pháp mà không nói được như vậy, tức là đã xả bỏ cả kho tàng của Như Lai rồi. Người như thế thì không nên ngồi nơi tòa Sư tử, giống như hạng Chiên-đà-la thì không nên cưỡi trên voi ngự của Đại vương.

"Tất cả Chư Phật dùng mọi phương tiện cầu Như Lai tàng, sanh bất khả đắc, bất sanh là Phật tánh, ở nơi tất cả chúng sanh hiện vô lượng tướng hảo, thanh tịnh trang nghiêm.

"Tất cả Chư Phật dùng mọi phương tiện cầu Tự tánh Bất thật bất khả đắc. Chơn Phật tánh chính là Phật tánh, ở nơi tất cả chúng sanh hiện vô lượng tướng hảo, thanh tịnh trang nghiêm.

"Tất cả Chư Phật dùng mọi phương tiện cầu Tự tánh Vô thường bất khả đắc. Thường tánh chính là Phật tánh, ở nơi tất cả chúng sanh hiện vô lương tướng hảo, thanh tịnh trang nghiêm.

"Tất cả Chư Phật dùng mọi phương tiện cầu kho tàng Như Lai Vô hằng bất khả đắc. Tánh thường hằng chính là Phật tánh, ở nơi tất cả chúng sanh hiện vô lượng tướng hảo, thanh tịnh trang nghiêm.

"Tất cả Chư Phật dùng mọi phương tiện cầu kho tàng Như Lai Biến dị bất khả đắc. Tánh không Biến dị chính là Phật tánh, ở nơi tất cả chúng sanh hiện vô lượng tướng hảo, thanh tịnh trang nghiêm.

"Tất cả Chư Phật dùng mọi phương tiện cầu kho tàng Như Lai Bất tịch tĩnh bất khả đắc. Tánh tịch tĩnh chính là Phật tánh, ở nơi tất cả chúng sanh hiện vô lượng tướng hảo, thanh tịnh trang nghiêm.

"Tất cả Chư Phật dùng mọi phương tiện cầu kho tàng Như Lai Hoại bất khả đắc. Tánh bất hoại chính là Phật tánh, ở nơi tất cả chúng sanh hiện vô lượng tướng hảo, thanh tịnh trang nghiêm.

"Tất cả Chư Phật dùng mọi phương tiện cầu kho tàng Như Lai Phá bất khả đắc. Tánh Bất phá chính là Phật tánh, ở nơi tất cả chúng sanh hiện vô lượng tướng hảo, thanh tịnh trang nghiêm.

"Tất cả Chư Phật dùng mọi phương tiện cầu kho tàng Như Lai Bệnh bất khả đắc. Tánh Vô bệnh chính là Phật tánh, ở nơi tất cả chúng sanh hiện vô lượng tướng hảo, thanh tịnh trang nghiêm.

"Tất cả Chư Phật dùng mọi phương tiện cầu kho tàng Như Lai Lão tử bất khả đắc. Tánh Không lão tử chính là Phật tánh, ở nơi tất cả chúng sanh hiện vô lượng tướng hảo, thanh tịnh trang nghiêm.

"Tất cả Chư Phật dùng mọi phương tiện cầu kho tàng Như Lai Cấu bất khả đắc. Tánh Vô cấu chính là Phật tánh, ở nơi tất cả chúng sanh hiện vô lượng tướng hảo, thanh tịnh trang nghiêm.

"Giống như dầu hòa tan trong nước là bất khả đắc. Như vậy vô lượng phiền não ngăn che Như Lai tánh. Nếu nói Phật tánh pha lẫn trong phiền não thì hoàn toàn không có điều đó, mà là Phật tánh trú ở trong phiền não. Giống như chiếc đèn để ở trong cái bình, khi bình bị vỡ thì thấy chiếc đèn hiện ra, cái bình chính là phiền não, còn chiếc đèn chính là Như Lai tàng. Người giảng nói Như Lai tàng, hoặc là Như Lai, hoặc là Bồ-tát, hoặc là Thanh văn, người có khả năng diễn thuyết thì tùy theo đó mà họ kham nhận, là có phiền não hay không có phiền não. Mãn Nguyện Tử ông nên biết! Ta nói người này chính là Chánh giác, có thể phá trừ được kẻ nhận giữ, nhớ tưởng chiếc bình phiền não, sau đó chính họ có thể thấy được tánh ấy, rõ ràng giống như thấy quả A-ma-lặc[148] trên tay.

"Giống như mặt trời mặt trăng bị mây mù che kín, không thấy được ánh sáng, khi mây mù đã tan ra thì ánh sáng chiếu soi. Kho tàng của Như Lai cũng giống như thế. Khi bị phiền não che lấp thì tánh ấy không hiển hiện, đến khi xuất ly khỏi phiền não thì ánh sáng quang minh chiếu khắp. Phật tánh minh tịnh giống như ánh sáng của mặt trời, mặt trăng. Đáng buồn thay, Mãn Nguyện Tử! Tu theo hạnh muỗi mòng nhỏ nhít không biết thuyết pháp, phải nên im lặng mà mau chóng rời đi."

Bấy giờ, Tôn-đà-la Nan-đà đi đến chỗ Phật, đảnh lễ dưới chân Phật rồi đứng sang một bên, thấy Ương-quật-ma-la, lòng sinh tùy hỷ, nói kệ khen rằng:

"Lành thay Ương-quật-ma
Đã tu thù thắng nghiệp
Phải nên phương tiện cầu
Như Lai diệu sắc thân."

Bấy giờ, Ương-quật-ma-la nói kệ hỏi rằng:

"Thế Tôn khen ngợi ông
Người đoan chánh đệ nhất
Thế nào là thế gian
Đoan chánh thù đặc nhất
Nhân gì được đoan chánh
Hãy nói dứt lòng nghi."

Lúc ấy, Tôn-đà-la Nan-đà nói kệ đáp rằng:

"Rửa tay chắp mười ngón
Đảnh lễ Xá-lợi Phật
Thường cung dưỡng bệnh nhân
Từ đó được đoan chánh."

---

[148] A-ma-lặc, 阿摩勒, Skt. Āmalaka, Quả am-la, dùng làm thuốc và biểu tượng cho sự chữa lành trong các ẩn dụ Phật giáo.

Bấy giờ Ương-quật-ma-la lại nói kệ rằng:

"Thân Phật không gân cốt
Làm sao có Xá lợi
Như Lai lìa Xá lợi
Pháp thân thắng phương tiện
Như Lai không nghĩ bàn
Kẻ chưa tin, tin ưa
Nên dùng xảo phương tiện
Thị hiện có Xá lợi
Phương tiện lưu Xá lợi
Đó chính là Phật pháp
Thế gian từ xưa nay
Cúng dường Phạm Tự Tại
Thiên tử và Thiên nữ
Tất cả mọi hình tượng
Do họ chưa quy y
Nên lập tháp Xá lợi
Nếu có các chúng sanh
Hiểu rõ là phương tiện
Nhờ trí phương tiện này
Được sắc thân đoan chánh.
Không như trước ông nói
Vọng tưởng nhân đoan chánh
Than ôi Tôn-đà-la[149]
Không biết Diệu sắc tướng
Sắc muối mòng Cụ túc
Không biết nên im lặng."

Bấy giờ, Tôn giả Ưu-ba-li[150] đi đến chỗ Phật, đảnh lễ dưới chân Phật rồi đứng sang một bên, thấy Ương-quật-ma-la, lòng sinh tùy hỷ, nói kệ khen rằng:

---

[149] Tôn-đà-la Nan-đà, 尊陀羅難陀, Skt. *Sundarananda*, Đệ tử của Đức Phật, nổi tiếng với vẻ đẹp và sau đó đạt giác ngộ nhờ tu tập.

[150] Ưu-ba-li, 優波離, Skt. Pali. *Upāli*, Đệ tử giữ giới luật bậc nhất, phụ trách biên soạn luật tạng trong kỳ kết tập đầu tiên.

*"Lạ thay Ương-quật-ma
Đã tu thù thắng nghiệp
Ta nay sanh tùy hỷ
Ông nên tu Tịnh luật."*

Lúc ấy Ương-quật-ma-la nói kệ hỏi rằng:

*"Như Lai khen ngợi ông
Là Trì luật đệ nhất
Sao là khéo trì luật
Hãy nói dứt sở nghi."*

Bấy giờ Ưu-ba-li nói kệ đáp rằng:

*"Tất cả ác chớ làm
Các thiện thảy phụng hành
Phương tiện tu Tịnh tâm
Chính là khéo trì luật."*

Bấy giờ Ương-quật-ma-la lại nói kệ rằng:

*"Hoại pháp, hủy cấm giới
Không luật, ác tỳ-kheo
Phải nên đoạt Sáu vật
Những công cụ phát sanh
Bỏ phạt hình bức bách
Phương tiện khiến điều phục
Những ứng dụng phạm hạnh
Chẳng phải vật phá giới
Giống như Đại quốc vương
Đao hộ thân quý giá
Nếu ở nơi giết mổ
Pháp nên mạnh đoạt lấy.
Đồ báu của đế vương
Không nên nhận chứa vật
Chẳng thuộc người hoại pháp
Nên phải nhiếp lấy lại
Đó gọi là thế gian
Đệ nhất thiện trì luật.*

Không phạm Đột-kiết-la[151]
Cũng không trái oai nghi
Như vậy người trì luật
Đủ giáo pháp Như Lai
Như Lai xem tất cả
Giống như La-hầu-la
Than ôi Ưu-ba-li
Tu tập hạnh muỗi mòng
Không hiểu khéo trì luật
Không biết nên im lặng."

Bấy giờ Văn Thù Sư Lợi Pháp vương tử đi đến chỗ Phật, đảnh lễ dưới chân Phật rồi đứng sang một bên, thấy Ương-quật-ma-la, tâm sinh tùy hỷ, nói kệ khen rằng:

"Lành thay Ương-quật-ma
Đã tu thù thắng nghiệp
Nay nên tu Đại không[152]
Các pháp Vô sở hữu[153]*."*

Lúc ấy Ương-quật-ma-la nói kệ hỏi rằng:

"Văn Thù pháp vương tử
Ông thấy đệ nhất không
Thế nào là thế gian
Khéo thấy pháp không tịch
Không không nghĩa thế nào
Hãy nói dứt sở nghi."

Bấy giờ Văn Thù Sư Lợi nói kệ đáp rằng:

"Chư Phật như hư không

---

[151] Đột-kiết-la, 突吉羅, Skt. *Duṣkṛta/duṣkṛta*, Tội nhẹ nhất trong luật tạng, thường liên quan đến các vi phạm nhỏ trong tăng đoàn.

[152] Đại không, 大空, Skt. *Mahā-śūnyatā*, Không lớn, trạng thái nhận thức sâu sắc về tính rỗng không của vạn pháp.

[153] Vô sở hữu, 無所有, Skt. *Asvabhāva/Aprāpti*, Cõi vô sở hữu xứ, tầng thiền vô sắc nơi hành giả không bám víu vào bất kỳ sở hữu nào.

"Hư không không có tướng
Chư Phật như hư không
Hư không không sanh tướng
Chư Phật như hư không
Hư không không sắc tướng
Pháp giống như hư không
Như Lai pháp thân đẹp
Trí huệ như hư không
Thân Như Lai đại trí
Như Lai trí vô ngại
Không chấp không thể chạm
Giải thoát như hư không
Hư không không có tướng
Giải thoát tức Như Lai
Không tịch, vô sở hữu
Ương-quật-ma-la ngươi
Làm sao biết hết được."

Bấy giờ Ương-quật-ma-la lại nói kệ rằng:

"Thí như có kẻ ngu
Thấy mưa đá sanh tưởng
Đó là ngọc lưu ly
Nên hốt lấy đem về.
Đựng đá ở trong bình
Giữ gìn như báu thật
Chẳng bao lâu đá tan.
Không tưởng[154] mặc nhiên trụ
Những lưu ly thật khác
Cũng lại chấp tưởng không
Văn Thù cũng như thế
Tu tập rốt không tưởng
Thường tư duy về không
Phá hoại tất cả pháp

---

[154] Không tưởng, 空想, Skt. śūnyatā-saṃjñā, Tưởng về tính không, giúp hành giả vượt qua các ảo tưởng và chấp trước.

Thật giải thoát chẳng không
Lại thành cực không tưởng
Giống như thấy đá tan
Lại bỏ các báu khác
Ông nay cũng như thế
Lạm khởi cực không tưởng
Thấy được pháp không rồi
Chẳng không cũng là không.
Có pháp khác là không
Có pháp khác chẳng không
Tất cả các phiền não
Giống như mưa đá kia
Tất cả bất thiện hoại
Giống như đá tan mất.
Như báu lưu ly thật
Là Như Lai thường trụ
Như báu lưu ly thật
Đó là Phật giải thoát
Sắc hư không là Phật
Phi sắc là Nhị thừa
Sắc giải thoát là Phật
Phi sắc là Nhị thừa
Sao là Cực không[155] tướng
Mà nói chân giải thoát
Văn Thù! Tư duy kỹ
Không gì không phân biệt.
Giống như tụ lạc không
Sông cạn, bình không nước
Các đồ đựng đều không
Trống rỗng nên gọi không
Như Lai chân giải thoát
Bất không cũng như thế

---

[155] Cực không, 極空, Skt. *parama-śūnyatā*, Không tối thượng, trạng thái nhận thức cao nhất về bản chất rỗng không của thực tại.

Xa lìa tất cả rồi
Nên nói giải thoát không
Như Lai thật bất không
Lìa tất cả phiền não
Và các ấm trời người
Cho nên nói là không
Than ôi hạnh muỗi mòng
Không biết nghĩa chân không
Ngoại đạo cũng tu không
Ni-kiền[156] *nên im lặng."*

Bấy giờ Văn Thù Sư Lợi nói kệ hỏi rằng:

"Ương-quật-ma-la ngươi
Lại do nhân duyên gì
Khủng bách chúng Thanh văn
Khinh miệt các Phật tử
Phóng ý tứ hung bạo
Hung hãn như mãnh hổ
Ai là người muỗi mòng
Phát ra tiếng ác này?"

Bấy giờ Ương-quật-ma-la lại nói kệ rằng:

"Giống như kẻ nghèo yếu
Du hành nơi đồng ruộng
Chợt nghe hơi mãnh hổ
Sợ hãi mau bỏ chạy
Hàng Thanh văn Duyên giác
Không biết Ma-ha-diễn
Vừa nghe hơi Bồ-tát
Sợ hãi cũng như thế
Giống như Sư tử vương
Ở nơi hang núi đá
Bước đi cất tiếng gầm

---

[156] Ni-kiền, 尼乾, Skt. *Nirgrantha/Jain*, Người theo Kỳ Na giáo, thường được Đức Phật đối thoại để làm rõ giáo lý của mình.

Muôn thú đều sợ hãi
　　Bậc hùng trong cõi người
　　Bồ-tát Sư tử hống
　　Tất cả chúng Thanh văn
　　Và loài thú Duyên giác
　　Đêm dài tu Vô ngã
　　Mê nơi giáo ẩn che
　　Ta kêu như chồn cáo
　　Mà thảy không thể đáp
　　Huống có thể lắng nghe
　　Sư tử hống hơn hết."

Bấy giờ Văn Thù Sư Lợi nói kệ hỏi rằng:

　　"Ngươi muỗi mòng nhỏ nhít
　　Nổi lên tạo ác hạnh
　　Nếu ngươi là Bồ-tát
　　Chỗ nào lại có ma
　　Than ôi người thế gian
　　Không thể tự giác biết
　　Không xét lại chính mình
　　Chỉ thấy người khác ác
　　Ương-quật-ma-la ngươi
　　Tạo tác bao nhiêu tội!"

Bấy giờ Ương-quật-ma-la lại nói kệ đáp rằng:

　　"Than ôi ngươi đời nay
　　Hai loại hoại chánh pháp
　　Chỉ nói đến cực không
　　Hoặc lại nói có Ngã
　　Như vậy hai loại người
　　Nghiêng che chánh pháp Phật
　　Than ôi ngài Văn Thù
　　Chẳng biết ác phi ác
　　Chẳng biết Bồ-tát hạnh
　　Muỗi mòng khác Sư tử
　　Lạ thay ta biết được

Không sợ các Bồ-tát
Văn Thù nay nghe kỹ
Phật khen Bồ-tát hạnh
Giống như thuật sư giỏi
Tạo tác các nghiệp huyễn
Cắt đoạn ăn chúng sanh
Để bày trước đại chúng
Chư Phật và Bồ-tát
Việc làm đều như huyễn
Biến hiện rất tự tại
Hoặc sống hay Niết-bàn
Hoặc ở kiếp tật dịch
Thí thân cho hổ ăn
Hoặc hiện thành kiếp Hỏa
Đại địa đều rỗng không
Chúng sanh có tưởng Thường
Hiện khiến biết Vô thường
Hoặc ở kiếp đao binh
Thị hiện thân thầy bạn
Giặc tàn hại mạng sống.
Số lượng không thể lường
Mà không hề não hại
Xem như huyễn sư tạo
Ba ngàn đại thiên giới
Vào trong hạt cải mỏng
Mà không chúng sanh nào
Bức não không an ổn.
Bốn biển quanh Tu-di
Chảy vào lỗ chân lông
Tất cả không bức não
Nay đã về bốn xứ
Hoặc ấn một ngón chân
Chấn động mười phương cõi
Mà không não chúng sanh
Đó là Chư Phật pháp

*Hoặc vua trời Phạm, Thích
Hộ thế Tứ thiên vương
Vô lượng loài hình tượng
An ủi khắp quần sanh.
Vương tử hoặc đại thần
Thượng nhân chủ tụ lạc
Trưởng giả và cư sĩ
Hòa hợp an chúng sanh
Hoặc là các thiên thần
Chuyển hóa các tà kiến
Hiển sanh, tất cả sanh
Nên gọi là Bản sanh*[157]*.
Giống như Tạo huyễn sư
Thấy giết huyễn chúng sanh
Chưa từng khởi bi thán
Rằng than ôi đại ác
Lấy việc huyễn sư kia
Để hiểu huyễn tánh này
Ta nay cũng như thế
Bày giết Hóa chúng sanh
Điều phục các hủy pháp
Nhưng chẳng hề sát thương
Như Đức Phật Thế Tôn
Hóa hiện đao binh kiếp
Ta nay cũng như thế
Khéo tu Bồ-tát hành
Than ôi ngài Văn Thù
Tu tập hạnh muỗi mòng
Không chí quyết long tượng
Thế hùng Đại trí tuệ.*"

Lúc bấy giờ Đức Thế Tôn dùng Nhất thiết trí, Nhất thiết kiến, hướng đến Văn Thù Sư Lợi, nói kệ tán thán rằng:

"*Như lời Ương-quật-ma*

---

[157] Bản sanh, 本生, Pāli *Jātaka*.

Hạnh Bồ-tát như vậy
Nên biết y phi phàm
Vì độ chúng sanh vậy
Y là Đại Bồ-tát
Hùng mãnh như các ông
Lành thay ông Văn Thù
Nên biết công đức ấy."

Đức Phật nói như vậy rồi, lại nói kệ khen rằng:

"Lành thay xảo phương tiện
Bậc hùng nhân thù thắng
Vì an ủi chúng sanh
Hiện sức Đại tinh tấn
Ta nay nên diễn nói
Muốn thành A-la-hán
Các công đức như vậy
Thiện nghiệp và Tinh tấn
Khiến tất cả chúng sanh
Rốt ráo mãi an lạc."

Lúc bấy giờ, Xá-lợi-phất bạch với Đức Phật rằng:

"Cúi mong Đức Thế Tôn, vì thương xót tất cả chúng sanh vì con mà diễn thuyết. Như muốn mau chóng thành bậc A-la-hán thì phải dùng công đức gì? Hạnh nghiệp gì và sự tinh tấn như thế nào để tăng thêm sự an lạc cho tất cả chúng sanh?"

Bấy giờ Đức Thế Tôn nói kệ đáp rằng:

"Khi cha mẹ hòa hợp
Con đến nhập thai mẹ
Cha mẹ tâm hoan hỷ
Được tùy thuận công đức

Dị tinh tấn sáng thấm
Thế gian rất trù phú
Vua được nhiều khoái lạc
Mẹ được mộng thù thắng
Con sanh vào nhà giàu

Oán địch thảy Từ tâm
Bảy tuổi vào học đường
Thầy trò không trái nghịch
Nô bộc đều hoan hỷ
Ai cũng siêng gia nghiệp
Đến đủ hai mươi tuổi
Lục súc đều vô tránh
Thân thiết như cha mẹ
Sữa thơm thảy tràn đầy
Lớn thay! Kẻ hiền minh
Không tham sân tật mạn
Dối trá và hư ngụy
Nói lời lỗi não hại
Trẻ con chẳng uy nghi
Các điều ác, bất thiện
Từ hiếu với song thân
Chư tôn và Sư trưởng
Nếu gặp bậc kỳ túc
Chấp tay xá cung kính
Ôm ấp bậc trung niên
Trẻ nhỏ cùng vui chơi
Bố thí, khéo chu cấp
Thương xót kẻ khổ cùng
Biết xấu, biết hổ thẹn
Thường ái mộ Chánh pháp
Không giỡn các huyễn thuật
Thường thích gặp Chư Phật
Tụng đọc các kinh luật
Khéo học các minh triết
Lìa rượu, không cờ bạc
Cung kính bậc tối thắng
Ăn ngủ biết dừng đủ
Không ưa các bất tịnh
Trời người đều thương nhớ
Tất cả đều hoan hỷ

Công đức lớn như vậy
Vô lượng không kể hết.
Là sắp thành Chánh giác
Công đức nghiệp tinh tấn
Xá-lợi-phất nên biết
Ương-quật-ma-la này
Có những hiện tượng đó
Nên mau thành Chánh giác
Vì sao như người này
Lại có các điều ác
Y lại có vô lượng
Các công đức kỳ đặc
Hùng kiệt như Văn Thù
Bậc siêu tuyệt khác thường
Xem tất cả chúng sanh
Cũng giống như con một
Nên biết Ương-quật-ma
Bồ-tát Ma-ha-tát
Thề độ người chưa độ
Thế gian là Ngã hữu
Nếu muốn phát thắng nguyện
Tế độ khắp thế gian
Mà làm hạnh bất thiện
Không thể có chuyện đó."

Bấy giờ Thế Tôn lại nói kệ rằng:

"Hiển thành nhật nguyệt thiên
Phạm vương chúng sanh chủ
Địa thủy hỏa phong không
Đức vô lượng như vậy
Bậc hùng nhân Bồ-tát
Lấy đó độ chúng sanh."

Bấy giờ Đại Mục-kiền-liên nói kệ tán thán rằng:

"Lạ thay Ương-quật-ma
Công đức lớn như vậy

*Tạm thấy Phật Thế Tôn
Siêu độ nhất thiết hữu."*

Lúc ấy Ương-quật-ma-la nói kệ đáp rằng:

*"Thế nào Đại Mục-liên
Giả sử nhiều chúng sanh
Không thấy Phật Thế Tôn
Làm sao biết Chánh pháp?"*

Lúc ấy Đại Mục-kiền-liên nói kệ đáp rằng:

*"Như Phật Thế Tôn nói
Người bệnh có ba loại
Thế nào gọi là ba?
Tà, chánh và bất định
Thế nào là Tà định?
Phật không thể giáo hóa
Thế nào là Chánh định?
Như Ngài Đại Ca-diếp
Như Lai chưa ra đời
Y Phật nhập Thật pháp."*

Bấy giờ Ương-quật-ma-la lại nói kệ rằng:

*"Ông chớ nói như vậy
Thượng tọa Đại Ca-diếp
Như Lai chưa ra đời
Có thể nhập thật pháp
Vì sao lại như thế?
Như Lai thường trụ thế
Nếu người y Chánh pháp
Phật trú nhà người ấy
Giống như mưa trên sông
Không mưa nước vẫn chảy
Bậc trí xảo phương tiện
Phải nên khéo quan sát
Không mưa sông vẫn chảy
Rốt cuộc không chuyện đó*

> *Nên biết trên có mưa*
> *Nên nước chảy không ngừng*
> *Như vậy Đại Mục-liên*
> *Thế gian, xuất thế gian*
> *Tất cả các thắng pháp*
> *Đều từ lời Phật nói*
> *Vì vậy Đại Ca-diếp*
> *Theo Phật được xuất gia."*

Lúc ấy Ngài Mục-kiền-liên nói kệ hỏi rằng:

> *"Nếu có các Như Lai*
> *Thường trụ ở thế gian*
> *Tôi và chúng sanh khác*
> *Vì sao lại không thấy?"*

Ương-quật-ma-la nói kệ đáp rằng:

> *"Chỉ có Ca-diếp biết*
> *Như những xứ khác mưa*
> *Vì vậy đời không Phật*
> *Chúng sanh không tự độ*
> *Được diện kiến Như Lai*
> *Sau đó được giải thoát*
> *Giống như có sĩ phu*
> *Vào thiền nơi ám thất*
> *Ánh sáng trời trăng chiếu*
> *Nhưng kẻ ấy không thấy*
> *Như vậy Đại Mục-liên*
> *Chớ nói đời không Phật.*
> *Tất cả các Như Lai*
> *Thường trụ ở thế gian*
> *Tế độ khắp quần sanh*
> *Xuất gia thọ Cụ túc.*
> *Vì thế chỉ Tà, chánh*
> *Không có hạng bất định."*

Lúc ấy, Đại Mục-liên nói kệ hỏi rằng:

"Thế gian có Năm giới
Phật ra đời cũng thế."

Ương-quật-ma-la nói kệ đáp rằng:

"Cho đến thế gian có
Tùy thuận giới oai nghi
Thế gian xuất thế gian
Nên biết điều Phật nói."

Đại Mục-liên nói kệ hỏi rằng:

"Sao là thế gian bệnh?
Phân biệt nói ba loại
Hoặc có thuốc trị khỏi
Hoặc không được trị khỏi
Hoặc lại có bệnh nhân
Tuy được trị, không khỏi
Vì vậy các bệnh nhân
Phân biệt có ba loại."

Bấy giờ Ương-quật-ma-la nói kệ rằng:

"Nghĩa này không như thế
Không nên nói ba loại
Trị được, không trị được
Chỉ có hai, không ba
Nếu phân biệt có ba
Cũng là Thanh văn thừa
Nếu có Thanh văn thừa
Phật nói muỗi mòng thừa
Do vì họ vô tri
Phân biệt có ba loại
Cái gọi là tà định
Là họ Nhất-xiển-đề[158]
Chánh định là Như Lai

---

[158] Nhất-xiển-đề, 一闡提, Skt. *Icchantika*, Người bị xem là không có Phật tánh, nhưng theo Đại thừa, vẫn có cơ hội giác ngộ.

Bồ-tát và Nhị thừa
Mục-liên ông nên biết
Hai loại rất hy hữu
Đó là Phật Thế Tôn
Cùng với Nhất-xiển-đề
Như Lai chỗ tối thượng
Không có gì trên nữa
Còn ở chỗ thấp nhất
Gọi là Nhất-xiển-đề
Thí như Đại Bồ-tát
Đủ mười Ba-la-mật[159]
Xiển-đề cũng như thế
Đủ cả mười ác hạnh
Bồ-tát xả thân thí
Đầu, mắt, huyết, tủy, não
Xương chất như Tu-di
Số lượng không tính kể
Xiển-đề cũng như thế
Làm đủ các ác hạnh
Sanh nơi đường ngạ quỷ
Tham dục rất lẫy lừng
Mỗi niệm tham dục tâm
Nhiều nữ nhân tiếp ứng
Cũng sanh ra nhiều con
Đêm dài không an lạc
Khổ đói khát bức bách
Đến nỗi ăn thịt con
Lại có ngạ quỷ khác
Biến thành Bà-la-môn
Duyên ác nghiệp đời trước
Đến bắt con mà ăn
Tức buông lung dục vọng

---

[159] Mười Ba-la-mật, 十波羅蜜, Skt. Daśa Pāramitā, Mười pháp ba-la-mật (như bố thí, trì giới) giúp Bồ-tát đạt đến bờ giác ngộ.

> *Hoặc lại tự ăn mình*
> *Như vậy Nhất-xiển-đề*
> *Ác hạnh được đầy đủ.*
> *Vì thế Phật Thế Tôn*
> *Vô thượng xứ hy hữu*
> *Chỗ cực thấp hy hữu*
> *Gọi là Nhất-xiển-đề*
> *Chánh định là Như Lai*
> *Trụ địa là Bồ-tát*
> *Và Thanh văn Duyên giác."*

Lúc bấy giờ, Đức Thế Tôn hướng đến Ương-quật-ma-la nói kệ rằng:

> *"Ương-quật-ma đến đây*
> *Xuất gia thọ tam quy."*

Lúc ấy Ương-quật-ma-la nói kệ đáp rằng:

> *"Thừa này là Đại thừa*
> *Tên là Vô Ngại Trí*
> *Mỗi thừa một quy y*
> *Phật, nghĩa y đệ nhất*
> *Pháp Phật là một nghĩa*
> *Pháp thân Như Lai diệu*
> *Tăng nói về Như Lai*
> *Như Lai tức là Tăng*
> *Là hai phương tiện y*
> *Như Lai phi phương tiện*
> *Là Đệ nhất nghĩa y*
> *Vì thế hôm nay con*
> *Quy y với Như Lai*
> *Trong các loại quy y*
> *Như Lai, chân thật y*
> *Như muốn ăn Hưng-cừ*[160]
> *Phải nên lấy chân thật*

---

[160] Hưng cừ, 興渠, Skt. Hiṅgu, một loại thực vật có mùi hôi như tỏi, một trong Ngũ tân.

Bỏ chân, ăn đồ dối
Tự, tha không lợi ích
Như vậy người ngu si
Ngàn thuốc không thể cứu
Như vậy bỏ một y
Tu tập phương tiện y
Đó là chúng ngu si
Ngàn Phật không thể cứu."

Bấy giờ Đức Thế Tôn nói với Ương-quật-ma-la:

"Ông nên thọ trì Đồng Chơn Tịnh Giới."[161]

Lúc ấy Ương-quật-ma-la nói kệ hỏi rằng:

"Sao gọi là Đồng chơn?
Sao là Cụ túc giới?
Sao là Chân Sa-môn?
Sao gọi là Phước điền?"

Lúc ấy Đức Thế Tôn đứng yên không nói.

Ương-quật-ma-la lại nói kệ rằng:

"Nếu không biết một y
Là Đệ nhất nghĩa y
Không thể biết hai y
Là phương tiện mà lập
Nên biết người như thế
Là thế gian Đồng chơn
Chưa thọ Cụ túc giới
Sao gọi là Sa-môn
Không biết Đệ nhất y
Làm sao Tịnh quy y
Nếu không biết Như Lai

---

[161] Đồng Chơn, 同真, Đồng chơn là Sa-di, tên khác là Giới. Bản phạn gọi là Thức-xoa. Thức-xoa, Trung Hoa (đời Tống) dịch là Học, cũng gọi là tùy thuận không trái.

> *Là Đệ nhất nghĩa[162] y*
> *Quy y không thanh tịnh*
> *Làm sao làm Sa-môn*
> *Không biết chân thật y*
> *Làm sao làm ruộng phước*
> *Ở đây hai quy y*
> *Chân thật và phương tiện*
> *Không khéo biết sai biệt*
> *Là đồng chơn thế gian."*

Bấy giờ Đức Thế Tôn nói với Ương-quật-ma-la:

"Ông nên thọ trì giới không sát sanh!"

Ương-quật-ma-la nói kệ đáp rằng:

> *"Con nhất định không thể*
> *Thọ trì giới bất sát*
> *Con chỉ thường thọ trì*
> *Đoạn dứt mạng chúng sanh*
> *Cái gọi là chúng sanh*
> *Là vô lượng phiền não*
> *Nếu thường sát hại chúng*
> *Gọi là trì sát giới."*

Bấy giờ Đức Thế Tôn nói với Ương-quật-ma-la rằng:

"Ông nên thọ trì giới Bất vọng ngữ!"

Ương-quật-ma-la nói kệ đáp rằng:

> *"Con nhất định không thể*
> *Thọ trì Bất vọng ngữ*
> *Thường với tất cả pháp*
> *Thọ trì câu vọng ngữ*
> *Thọ trì hư vọng thuyết*
> *Đó chính là Phật pháp*

---

[162] Đệ nhất nghĩa, 第一義, Skt. *Paramārtha*, Chân lý tối thượng, được nhận thức qua trí tuệ, vượt trên các khái niệm thông thường.

Cái mà gọi là vọng
Tất cả các pháp không
Lại có pháp hư vọng
Thanh văn và Duyên giác
Và sở hành Bồ-tát
Tùy thuận việc thế gian.
Lại có pháp hư vọng
Ta xuất hiện ở đời
Thọ trì Cụ túc giới
Được thành A-la-hán
Ta thọ các ẩm thực
Kiến lập Thí cho họ
Hoặc qua lại kinh hành.
Chín đường chảy các lậu
Ta thọ, giày dép da
Nhành dương và thuốc uống
Đói khát hoặc ngủ nghỉ
Cắt móng, bỏ râu tóc
Bao thứ bệnh trong thân
Tùy bệnh mà cho thuốc
Ta nên Bát-niết-bàn[163]
Như củi tàn, lửa tắt
Như vậy hết tất cả
Các pháp hư ngụy khác
Cho đến phương tiện ta
Đi khắp cả thế gian
Thường trong những lúc ấy
Không sạch vọng ngữ này
Nay nói Thật và Đế
Mục-liên nên khéo nghe
Hoặc Thật hoặc là Đế
Đó là Như Lai tàng

---

[163] Bát-niết-bàn, 般涅槃, Pali *Parinirvāṇa*, Niết-bàn hoàn toàn, trạng thái sau khi thân xác diệt, đạt được bởi Đức Phật.

Đệ nhất nghĩa thường thân
Phật thân bất tư nghì
Đệ nhất Bất biến dị
Hằng thân cũng như thế
Đệ nhất nghĩa Tĩnh thân
Diệu pháp thân chơn thật
Như vậy bất tư nghì
Thân ấy làm sao hiện
Vì thế ngụy pháp sanh
Đó chính là Phật giáo
Giống như người chăn trâu
Khi nghe con bị chết
Lấy da che trâu khác
Khiến trâu mẹ hoan hỷ
Như Lai cũng như thế
Tùy thuận hạnh thế gian
Như đối với người điếc
Thị hiện thành kẻ điếc
Rồi vì họ nói pháp
Như kẻ chăn trâu kia.
Chúng sanh nghĩ như vậy
Như Lai đồng thế gian
Như kẻ chăn trâu kia
Dùng vô lượng hình tượng
Bao phương tiện thiện xảo
Dẫn đạo các chúng sanh.
Nếu người chăn trâu kia
Hiện trâu con chân thật
Sữa nó không chảy xuống
Vậy nên thiết phương tiện
Như Lai cũng như thế
Nếu hiện Tự tánh thân[164]

---

[164] Tự tánh thân, 自性身, Skt. *Svabhāva-kāya*, Thân tự tánh, tức pháp thân của chư Phật, biểu thị bản chất giác ngộ vĩnh cửu.

> *Thì tất cả thế gian*
> *Ai người nhìn thấy được.*
> *Nên dùng xảo phương tiện*
> *Thị hiện tùy thế gian*
> *Khiến thảy đều giải thoát*
> *Đó chính là Phật pháp.*
> *Vì thế con ngày nay*
> *Thường làm việc hư ngụy*
> *Cho đến giết chúng sanh*
> *Và các việc vọng khác*
> *Không thọ lìa hư vọng*
> *Là giới con thanh tịnh.*"

Lúc bấy giờ, Đức Thế Tôn bảo Ương-quật-ma-la:

"Ông nay nên thọ trì giới không uống rượu!"

Ương-quật-ma-la nói kệ đáp rằng:

> *"Con nay cũng không thể*
> *Thọ trì Bất ẩm tửu*
> *Thường thọ Ẩm tửu giới*
> *Đêm dài hằng phóng túng*
> *Nhờ đó kêu gào lớn*
> *Uyển chuyển khắp năm đường*
> *Xưa nay rất khoái lạc*
> *Vì vậy gọi là tửu*
> *Từ Đại thừa lưu sanh*
> *Vô thường Phật tạng tửu*
> *Là rượu con nay uống*
> *Tự đủ khuyên chúng sanh*
> *Thường trụ không biến dị*
> *Hoan hỷ khen thiện tai*
> *Vận thanh tuyên xướng lớn*
> *Say rượu vô cùng cực.*"

Bấy giờ Đức Thế Tôn bảo Ương-quật-ma-la:

"Ông nay nên thọ tịnh giới Bất dâm."

Ương-quật-ma-la nói kệ đáp rằng:

> *"Con nay cũng không thể*
> *Thọ trì Giới Bất dâm!*
> *Con nay thường thọ trì*
> *Tham đắm yêu kẻ khác*
> *Thường tới nhà dâm nữ*
> *Cùng với họ vui chơi*
> *Vui Tam-muội là vợ*
> *Pháp Chơn đế là con*
> *Tâm Từ bi là gái*
> *Xem pháp Không là nhà*
> *Vô lượng Ba-la-mật*
> *Lấy đó làm giường cao*
> *Thị vệ các phiền não*
> *Che đậy chúng: thức ăn*
> *Tổng trì là vườn uyển*
> *Thất giác: hoa trang nghiêm*
> *Pháp ngữ là cây rừng*
> *Giải thoát trí là quả*
> *Những thứ ấy gọi là*
> *Thế gian Đệ nhất lạc[165]*
> *Bậc huệ Tự tánh pháp[166]*
> *Chẳng phải cảnh giới ngu."*

Bấy giờ Thế Tôn bảo Ương-quật-ma-la:

"Ông nay nên thọ trì giới lìa không cho mà lấy!"

Ương-quật-ma-la nói kệ đáp rằng:

> *"Con nay cũng không thể*
> *Trì giới không trộm cắp*
> *Thường không cho mà lấy*

---

[165] Đệ nhất lạc, 第一樂, Skt. *Ānanda-agra*, Hạnh phúc tối thượng, trạng thái an lạc cao nhất đạt được qua tu tập.

[166] Tự tánh pháp, 自性法, Skt. *Svabhāva-dharma*, Pháp tự nhiên, bản chất thật của vạn pháp, không bị chi phối bởi nhân duyên.

> *Cướp tài vật người khác*
> *Không cho là Bồ-đề*
> *Không có trao cho người*
> *Không cho mà tự lấy*
> *Nên con không cho lấy*
> *Phật ngồi cội Bồ-đề*
> *Không được cũng không mất*
> *Đây là Tự tánh pháp*
> *Tối thắng không gì hơn."*

Bấy giờ Đức Thế Tôn bảo Ương-quật-ma-la:

"Ông nay nên thọ trì giới không ca hát múa xướng!"

Ương-quật-ma-la lại nói kệ đáp rằng:

> *"Con thường tập múa nhạc*
> *Ca kệ Càn-thát-bà*[167]
> *Tuyên bày Như Lai tạng*
> *Ca ngợi khen Thiện tai*
> *Ở những chỗ Chư Phật*
> *Nghe Như Lai thường trụ*
> *Thường dùng Diệu âm tụng*
> *Đại thừa Tu-đa-la*
> *Giống như Khẩn-na-la*
> *Kỹ nhạc Càn-thát-bà*
> *Vô lượng chúng diệu âm*
> *Cúng dường các kinh quyển*
> *Nếu các chúng sanh kia*
> *Thường cùng đây cúng dường*
> *Chư Phật thảy thọ ký*
> *Vị lai đồng một hiệu."*

ƯƠNG-QUẬT-MA-LA KINH, QUYỂN THỨ HAI

HẾT.

---

[167] Càn-thát-bà, 乾闥婆, Skt. *Gandharva*, Loài thiên nhạc thần, biểu tượng cho âm thanh thanh tịnh trong các cõi trời.

ƯƠNG-QUẬT-MA-LA KINH

QUYỂN THỨ BA

Tam Tạng Pháp Sư Cầu-na Bạt-đà-la[168]
người nước Thiên Trúc dịch vào đời Lưu Tống

Bấy giờ Phật bảo Ương-quật-ma-la:

"Thế nào gọi là Nhất học?"

Ương-quật-ma-la nói kệ đáp rằng:

> "Mạng sống của chúng sanh
> Do ăn uống tồn tại
> Vì thế Thanh văn thừa
> Chẳng phải Ma-ha-diễn.
> Ma-ha-diễn nghĩa là
> Lìa ăn, thường kiên cố
> Vì sao gọi là Nhất?
> Là tất cả chúng sanh
> Đều lấy Như Lai tạng
> Rốt ráo hằng an trụ.
>
> Vì sao gọi là Hai?
> Đó là Danh và Sắc
> Vì thế Thanh văn thừa
> Chẳng phải Ma-ha-diễn

---

[168] Cầu-na Bạt-đà-la, 求那跋陀羅, Skt. Guṇabhadra.

Danh, Sắc[169] *khác loại nhau*
Thanh văn Duyên giác thừa
Giải thoát chỉ có Danh
Không có nói hình Sắc
Tất cả các Như Lai
Giải thoát có Diệu sắc
Giống như cầm trên tay
Nhìn thấy quả Yêm-la

Vì sao gọi là Ba?
Đó là ba loại Thọ[170]
Vì thế Thanh văn thừa
Chẳng phải Ma-ha-diễn
Như Lai Đệ nhất thường
Nghe vô thường sanh Thọ
Nếu nghe Pháp, Tăng diệt
Cả hai đều thọ sanh
Đó là Ma-ha-diễn
Nên nói nghĩa Ba thọ.

Vì sao gọi là Bốn
Đó là Bốn thánh đế
Vì thế Thanh văn thừa
Chẳng phải Ma-ha-diễn
Tất cả các Như Lai
Đệ nhất Tất cánh Thường[171]
Vì thế Đại thừa đế
Phi Khổ là Chơn đế
Tất cả các Như Lai

---

[169] Danh và Sắc, 名色, Skt. *Nāma-rūpa*, Thân tâm, hai yếu tố kết hợp tạo nên con người, là một trong mười hai nhân duyên.

[170] Ba thọ, 三受, Skt. *Tri-vidha-vedanā*, Ba loại cảm thọ: lạc, khổ, bất khổ bất lạc, ảnh hưởng đến tâm lý và hành động.

[171] Đệ nhất Tất cánh thường, 第一畢竟常, Skt. *Nitya-śāśvata*, Thường hằng tối thượng, trạng thái vĩnh cửu đạt được trong Niết-bàn.

Đệ nhất Tất cánh Hằng[172]
Vì vậy Đại thừa đế
Phi Tập là Chơn đế
Tất cả các Như Lai
Đệ nhất Bất biến dị[173]
Vì vậy Đại thừa đế
Phi Diệt là Chơn đế
Tất cả các Như Lai
Đệ nhất Tất cánh Tĩnh[174]
Vì vậy Đại thừa đế
Phi Đạo là Chơn đế
Bốn đế của Đại thừa
Không Khổ chính là Đế
Nếu xem Khổ là Đế
Bốn thú[175] *nên có đế*
Là Địa ngục, súc sanh
Ngạ quỷ, A-tu-la.

Vì sao gọi là Năm?
Đó chính là Năm căn
Vì thế Thanh văn thừa
Chẳng phải Ma-ha-diễn
Cái gọi là Nhãn căn
Chư Như Lai là Thường
Quyết định phân biệt thấy
Đầy đủ không tổn giảm.
Cái gọi là Nhĩ căn
Chư Như Lai là Thường

---

[172] Đệ nhất Tất cánh hằng, 第一畢竟恆, Skt. *nitya*, Sự thường hằng tuyệt đối, biểu thị tính bất biến của chân lý giác ngộ.

[173] Bất biến dị, 不變異, Skt. Pāli. *avikāra*, Trạng thái không thay đổi, phản ánh bản chất bất động của Niết-bàn.

[174] Tất cánh tĩnh, 畢竟靜, Skt. *śānta*, Sự tĩnh lặng tối thượng, đạt được khi tâm hoàn toàn không còn phiền não.

[175] Bốn thú, 四趣, Skt. *Catur-gati*.

Quyết định phân biệt nghe
Đầy đủ không tổn giảm
Cái gọi là Tỷ căn
Chư Như Lai là Thường
Quyết định phân biệt ngửi
Đầy đủ không tổn giảm.
Cái gọi là Thiệt căn
Chư Như Lai là Thường
Quyết định phân biệt nếm
Đầy đủ không tổn giảm
Cái gọi là Thân căn
Chư Như Lai là Thường
Quyết định phân biệt xúc
Đầy đủ không tổn giảm.

Vì sao gọi là Sáu?
Đó là Lục nhập xứ
Vì thế Thanh văn thừa
Chẳng phải Ma-ha-diễn.
Cái gọi Nhãn nhập xứ
Đối với Như Lai: Thường
Thấy rõ để vào cửa
Đầy đủ không tổn giảm.
Cái gọi và Nhĩ nhập
Đối với Như Lai: Thường
Nghe rõ để vào cửa
Đầy đủ không tổn giảm.
Cái gọi là Tỷ nhập
Đối với Như Lai: Thường
Ngửi rõ để vào cửa
Đầy đủ không tổn giảm.
Cái gọi là Thiệt nhập
Đối với Như Lai: Thường
Nếm rõ để vào cửa
Đầy đủ không tổn giảm.
Cái gọi là Thân nhập

*Đối với Như Lai: Thường
Xúc chạm để vào cửa
Đầy đủ không tổn giảm.
Cái gọi là Ý nhập
Nói rõ Như Lai tàng
Không khởi tâm trái nghịch
Tịch tĩnh để vào cửa.*

*Vì sao gọi là Bảy?
Đó là Bảy giác phần*[176]
*Vì vậy Thanh văn thừa
Chẳng phải Ma-ha-diễn.
Bảy giác phần Đại thừa
Như hoa Ưu-đàm-bát*[177]
*Với Như Lai thường trụ
Bảy diệu hoa Giác khai.*

*Vì sao gọi là Tám?
Đó là Tám thánh đạo
Vì vậy Thanh văn thừa
Chẳng phải Ma-ha-diễn.
Đại thừa Bát thánh đạo
Nghe nói Như Lai Thường
Sức nhân duyên qua tai
Rốt đến thành Niết-bàn
Như Lai Thường và Hằng
Đệ nhất Bất biến dị
Thanh tịnh, cực tịch tĩnh
Chánh giác diệu pháp thân
Như Lai tạng sâu thẳm
Rốt ráo không già suy
Vì thế Ma-ha-diễn*

---

[176] Bảy giác phần, 七覺分, Pali *Satta-bojjhaṅgā*, Bảy yếu tố giác ngộ, bao gồm niệm, trạch pháp, tinh tấn, hỷ, khinh an, định, xả.

[177] Hoa Ưu-đàm-bát, 優曇鉢花, Pali *Udumbara*, Hoa ưu-đàm hiếm có, nở khi Đức Phật ra đời, tượng trưng cho sự kiện kỳ diệu.

Đầy đủ tám thánh đạo.

Vì sao gọi là Chín?
Đó là Cửu bộ Kinh
Vì thế Thanh văn thừa
Chẳng phải Ma-ha-diễn.
Ma-ha-diễn: Nhất thừa
Như Lai: Vô ngại trí.

Vì sao gọi là Mười?
Đó là Thập chủng lực[178]
Vì thế Thanh văn thừa
Chẳng phải Ma-ha-diễn
Đại thừa: Vô lượng lực
Nên Phật bất tư nghì
Phương tiện nói che đậy
Vô lượng A-tu-la.

Sao gọi là Nhất đạo
Nhất thừa và Nhất quy
Nhất đế và Nhất y
Nhất giới và Nhất sanh[179]
Nhất Sắc là Như Lai
Vì thế nói Nhất thừa
Chỉ một thừa cứu cánh
Ngoài ra đều phương tiện."

Lúc bấy giờ Đức Thế Tôn khen rằng:

"Lành thay! Lành thay! Ương-quật-ma-la! Ngươi hãy đến đây làm Tỳ-kheo!"

Ngay lúc ấy, Ương-quật-ma-la liền trở thành Sa-môn, uy nghi đầy đủ như một vị Cựu Tỳ-kheo. Bấy giờ Ương-quật-ma-la đảnh lễ dưới chân Phật rồi bạch với Phật rằng:

---

[178] Thập chủng lực, 十力, Skt. Daśa-bala, Mười loại sức mạnh của Đức Phật, như biết rõ nghiệp và khả năng cứu độ chúng sinh.
[179] Các bản đời Nguyên và đời Minh ghi là Nhất chí (一至).

"Bạch Đức Thế Tôn! Con nay đã đến tìm âm thanh của Phật nên liền đắc quả A-la-hán."

Đức Phật lại bảo rằng:

"Ông hãy đến rừng Kỳ-đà, rộng độ các chúng sanh."

Bấy giờ Đức Thế Tôn giống như Nhạn vương, cùng với Ương-quật-ma-la, Xá-lợi-phất, Đại Mục-kiền-liên, Văn-thù-sư-lợi cùng đại chúng đi theo hai bên; như ngàn tinh tú châu tuần quanh vầng trăng sáng tròn đầy, từ dưới cây Ưu-bát bay lên hư không, cách mặt đất khoảng bảy cây Đa-la, đến cách gần thành Xá-vệ khoảng bốn mươi tiếng trâu hống. Bấy giờ mẹ của Ương-quật-ma-la cùng với các Trời, Rồng, Dạ-xoa, Càn-thát-bà, Khẩn-na-la, Ma-hầu-la-già khởi tâm Đại cúng dường, đi đến rừng Kỳ-đà.

Bấy giờ Đức Thế Tôn giống như bậc Nhạn vương đi vào vườn cây Cấp Cô-độc, rừng Kỳ-đà, ngồi lên tòa sư tử. Ba ngàn Đại thiên thế giới đất bằng phẳng như bàn tay mọc lên cỏ nhu nhuyến như ở nước An lạc.

Bấy giờ chư thiên Bồ-tát ở tất cả các phương thảy đều muốn đi đến để thấy Ương-quật-ma-la. Chư Phật liền khuyến tấn với họ rằng:

"Các ngươi hãy đi đến đó đi! Hôm nay Đức Phật Thích-ca Mâu-ni muốn hưng khởi đại pháp chiến, hàng phục Đại sư tử để hóa độ vô lượng chúng sanh. Nay ở vườn cây Cấp Cô-độc, rừng Kỳ-đà, vì Đại chúng nói pháp Vô thượng. Này các Phật tử! Hãy nên đến đó lắng nghe và chiêm ngưỡng Ương-quật-ma-la."

Các vị Bồ-tát từ khắp các phương đến đó đều rải mưa hoa sen lớn như bánh xe. Các chúng sanh ở cõi này nghe thấy mùi thơm của hoa sen, thảy đều xa lìa phiền não.

Bấy giờ các Trời, Rồng, Dạ-xoa, Càn-thát-bà, A-tu-la, Khẩn-na-la, Ma-hầu-la-già cùng các thiên nữ thiết lễ Đại cúng dường, rải mưa đủ thứ màu, nhất tâm đồng thanh mà nói kệ rằng:

"Con nay khể thủ lễ
Ba hai tướng Đại nhân
Vô lượng các công đức

Như hoa sen bày sạch
Tướng lông trắng chặng mày[180]
Sáng sạch vượt ánh trăng.

Con nay khể thủ lễ
Mâu ni sắc thượng diệu
Đức an, từ thù thắng
Vô lượng các công đức
Như hoa sen bày sạch
Tướng lông trắng chặng mày
Sáng sạch vượt ánh trăng.

Con nay khể thủ lễ
Thân đệ nhất thường trụ
Mâu-ni chủ tối thắng
Đấng thiên nhân vô thượng
An ủy khắp chúng sanh
Như hoa sen bày sạch
Tướng lông trắng chặng mày
Sáng sạch vượt ánh trăng.

Con nay khể thủ lễ
Công đức hằng đệ nhất
Mâu-ni chủ tối thắng
Đấng thiên nhân vô thượng
An ủy khắp chúng sanh
Như hoa sen bày sạch
Tướng lông trắng chặng mày
Sáng sạch vượt ánh trăng.

Con nay khể thủ lễ
Công đức không biến dị
Mâu-ni chủ tối thắng
Đấng thiên nhân vô thượng

---

[180] Tướng lông trắng giữa chặng mày, (Bạch hào tướng) 白毫相, Skt. *Ūrṇā-keśa*, Dấu hiệu lông trắng xoắn giữa hai mày, một trong ba mươi hai tướng của Đức Phật.

An ủy khắp chúng sanh
Như hoa sen bày sạch
Tướng lông trắng chặng mày
Sáng sạch vượt ánh trăng.

Con nay khể thủ lễ
Đức tịch tĩnh thù thắng
Mâu-ni chủ tối thắng
Đấng thiên nhân vô thượng
An ủy khắp chúng sanh
Như hoa sen bày sạch
Tướng lông trắng chặng mày
Sáng sạch vượt ánh trăng.

Nam mô Ương-quật-ma
Nhẫn nhục tu Tịnh giới
Và các đức vô lượng
Vậy nên khể thủ lễ.

Nam mô Ương-quật-ma
Giữ gìn đạo Nhất thừa
Công đức Từ Đại thừa
Vậy nên khể thủ lễ.

Nam mô Ương-quật-ma
Giữ vô lượng thân khẩu
Giữ vô lượng bí mật
Vậy nên khể thủ lễ.

Nam mô Ương-quật-ma
Giữ vô lượng huệ quang
Thuyết vô lượng ẩn pháp
Vậy nên khể thủ lễ.

Nam mô Ương-quật-ma
Giữ gìn vô lượng huyễn
Hàng phục vô lượng ma
Vậy nên khể thủ lễ.

Nam mô Ương-quật-ma

Giữ vô lượng Niết-bàn
Thuận vô lượng chúng sanh
Vậy nên khể thủ lễ."

Lúc ấy Ương-quật-ma-la bạch với Đức Phật rằng:

"Đức Thế Tôn nói rằng con đã an trụ được ở bờ mé Vô sanh. Lời nói này có nghĩa gì? Bạch Đức Thế Tôn! Trụ ở biên tế của vô sanh, trụ ở thật địa của giải thoát mà lại ở cõi này, nói thế thì ai có thể tin được? Cúi mong Thế Tôn nói rõ nhân duyên!"

Đức Phật bảo với Ương-quật-ma-la:

"Ông nay nên cùng với Văn-thù-sư-lợi đi đến phương Bắc, qua hơn một Hằng hà sa cõi nước, có một quốc độ tên là Vô Lượng Lạc. Đức Phật ở cõi nước đó danh hiệu là Vô Lượng Hiệu Công Đức Tích Tụ Địa Tự Tại Vương Như Lai Ứng Cúng Đẳng Chánh Giác. Đức Phật ấy đang giáo hóa ở đời. Các ông hãy đến hỏi Đức Phật ấy rằng: Đức Thích-ca Mâu-ni Như Lai làm thế nào trụ ở biên tế của vô sanh mà lại cũng trụ ở thế giới Ta-bà?"

Lúc bấy giờ Văn Thù Sư Lợi cùng Ương-quật-ma-la đều bạch cùng Đức Phật rằng:

"Chúng con xin cung kính vâng lời."

Thế rồi chư vị ngời ngời như bậc Nhạn vương, thừa xuất thần thông đi đến cõi Vô Lượng Lạc ở phương Bắc, đến chỗ Vô Lượng Huệ Công Đức Tích Tụ Địa Tự Tại Vương Như Lai, đảnh lễ dưới chân Phật rồi bạch với Đức Phật ấy rằng:

"Bạch Đức Thế Tôn, cả hai chúng con đều được sự chỉ dạy của Đức Thích-ca Mâu-ni, từ thế giới Ta-bà đi đến cõi này, xin được thưa hỏi Thế Tôn rằng làm thế nào mà Đức Thích-ca Mâu-ni Như Lai trụ nơi biên tế của vô sanh, trụ nơi thật địa giải thoát, không nhập Niết-bàn mà vẫn trụ ở đó?"

Bấy giờ Đức Phật ấy bảo với hai vị ấy rằng:

"Thiện nam tử, Thích-ca Mâu-ni Như Lai chính là thân của ta. Các ông hãy trở về nói với Đức Phật Thích-ca rằng: Phật Vô Lượng Huệ sai chúng con trở về. Đức Như Lai ấy sẽ nói cho các ông biết."

Bấy giờ Văn Thù Sư Lợi cùng Ương-quật-ma-la từ cõi ấy trở về, ngời ngời như Nhạn vương, đảnh lễ dưới chân, chắp tay cung kính mà bạch với Đức Phật rằng:

"Lạ thay bạch Đức Thế Tôn! Như Lai vô lượng, Như Lai vô lượng thân, Như Lai vô lượng đức. Cả hai chúng con hôm nay thấy được công đức kỳ đặc của Như Lai. Đức Phật Vô Lượng Huệ Tự Tại Vương Như Lai nói với chúng con rằng: 'Ta tức là Đức Phật kia, Đức Phật kia sẽ nói cho các ông biết.' Cúi mong Đức Thế Tôn thương xót chúng con mà diễn bày, làm thế nào mà đã an trụ chỗ biên tế của vô sanh mà vẫn trụ ở cõi này."

Phật bảo với Văn Thù Sư Lợi và Ương-quật-ma-la rằng:

"Vì sao ta trụ ở thế giới Vô Lượng Lạc, là Phật Vô Lượng Công Đức Tích Tụ Địa Tự Tại Vương mà cũng lại trụ cõi này? Các ông chớ có nói trụ ở cõi vô sanh rồi thì làm sao trụ ở cõi này. Thân của Như Lai vô biên, sở hành của Như Lai cũng vô biên. Như Lai là bậc bất khả xưng, sở hành của Như Lai cũng bất khả xưng. Thân Như Lai vô lượng, sở hành cũng vô lượng. Ương-quật-ma-la! Thế nào là thân sanh mà bất sanh, đem nghĩa này mà thưa hỏi Như Lai, nay Như Lai sẽ giải thích cho ông hiểu."

Bấy giờ Ương-quật-ma-la bạch với Đức Phật rằng:

"Lành thay Đức Thế Tôn! Cúi xin Ngài vì chúng con giải thuyết, thương xót làm an lạc tất cả chúng sanh."

Đức Phật bảo Ương-quật-ma-la:

"Ta ở trong vô lượng trăm ngàn ức kiếp tu hành đầy đủ mười Ba-la-mật để nhiếp thủ chúng sanh. Vô lượng chúng sanh, những kẻ chưa phát tâm Bồ-đề, ta sẽ khai hóa để họ phát tâm Bồ-đề. Ta trong vô lượng A-tăng-kỳ kiếp, tu hành đầy đủ vô lượng Ba-la-mật cùng các căn lành, vì thế đạt được thân sanh mà không sanh."

Lúc ấy Ương-quật-ma-la lại bạch với Phật rằng:

"Bạch Đức Thế Tôn, thế nào là thân của Như Lai trụ nơi thật tế mà cũng lại sanh?"

Phật bảo Ương-quật-ma-la:

"Ông hãy cùng Văn Thù Sư Lợi đi đến phương Bắc, cách đây hơn hai Hằng hà sa cõi nước. Ở đó có một quốc độ tên là Bất Thật Điện Quang Man. Đức Phật ở cõi ấy tên là Tỳ-lâu-giá-na Như Lai Ứng Cúng Đẳng Chánh Giác đang tại thế giáo hóa. Ông và Văn-thù-sư-lợi cũng đến đó hỏi rằng, Đức Phật Thích Ca Mâu Ni làm sao trụ ở thật tế mà cũng lại trụ ở Ta bà thế giới."

Bấy giờ hai người liền vâng lời Đức Phật cười hư không mà đi, ngời ngời như bậc Nhạn vương, đến chỗ Đức Phật Tỳ-lâu-giá-na[181] cõi nước Bất Thật Điện Quang Man, đảnh lễ dưới chân Phật, đem hết việc trên mà thưa hỏi với Phật *(nói rộng như trên)*. Văn-thù-sư-lợi và Ương-quật-ma-la lại bạch với Đức Phật rằng:

"Bạch Đức Thế Tôn! Cúi mong Ngài diễn nói, thế nào là Như Lai trụ ở nơi thật tế?"

Đức Phật bảo với Văn-thù-sư-lợi và Ương-quật-ma-la rằng:

"Ta ở trong vô lượng trăm ngàn ức kiếp tu hành đầy đủ mười Ba-la-mật nhiếp thủ chúng sanh, kiến lập giúp họ trụ nơi sự an lạc chưa từng có. Ta cùng với họ trải qua vô lượng trăm ngàn ức kiếp A-tăng-kỳ Ba-la-mật sanh Thật tế thân."

Lúc ấy Ương-quật-ma-la lại bạch với Phật rằng:

"Bạch Đức Thế Tôn! Thế nào là Như Lai trụ ở Vô vi tế."

Đức Phật bảo với Ương-quật-ma-la:

"Ông cùng với Văn-thù-sư-lợi đi đến phương Bắc, hơn ba Hằng hà sa cõi nước, ở đó có một quốc độ tên là Ý Thủ, Đức Phật ở cõi đó hiệu là Vô Lượng Ý Như Lai Ứng Cúng Đẳng Chánh Giác, Ngài đang tại thế giáo hóa. Các ông hãy đến đó hỏi rằng: Làm thế nào mà Đức Phật Thích-ca Mâu-ni trụ nơi Vô vi tế *(nói rộng như trên)*.

"Cách cõi Ta-bà này hơn bốn Hằng hà sa cõi nước về phương Bắc có một quốc độ tên là Chúng Sắc Trang Nghiêm, Đức Phật cõi ấy hiệu là Tối Thắng Hàng Phục *(nói rộng như trên)*.

---

[181] Tỳ-lâu-giá-na, 毘盧遮那, Skt. *Vairocana*, Phật đại diện cho pháp thân, biểu tượng của trí tuệ và ánh sáng vô biên trong Mật tông.

"Cách cõi Ta-bà này hơn năm Hằng hà sa cõi nước về phương Bắc có một quốc độ tên là Thâm Trần, Đức Phật ở cõi nước đó hiệu Thâm Thượng *(nói rộng như trên).*

"Cách cõi Ta-bà này hơn sáu Hằng hà sa cõi nước về phương Bắc có một quốc độ tên là Phong, Đức Phật ở cõi nước đó hiệu là Như Phong *(nói rộng như trên).*

"Cách cõi Ta-bà này hơn bảy Hằng hà sa cõi nước về phương Bắc có một quốc độ tên là Kim Cang Ý, Đức Phật ở cõi nước đó hiệu là Kim Cang Thượng *(nói rộng như trên).*

"Cách cõi Ta-bà này hơn tám Hằng hà sa cõi nước về phương Bắc có một quốc độ tên là Ly Cấu Quang, Đức Phật ở cõi nước đó hiệu là Ly Cấu Thượng *(nói rộng như trên).*

"Cách cõi Ta-bà này hơn chín Hằng hà sa cõi nước về phương Bắc có một quốc độ tên là Nguyệt Chủ, Đức Phật ở cõi nước đó hiệu là Nguyệt Thượng *(nói rộng như trên).*

"Cách cõi Ta-bà này hơn mười Hằng hà sa cõi nước về phương Bắc có một quốc độ tên là Nhật Sơ Xuất, Đức Phật ở cõi nước đó hiệu là Nhật Sơ Xuất *(nói rộng như trên).*

"Cách cõi Ta-bà này hơn một Hằng hà sa cõi nước về phía Đông có một quốc độ tên là Thiện Vị, Đức Phật ở cõi nước đó hiệu là Thiện Vị Thượng *(nói rộng như trên).*

"Cách cõi Ta-bà này hơn hai Hằng hà sa cõi nước về phía Đông có một quốc độ tên là Bát-đầu-kỳ-bà, Đức Phật ở cõi nước đó hiệu là Bát-đầu-kỳ-bà Quang *(nói rộng như trên).*

"Cách cõi Ta-bà này hơn ba Hằng hà sa cõi nước về phía Đông có một quốc độ tên là Man Huân, Đức Phật ở cõi nước đó hiệu là Man Hương *(nói rộng như trên).*

"Cách cõi Ta-bà này hơn bốn Hằng hà sa cõi nước về phía Đông có một quốc độ tên là Ba-ma-la Bát-đa-la, Đức Phật ở cõi nước đó hiệu là Ba-ma-la Bát-đa-la Thanh Lương Hương *(nói rộng như trên).*

"Cách cõi Ta-bà này hơn năm Hằng hà sa cõi nước về phía Đông có một quốc độ tên là Nguyệt Chủ, Đức Phật ở cõi nước đó hiệu là Nguyệt Tạng *(nói rộng như trên)*.

"Cách cõi Ta-bà này hơn sáu Hằng hà sa cõi nước về phía Đông có một quốc độ tên là Trầm Hương Chủ, Đức Phật ở cõi nước đó hiệu là Trầm Hương Thượng *(nói rộng như trên)*.

"Cách cõi Ta-bà này hơn bảy Hằng hà sa cõi nước về phía Đông có một quốc độ tên là Mạt Hương Huân, Đức Phật ở cõi nước đó hiệu là Mạt Hương *(nói rộng như trên)*.

"Cách cõi Ta-bà này hơn tám Hằng hà sa cõi nước về phía Đông có một quốc độ tên là Minh Chiếu, Đức Phật ở cõi nước đó hiệu là Quang Minh *(nói rộng như trên)*.

"Cách cõi Ta-bà này hơn chín Hằng hà sa cõi nước về phía Đông có một quốc độ tên là Hải Chủ, Đức Phật ở cõi nước đó hiệu là Hải Đức *(nói rộng như trên)*.

"Cách cõi Ta-bà này hơn mười Hằng hà sa cõi nước về phía Đông có một quốc độ tên là Long Chủ, Đức Phật ở cõi nước đó hiệu là Long Tạng *(nói rộng như trên)*.

"Cách cõi Ta-bà này hơn một Hằng hà sa cõi nước về phía Nam có một quốc độ tên là Chu Sa, Đức Phật ở cõi nước đó hiệu là Chu Sa Quang *(nói rộng như trên)*.

"Cách cõi Ta-bà này hơn hai Hằng hà sa cõi nước về phía Nam có một quốc độ tên là Đại Vân, Đức Phật ở cõi nước đó hiệu là Đại Vân Tạng *(nói rộng như trên)*.

"Cách cõi Ta-bà này hơn ba Hằng hà sa cõi nước về phía Nam có một quốc độ tên là Điện Man, Đức Phật ở cõi nước đó hiệu là Điện Đức *(nói rộng như trên)*.

"Cách cõi Ta-bà này hơn bốn Hằng hà sa cõi nước về phía Nam có một quốc độ tên là Kim Cang Huệ, Đức Phật ở cõi nước đó hiệu là Kim Cang Tạng *(nói rộng như trên)*.

"Cách cõi Ta-bà này hơn năm Hằng hà sa cõi nước về phía Nam có một quốc độ tên là Luân Chuyển, Đức Phật ở cõi nước đó hiệu là Trì Luân Chuyển *(nói rộng như trên)*.

"Cách cõi Ta-bà này hơn sáu Hằng hà sa cõi nước về phía Nam có một quốc độ tên là Bảo Địa, Đức Phật ở cõi nước đó hiệu là Bảo Địa Trì *(nói rộng như trên)*.

"Cách cõi Ta-bà này hơn bảy Hằng hà sa cõi nước về phía Nam có một quốc độ tên là Hư Không Huệ, Đức Phật ở cõi nước đó hiệu là Hư Không Đẳng *(nói rộng như trên)*.

"Cách cõi Ta-bà này hơn tám Hằng hà sa cõi nước về phía Nam có một quốc độ tên là Điều Phục, Đức Phật ở cõi nước đó hiệu là Điều Phục Thượng *(nói rộng như trên)*.

"Cách cõi Ta-bà này hơn chín Hằng hà sa cõi nước về phía Nam có một quốc độ tên là Thắng Man, Đức Phật ở cõi nước đó hiệu là Thắng Tạng *(nói rộng như trên)*.

"Cách cõi Ta-bà này hơn mười Hằng hà sa cõi nước về phía Nam có một quốc độ tên là Sư Tử Huệ, Đức Phật ở cõi nước đó hiệu là Sư Tử Tạng *(nói rộng như trên)*.

"Cách cõi Ta-bà này hơn một Hằng hà sa cõi nước về phía Tây có một quốc độ tên là Điềm, Đức Phật ở cõi nước đó hiệu là Điềm Vị *(nói rộng như trên)*.

"Cách cõi Ta-bà này hơn hai Hằng hà sa cõi nước về phía Tây có một quốc độ tên là Hằng Man, Đức Phật ở cõi nước đó hiệu là Hằng Đức *(nói rộng như trên)*.

"Cách cõi Ta-bà này hơn ba Hằng hà sa cõi nước về phía Tây có một quốc độ tên là Phổ Hiền, Đức Phật ở cõi nước đó hiệu là Phổ Hiền Huệ *(nói rộng như trên)*.

"Cách cõi Ta-bà này hơn bốn Hằng hà sa cõi nước về phía Tây có một quốc độ tên là Hoa Man, Đức Phật ở cõi nước đó hiệu là Hoa Man Thượng *(nói rộng như trên)*.

"Cách cõi Ta-bà này hơn năm Hằng hà sa cõi nước về phía Tây có một quốc độ tên là Vô Biên, Đức Phật ở cõi nước đó hiệu là Vô Biên Hoa Man *(nói rộng như trên).*

"Cách cõi Ta-bà này hơn sáu Hằng hà sa cõi nước về phía Tây có một quốc độ tên là Hiền Chủ, Đức Phật ở cõi nước đó hiệu là Hiền Tạng *(nói rộng như trên).*

"Cách cõi Ta-bà này hơn bảy Hằng hà sa cõi nước về phía Tây có một quốc độ tên là Nhãn, Đức Phật ở cõi nước đó hiệu là Nhãn Vương *(nói rộng như trên).*

"Cách cõi Ta-bà này hơn tám Hằng hà sa cõi nước về phía Tây có một quốc độ tên là Tràng Chủ, Đức Phật ở cõi nước đó hiệu là Tràng Tạng *(nói rộng như trên).*

"Cách cõi Ta-bà này hơn chín Hằng hà sa cõi nước về phía Tây có một quốc độ tên là Cổ Âm, Đức Phật ở cõi nước đó hiệu là Cổ Âm Tự Tại *(nói rộng như trên).*

"Cách cõi Ta-bà này hơn mười Hằng hà sa cõi nước về phía Tây có một quốc độ tên là Nhạo Kiến, Đức Phật ở cõi nước đó hiệu là Nhạo Kiến Thượng *(nói rộng như trên).*

"Cách cõi Ta-bà này hơn một Hằng hà sa cõi nước về phía Tây Bắc có một quốc độ tên là Hoan Hỷ, Đức Phật ở cõi nước đó hiệu là Hoan Hỷ Tấn *(nói rộng như trên).*

"Cách cõi Ta-bà này hơn hai Hằng hà sa cõi nước về phía Tây Bắc có một quốc độ tên là Nghiêm Sức, Đức Phật ở cõi nước đó hiệu là Nghiêm Sức Tạng *(nói rộng như trên).*

"Cách cõi Ta-bà này hơn ba Hằng hà sa cõi nước về phía Tây Bắc có một quốc độ tên là Nhân Huệ, Đức Phật ở cõi nước đó hiệu là Nhân Huệ Tạng *(nói rộng như trên).*

"Cách cõi Ta-bà này hơn bốn Hằng hà sa cõi nước về phía Tây Bắc có một quốc độ tên là Hạnh Ý Lạc, Đức Phật ở cõi nước đó hiệu là Hạnh Ý Lạc Thượng *(nói rộng như trên).*

"Cách cõi Ta-bà này hơn năm Hằng hà sa cõi nước về phía Tây Bắc có một quốc độ tên là Chúng Sanh Tụ, Đức Phật ở cõi nước đó hiệu là Chúng Sanh Thượng *(nói rộng như trên).*

"Cách cõi Ta-bà này hơn sáu Hằng hà sa cõi nước về phía Tây Bắc có một quốc độ tên là Thông Minh, Đức Phật ở cõi nước đó hiệu là Minh Thượng *(nói rộng như trên).*

"Cách cõi Ta-bà này hơn bảy Hằng hà sa cõi nước về phía Tây Bắc có một quốc độ tên là Ý Lạc, Đức Phật ở cõi nước đó hiệu là Ý Lạc Thanh *(nói rộng như trên).*

"Cách cõi Ta-bà này hơn tám Hằng hà sa cõi nước về phía Tây Bắc có một quốc độ tên là Vô Lượng, Đức Phật ở cõi nước đó hiệu là Vô Lượng Thọ *(nói rộng như trên).*

"Cách cõi Ta-bà này hơn chín Hằng hà sa cõi nước về phía Tây Bắc có một quốc độ tên là Trụ, Đức Phật ở cõi nước đó hiệu là An Trụ Thượng *(nói rộng như trên).*

"Cách cõi Ta-bà này hơn mười Hằng hà sa cõi nước về phía Tây Bắc có một quốc độ tên là Thủy, Đức Phật ở cõi nước đó hiệu là Thủy Vị Thượng *(nói rộng như trên).*

"Cách cõi Ta-bà này hơn một Hằng hà sa cõi nước về phía Đông Bắc có một quốc độ tên là Bảo Chủ, Đức Phật ở cõi nước đó hiệu là Bảo Tràng *(nói rộng như trên).*

"Cách cõi Ta-bà này hơn hai Hằng hà sa cõi nước về phía Đông Bắc có một quốc độ tên là Ma-ni-đà, Đức Phật ở cõi nước đó hiệu là Ma-ni Thanh Lương Thượng *(nói rộng như trên).*

"Cách cõi Ta-bà này hơn ba Hằng hà sa cõi nước về phía Đông Bắc có một quốc độ tên là Bảo Huệ, Đức Phật ở cõi nước đó hiệu là Bảo Huệ Thượng *(nói rộng như trên).*

"Cách cõi Ta-bà này hơn bốn Hằng hà sa cõi nước về phía Đông Bắc có một quốc độ tên là Kim Sắc, Đức Phật ở cõi nước đó hiệu là Kim Sắc Quang Âm *(nói rộng như trên).*

"Cách cõi Ta-bà này hơn năm Hằng hà sa cõi nước về phía Đông Bắc có một quốc độ tên là Võng, Đức Phật ở cõi nước đó hiệu là Võng Quang *(nói rộng như trên).*

"Cách cõi Ta-bà này hơn sáu Hằng hà sa cõi nước về phía Đông Bắc có một quốc độ tên là Kim Chủ, Đức Phật ở cõi nước đó hiệu là Diêm Phù Đàn Thượng *(nói rộng như trên).*

"Cách cõi Ta-bà này hơn bảy Hằng hà sa cõi nước về phía Đông Bắc có một quốc độ tên là Võng, Đức Phật ở cõi nước đó hiệu là Võng Quang *(nói rộng như trên).*

"Cách cõi Ta-bà này hơn tám Hằng hà sa cõi nước về phía Đông Bắc có một quốc độ tên là Tịnh Thủy, Đức Phật ở cõi nước đó hiệu là Thủy Vương *(nói rộng như trên).*

"Cách cõi Ta-bà này hơn chín Hằng hà sa cõi nước về phía Đông Bắc có một quốc độ tên là Ngọc Châu, Đức Phật ở cõi nước đó hiệu là Ngọc Tạng *(nói rộng như trên).*

"Cách cõi Ta-bà này hơn mười Hằng hà sa cõi nước về phía Đông Bắc có một quốc độ tên là Bảo Châu, Đức Phật ở cõi nước đó hiệu là Bảo Địa *(nói rộng như trên).*

"Cách cõi Ta-bà này hơn một Hằng hà sa cõi nước về phía Đông Nam có một quốc độ tên là Kim Cang Tích, Đức Phật ở cõi nước đó hiệu là Kim Cang Huệ *(nói rộng như trên).*

"Cách cõi Ta-bà này hơn hai Hằng hà sa cõi nước về phía Đông Nam có một quốc độ tên là Nhất Thiết Giác, Đức Phật ở cõi nước đó hiệu là Nhất Thiết Giác Huệ Tràng *(nói rộng như trên).*

"Cách cõi Ta-bà này hơn ba Hằng hà sa cõi nước về phía Đông Nam có một quốc độ tên là Tất-đàn Chủ, Đức Phật ở cõi nước đó hiệu là Tất-đàn Nghĩa Thắng *(nói rộng như trên).*

"Cách cõi Ta-bà này hơn bốn Hằng hà sa cõi nước về phía Đông Nam có một quốc độ tên là Vô Cấu, Đức Phật ở cõi nước đó hiệu là Vô Cấu Lưu Ly *(nói rộng như trên).*

"Cách cõi Ta-bà này hơn năm Hằng hà sa cõi nước về phía Đông Nam có một quốc độ tên là Bất Na Vị, Đức Phật ở cõi nước đó hiệu là Bất Na Tụ *(nói rộng như trên)*.

"Cách cõi Ta-bà này hơn sáu Hằng hà sa cõi nước về phía Đông Nam có một quốc độ tên là Hương Vị, Đức Phật ở cõi nước đó hiệu là Hương Nghiêm *(nói rộng như trên)*.

"Cách cõi Ta-bà này hơn bảy Hằng hà sa cõi nước về phía Đông Nam có một quốc độ tên là Hương Chủ, Đức Phật ở cõi nước đó hiệu là Hương Tạng *(nói rộng như trên)*.

"Cách cõi Ta-bà này hơn tám Hằng hà sa cõi nước về phía Đông Nam có một quốc độ tên là Trực Hạnh, Đức Phật ở cõi nước đó hiệu là Trực Thắng *(nói rộng như trên)*.

"Cách cõi Ta-bà này hơn chín Hằng hà sa cõi nước về phía Đông Nam có một quốc độ tên là Vô Giá, Đức Phật ở cõi nước đó hiệu là Vô Giá Thượng *(nói rộng như trên)*.

"Cách cõi Ta-bà này hơn mười Hằng hà sa cõi nước về phía Đông Nam có một quốc độ tên là Vô Biên Châu La, Đức Phật ở cõi nước đó hiệu là Vô Biên Vương *(nói rộng như trên)*.

"Cách cõi Ta-bà này hơn một Hằng hà sa cõi nước về phía Tây Nam có một quốc độ tên là Vô Lượng Quang, Đức Phật ở cõi nước đó hiệu là Vô Lượng Thọ *(nói rộng như trên)*.

"Cách cõi Ta-bà này hơn hai Hằng hà sa cõi nước về phía Tây Nam có một quốc độ tên là Vô Lượng Nhãn, Đức Phật ở cõi nước đó hiệu là Vô Lượng Tự Tại *(nói rộng như trên)*.

"Cách cõi Ta-bà này hơn ba Hằng hà sa cõi nước về phía Tây Nam có một quốc độ tên là Hỏa Viêm, Đức Phật ở cõi nước đó hiệu là Hỏa Viêm Quang *(nói rộng như trên)*.

"Cách cõi Ta-bà này hơn bốn Hằng hà sa cõi nước về phía Tây Nam có một quốc độ tên là Hoại Ám, Đức Phật ở cõi nước đó hiệu là Hoại Ám Vương *(nói rộng như trên)*.

"Cách cõi Ta-bà này hơn năm Hằng hà sa cõi nước về phía Tây Nam có một quốc độ tên là Điều Phục Chủ, Đức Phật ở cõi nước đó hiệu là Điều Phục Tạng *(nói rộng như trên)*.

"Cách cõi Ta-bà này hơn sáu Hằng hà sa cõi nước về phía Tây Nam có một quốc độ tên là Vô Sanh, Đức Phật ở cõi nước đó hiệu là Vô Sanh Tự Tại *(nói rộng như trên)*.

"Cách cõi Ta-bà này hơn bảy Hằng hà sa cõi nước về phía Tây Nam có một quốc độ tên là Hương Chủ, Đức Phật ở cõi nước đó hiệu là Hương Tượng *(nói rộng như trên)*.

"Cách cõi Ta-bà này hơn tám Hằng hà sa cõi nước về phía Tây Nam có một quốc độ tên là Hương Khiếp, Đức Phật ở cõi nước đó hiệu là Hương Khiếp Vương *(nói rộng như trên)*.

"Cách cõi Ta-bà này hơn chín Hằng hà sa cõi nước về phía Tây Nam có một quốc độ tên là Nhạo Tán, Đức Phật ở cõi nước đó hiệu là Long Nhạo *(nói rộng như trên)*.

"Cách cõi Ta-bà này hơn mười Hằng hà sa cõi nước về phía Tây Nam có một quốc độ tên là Thắng Man, Đức Phật ở cõi nước đó hiệu là Thắng Điều Phục Thượng *(nói rộng như trên)*.

"Cách cõi Ta-bà này hơn một Hằng hà sa cõi nước về phương trên có một quốc độ tên là Nhẫn Kiến, Đức Phật ở cõi nước đó hiệu là Nhất Thiết Thế Gian Nhạo Kiến Cao Hiển Vương Thần Lực Nghiêm Tịnh Đại Thệ Trang Nghiêm Địa Tự Tại Vương Nhất Thiết Quang Minh Tích Tụ Môn *(nói rộng như trên)*.

"Cách cõi Ta-bà này hơn hai Hằng hà sa cõi nước về phương trên có một quốc độ tên là Phân-đà-lợi, Đức Phật ở cõi nước đó hiệu là Diệu Pháp Phân-đà-lợi *(nói rộng như trên)*.

"Cách cõi Ta-bà này hơn ba Hằng hà sa cõi nước về phương trên có một quốc độ tên là Thủy Tiểu Hoa, Đức Phật ở cõi nước đó hiệu là Tiểu Hoa Vương *(nói rộng như trên)*.

"Cách cõi Ta-bà này hơn bốn Hằng hà sa cõi nước về phương trên có một quốc độ tên là Vô Ưu, Đức Phật ở cõi nước đó hiệu là Ly Nhất

Thiết Ưu *(nói rộng như trên)*.

"Cách cõi Ta-bà này hơn năm Hằng hà sa cõi nước về phương trên có một quốc độ tên là Thanh Liên Hoa, Đức Phật ở cõi nước đó hiệu là Bảo Hoa Thắng *(nói rộng như trên)*.

"Cách cõi Ta-bà này hơn sáu Hằng hà sa cõi nước về phương trên có một quốc độ tên là Ba-đầu-ma Chủ, Đức Phật ở cõi nước đó hiệu là Ba-đầu-ma Tạng *(nói rộng như trên)*.

"Cách cõi Ta-bà này hơn bảy Hằng hà sa cõi nước về phương trên có một quốc độ tên là Cưu-mâu-đà, Đức Phật ở cõi nước đó hiệu là Cưu-mâu-đà Tạng *(nói rộng như trên)*.

"Cách cõi Ta-bà này hơn tám Hằng hà sa cõi nước về phương trên có một quốc độ tên là Trúc, Đức Phật ở cõi nước đó hiệu là Trúc Hương *(nói rộng như trên)*.

"Cách cõi Ta-bà này hơn chín Hằng hà sa cõi nước về phương trên có một quốc độ tên là Câu-ca-ni, Đức Phật ở cõi nước đó hiệu là Nhất Thiết Thắng Vương *(nói rộng như trên)*.

"Cách cõi Ta-bà này hơn mười Hằng hà sa cõi nước về phương trên có một quốc độ tên là Công Đức Hà, Đức Phật ở cõi nước đó hiệu là Nhất Thiết Thế Gian Hà Vương Tự Tại *(nói rộng như trên)*.

"Cách cõi Ta-bà này hơn một Hằng hà sa cõi nước về phương dưới có một quốc độ tên là Sư Tử Tích Tụ, Đức Phật ở cõi nước đó hiệu là Sư Tử Du Hý *(nói rộng như trên)*.

"Cách cõi Ta-bà này hơn hai Hằng hà sa cõi nước về phương dưới có một quốc độ tên là Sư Tử Quật, Đức Phật ở cõi nước đó hiệu là Sư Tử Hống *(nói rộng như trên)*.

"Cách cõi Ta-bà này hơn ba Hằng hà sa cõi nước về phương dưới có một quốc độ tên là Nhẫn Tác, Đức Phật ở cõi nước đó hiệu là Nhẫn Tác Hoa *(nói rộng như trên)*.

"Cách cõi Ta-bà này hơn bốn Hằng hà sa cõi nước về phương dưới có một quốc độ tên là Thắng, Đức Phật ở cõi nước đó hiệu là Nhất

Thiết Sanh Thắng *(nói rộng như trên)*.

"Cách cõi Ta-bà này hơn năm Hằng hà sa cõi nước về phương dưới có một quốc độ tên là Vô Ngại Tích Tụ, Đức Phật ở cõi nước đó hiệu là Đại Thừa Du Hý Vương *(nói rộng như trên)*.

"Cách cõi Ta-bà này hơn sáu Hằng hà sa cõi nước về phương dưới có một quốc độ tên là Tần Đà, Đức Phật ở cõi nước đó hiệu là Tần Đà Sơn Đảnh *(nói rộng như trên)*.

"Cách cõi Ta-bà này hơn bảy Hằng hà sa cõi nước về phương dưới có một quốc độ tên là Tôn Trọng Nạn Kiến, Đức Phật ở cõi nước đó hiệu là Nhất thiết Cung Kính Vương *(nói rộng như trên)*.

"Cách cõi Ta-bà này hơn tám Hằng hà sa cõi nước về phương dưới có một quốc độ tên là Trì Huệ, Đức Phật ở cõi nước đó hiệu là Trì Huệ Vương *(nói rộng như trên)*.

"Cách cõi Ta-bà này hơn chín Hằng hà sa cõi nước về phương dưới có một quốc độ tên là Địa Huệ, Đức Phật ở cõi nước đó hiệu là Địa Huệ Vương *(nói rộng như trên)*.

"Cách cõi Ta-bà này hơn mười Hằng hà sa cõi nước về phương dưới có một quốc độ tên là Thường Hoan Hỷ Vương, Đức Phật ở cõi nước đó hiệu là Đoạn Nhất Thiết Ngại, đang giáo hóa ở đời. Các ông hãy đến thưa hỏi với Đức Phật ấy rằng:

"Làm thế nào mà Đức Phật Thích-ca Mâu-ni trụ nơi cõi Quảng Thiết Trang Nghiêm mà vẫn có thể trụ nơi thế giới Ta-bà, không nhập Niết-bàn? Ương-quật-ma-la và Văn-thù-sư-lợi các ông hãy cùng đến hỏi Phật ấy về nghĩa này. Đức Phật ấy sẽ quyết nghi tất cả. Đức Như Lai sẽ vì các ông mà nói. Do có thể đoạn trừ tất cả nghi hoặc nên Phật ấy có hiệu là Đoạn Nhất Thiết Nghi Phật."

Bấy giờ Văn-thù-sư-lợi và Ương-quật-ma-la cùng bạch với Đức Phật rằng:

"Bạch Đức Thế Tôn, lành thay lành thay! Chúng con xin cung kính thọ giáo."

Nói rồi nhị vị đảnh lễ dưới chân Phật, giống như Nhạn vương cưỡi hư không mà đi đến cõi Thường Hoan Hỷ Vương, đảnh lễ dưới chân

Đoạn Nhất Thiết Nghi Như Lai rồi ngồi sang một bên, bạch với Đức Phật ấy rằng:

"Chúng con từ nơi Đức Phật Thích-ca Mâu-ni ở thế giới Ta-bà, đi đến khắp các Đức Như Lai ở mười phương thế giới, mỗi phương chúng con đi đến cả mười thế giới để hỏi nghĩa này, rằng làm thế nào mà Đức Phật Thích-ca Mâu-ni có thể trụ trong thế giới Ta-bà mà không nhập cảnh giới giải thoát Niết-bàn? Các Đức Như Lai kia đều dạy chúng con rằng: 'Đức Phật Thích-ca Mâu-ni chính là thân của ta'. Các Đức Phật kia cũng sẽ tự quyết nghi cho các ông. Đức Phật Thích-ca Mâu-ni lại bảo chúng con đến chỗ của Thế Tôn, nói rằng Đoạn Nhất Thiết Nghi Như Lai cũng sẽ vì các ông mà nói. Vì vậy hôm nay chúng con xin thưa hỏi chỗ nghi ngờ, vì sao Đức Phật Thích-ca Mâu-ni vẫn trụ nơi Ta-bà thế giới mà không nhập Niết-bàn? Đức Phật kia đáp rằng: 'Các ông hãy về đi! Đức Phật kia sẽ tự giải quyết tất cả các nghi ngờ của các ông.' Như vậy có đến vô lượng Đức Thích-ca Mâu-ni Như Lai sai sử."

Lúc ấy, cả hai vị đều thốt lên rằng: "Lành thay lành thay! Chúng con xin cung kính thọ giáo". Nói rồi đảnh lễ dưới chân Phật, cung kính từ biệt trở về, đến chỗ Đức Phật Thích-ca Mâu-ni, cúi đầu tác lễ như thế rồi tán thán rằng:

"Kỳ lạ thay, bạch Đức Thế Tôn! Thích-ca Mâu-ni Như Lai giữ vô lượng A-tăng-kỳ thân kỳ đặc. Tất cả đều bảo chúng con rằng: 'Các ông hãy về đi! Đức Phật Thích-ca Mâu-ni sẽ quyết nghi cho các ông. Đức Phật Thế Tôn ấy chính là thân của ta'."

Bấy giờ Thế Tôn bảo với Văn-thù-sư-lợi và Ương-quật-ma rằng:

"Các Đức Như Lai kia nói với các ông rằng: 'Ta chính là thân của các Đức Như Lai kia chăng?'"

Văn-thù đáp:

"Đúng như vậy! Bạch Đức Thế Tôn! Các Đức Như Lai đều nói như vậy."

Lúc ấy Thế Tôn hỏi Văn-thù rằng:

"Thế giới của các Đức Như Lai kia thế nào?"

Văn-thù đáp:

"Các thế giới kia không có cát đá, bằng phẳng như mặt nước yên lặng, mềm mại, mịn màng như là tơ lụa. Giống như cõi nước An Lạc, không có năm trược, cũng không có người nữ, Thanh Văn, Duyên Giác, chỉ có Nhất thừa, không có các Thừa khác."

Đức Phật bảo với Văn-thù và Ương-quật-ma-la rằng:

"Nếu có thiện nam tử, thiện nữ nhân nào xưng tán danh hiệu của tất cả các Đức Phật kia, hoặc là đọc tụng, hoặc là biên chép, hoặc chỉ nghe qua cho đến nói năng, cười đùa, hoặc thuận theo người khác, hoặc chính mình tự muốn hiển bày... Những người như thế nếu gặp phải mọi sự khủng bố xảy ra thảy đều được tiêu diệt. Tất cả các Trời, Rồng, Càn-thát-bà, A-tu-la, Ca-lầu-la, Khẩn-na-la, Ma-hầu-la-già đều không thể nào loạn họ. Khi nghe đến họ, các loài ấy liền ủng hộ, đóng hết các cửa của bốn thú. Những người chưa phát tâm khi nghe ta nói đều được nhân hạnh Bồ-đề. Huống hồ những người dùng tâm thanh tịnh, hoặc đọc hoặc tụng, hoặc biên chép, hoặc lắng nghe.

"Này Ương-quật-ma-la! Như Lai có đại oai đức lực kỳ đặc, phương tiện tổng trì Đại A-tu-la thuyết, tám mươi ức Phật đều là một Phật, chính là thân ta. Nói rộng ra như thế, sắc thân Như Lai vô lượng vô biên như thế, Như Lai thành tựu vô lượng công đức như vậy. Làm sao có chuyện hoặc vô thường, hoặc tật bệnh, thân của Như Lai là thường trụ vô biên. Ta nay lại nên nói rộng có căn bản, có nhân, có duyên. Nhân của tất cả Phật thảy đều không thích sanh vào thế giới này. Đó là do chúng sanh ở cõi này không thể sửa trị. Do vì nghĩa đó, ta ở trong thế giới này để sửa trị những chúng sanh bất khả trị, xả bỏ bao nhiêu thân cho nên mới có thân sanh mà bất sanh vậy.

"Ta ở trong vô lượng A-tăng-kỳ kiếp, vì muốn hộ pháp nên xả bỏ thân nhiều như cát sông Hằng. Mỗi mỗi thân hoặc bị thương, hoặc bị đánh, hoặc bị hoại, vì thế nên sanh ra thân bất hoại vô vi này.

"Ta ở trong A-tăng-kỳ kiếp ở rất nhiều trụ xứ, tinh tấn xả thân Hằng hà sa số. Mỗi mỗi thân trụ vô lượng kiếp tinh tấn tu hành khổ hạnh, vì thế nên mới sanh được cái thân không già.

"Ta ở trong vô lượng A-tăng-kỳ kiếp, khi sanh ở Tật dịch kiếp thì hóa thành lương dược, mỗi mỗi thân hướng đến Hằng hà sa kiếp nên mới sanh được cái thân không bệnh.

"Ta ở trong vô lượng A-tăng-kỳ kiếp, Hằng hà sa đời, vì muốn đoạn trừ bệnh đói khát của vô lượng chúng sanh nên bố thí Đại thừa vị, nhờ vậy mà được sanh ra thân bất tử.

"Ta ở trong vô lượng A-tăng-kỳ kiếp, Hằng hà sa đời, trừ bỏ phiền não cấu nhiễm vô lượng chúng sanh, vì các việc khó mà hiển bày Như Lai Tạng, nhờ đó mà sanh được thân không nhiễm ô.

"Ta ở trong vô lượng A-tăng-kỳ kiếp, Hằng hà sa đời, đối với tất cả chúng sanh đều dùng tâm bình đẳng yêu thương, như cha, như mẹ, như anh, như em, nhờ đó mà sanh được Vô tội thân.

"Ta ở trong vô lượng A-tăng-kỳ kiếp, Hằng hà sa đời, vô lượng chúng sanh, chư thiên và loài người, những kẻ không nói thật ngữ, ta an lập Đại thừa đế cho họ, nhờ vậy nên mới sanh được Đế thường thân.

"Ta ở trong vô lượng A-tăng-kỳ kiếp, Hằng hà sa đời, vô lượng chúng sanh, chư thiên và loài người, các kẻ phi pháp, ta an lập pháp Xuất thế gian cho họ, nhờ vậy mà sanh được Pháp thân này.

"Ta ở trong vô lượng A-tăng-kỳ kiếp, Hằng hà sa đời, vô lượng chúng sanh, chư thiên và loài người, những kẻ tin theo tà kiến, ta an lập chánh kiến cho họ, nhờ vậy mà sanh được thân tịch tĩnh đệ nhất này.

"Ta ở trong vô lượng A-tăng-kỳ kiếp, Hằng hà sa đời, vô lượng chúng sanh, chư thiên và loài người, những kẻ bị khủng bố, sợ hãi, ta an lập sự vô úy cho họ, vì vậy mà sanh được thân an ổn này.

"Ta ở trong vô lượng A-tăng-kỳ kiếp, Hằng hà sa đời, vô lượng chúng sanh, chư thiên và loài người, những kẻ chịu nhiều lo âu và xúc não, ta an lập sự vô ưu não cho họ, nhờ vậy mà sanh được thân vô ưu lìa não này.

"Ta ở trong vô lượng A-tăng-kỳ kiếp, Hằng hà sa đời, tất cả trời người, những kẻ thích dâm dục người khác, ta an lập Đại Thi-la uy nghi cho họ, nhờ vậy mà sanh được thân vô trần ly trần này.

"Ta ở trong vô lượng A-tăng-kỳ kiếp, Hằng hà sa đời, vô lượng chúng sanh, những kẻ ghét các loại hình tượng, ta nhiếp phục họ, giúp họ trở nên thanh tịnh, rồi an lập chánh pháp cho họ, nhờ vậy mà sanh được pháp thân khônggầy yếu này.

"Ta ở trong vô lượng A-tăng-kỳ kiếp, Hằng hà sa đời, ta giải trừ tất cả phiền não của vô lượng chúng sanh, chư thiên và loài người, những kẻ bần cùng, ta bố thí cả tài và pháp, an lập Bồ-đề cho họ, nhờ vậy mà sanh được pháp thân không tai chướng này.

"Ta ở trong vô lượng A-tăng-kỳ kiếp, Hằng hà sa đời, cùng với vô lượng chúng sanh, chư thiên và loài người, những kẻ chạy theo ái dục, ta an lập sự ly dục cho họ, nhờ vậy mà sanh được thân vô não này.

"Ta ở trong vô lượng A-tăng-kỳ kiếp, Hằng hà sa đời, vô lượng chúng sanh, chư thiên và loài người giống như trừ rắn độc, nhờ vậy mà sanh được pháp thân vô hoạn, ly hoạn này.

"Ta ở trong vô lượng A-tăng-kỳ kiếp, Hằng hà sa đời, vô lượng chúng sanh, chư thiên và loài người, ta kết nối sự thân thuộc với pháp, sự thân thuộc sâu dày của thế gian không vượt qua sự thân thuộc với pháp, nhờ vậy mà sanh được Vô tác pháp minh hiển diệu thân.

"Ta ở trong vô lượng A-tăng-kỳ kiếp, Hằng hà sa đời, vì vô lượng chúng sanh, chư thiên và loài người, ta diễn thuyết pháp Như Lai tạng thanh tịnh một cách như pháp, nhờ vậy mà sanh được thân vô sở hữu này.

"Ta ở trong vô lượng A-tăng-kỳ kiếp, Hằng hà sa đời, vô lượng chúng sanh, chư thiên và loài người, ta an lập tất cả khiến cho họ trụ nơi bí mật hy hữu của Như Lai, nhờ vậy mà sanh được thân hy hữu này.

"Ta ở trong vô lượng A-tăng-kỳ kiếp, Hằng hà sa đời, đem Đức Phật để thành tựu vô lượng chúng sanh, chư thiên và loài người, nhờ vậy mà sanh được thân Vô lượng vô biên tôn thắng.

"Ta ở trong vô lượng A-tăng-kỳ kiếp, Hằng hà sa đời, vì độ vô lượng chúng sanh, đối với họ tộc tạp loại ở tất cả mọi nơi ta đều thị hiện thọ sanh, nhờ vậy mà sanh được thân cao lớn này.

"Ta ở trong vô lượng A-tăng-kỳ kiếp, Hằng hà sa đời, khiến cho vô lượng chúng sanh vượt qua tất cả Hữu, ta an lập Bồ-đề cho họ, nhờ vậy mà sanh được thân Vô thượng.

"Ta ở trong vô lượng A-tăng-kỳ kiếp, Hằng hà sa đời, hiện tùy thế gian chi tiết không đầy đủ, khiến vô lượng chúng sanh an lập nơi Bồ-đề, nhờ vậy mà sanh được pháp thân Vô thượng này.

"Ta ở trong vô lượng A-tăng-kỳ kiếp, Hằng hà sa đời, đối với Như Lai tạng có tánh thường hằng bất ổn, ta vì tất cả chúng sanh an ủy, nói cho họ nghe, nhờ đó mà sanh được Hằng thân này.

"Ta ở trong vô lượng A-tăng-kỳ kiếp, Hằng hà sa đời, hộ trì tịnh giới, thấy thiên nữ, ma nữ và thế gian nữ không khởi nhiễm tâm, nhờ vậy mà sanh được pháp thân không bị nguy ách này.

"Ta ở trong vô lượng A-tăng-kỳ kiếp, Hằng hà sa đời, tất cả những bậc nữ nhân tôn trưởng trong thế gian không khởi nhiễm tâm, nhờ vậy mà sanh được thân không băng đọa này.

"Ta ở trong vô lượng A-tăng-kỳ kiếp, Hằng hà sa đời, ta giúp cho vô lượng chúng sanh cho đến súc sanh, ta an lập thâm pháp cho họ, nhờ vậy mà sanh được pháp thân thâm viễn này.

"Ta ở trong vô lượng A-tăng-kỳ kiếp, Hằng hà sa đời, ta vì vô lượng chúng sanh, chư thiên và loài người, ta trừ hết bệnh hoạn cho họ, nhờ vậy mà sanh được thân vô biên, vô tỷ này.

"Ta ở trong vô lượng A-tăng-kỳ kiếp, Hằng hà sa đời, ta giúp cho vô lượng chúng sanh, cho đến súc sanh, ta an lập thâm pháp cho họ, nhờ vậy mà sanh được thân thâm viễn này.

"Ta ở trong vô lượng A-tăng-kỳ kiếp, Hằng hà sa đời, vì tất cả trời người nói Như Lai tạng như dấu chim bay qua giữa hư không, khiến cho Phật tánh hiển hiện, nhờ vậy mà sanh được thân Bất khả kiến này.

"Ta ở trong vô lượng A-tăng-kỳ kiếp, Hằng hà sa đời, chuyển hóa vô lượng chúng sanh, chư thiên và loài người, những kẻ chấp Vô ngã kiến, ta chỉ bày cho họ Như Lai tạng khó thấy, nhờ vậy mà sanh được thân Nhất thiết chúng sanh nan kiến này.

"Ta ở trong vô lượng A-tăng-kỳ kiếp, Hằng hà sa đời, khiến cho tất cả trời người không gia hại chúng sanh, an lập chánh pháp cho họ, nhờ vậy mà sanh được thân vi tế này.

"Ta ở trong vô lượng A-tăng-kỳ kiếp, Hằng hà sa đời, ta khiến cho tất cả người sanh trưởng pháp lạc, nhờ vậy mà sanh được thân viên mãn này.

"Ta ở trong vô lượng A-tăng-kỳ kiếp, Hằng hà sa đời, chỉ bày cho tất cả trời người kho tàng của Như Lai, như nay nhìn thấy Văn-thù-sư-lợi, nhờ vậy mà sanh được Bất nan kiến thân.

"Ta ở trong vô lượng A-tăng-kỳ kiếp, Hằng hà sa đời, ta giải thoát mọi triền phược cho tất cả chúng sanh rồi an lập pháp giải thoát cho họ, nhờ vậy mà sanh được Cực nan kiến thân.

"Ta ở trong vô lượng A-tăng-kỳ kiếp, Hằng hà sa đời, đối với tất cả các Hữu như trời người, ác thú, ta trụ khắp trong đó, khiến cho tất cả họ đều an lập được sự giải thoát chân thật, nhờ vậy mà sanh được Vô phân thân.

"Ta ở trong vô lượng A-tăng-kỳ kiếp, Hằng hà sa đời, giúp cho tất cả trời người đều hành trì Ngũ giới thanh tịnh, nhờ vậy mà sanh được thân không có gân cốt này.

"Ta ở trong vô lượng A-tăng-kỳ kiếp, Hằng hà sa đời, khéo phát Đại nguyện độ tất cả chúng sanh, nhờ vậy mà sanh được thân Nhất thiết xứ giải thoát.

"Ta ở trong vô lượng A-tăng-kỳ kiếp, Hằng hà sa đời, ta nhổ hết những mũi tên ác kiến của tất cả chúng sanh, rồi an lập pháp thân chân thật cho họ, nhờ vậy mà sanh được thân Tịch tĩnh bất biến dị này.

"Ta ở trong vô lượng A-tăng-kỳ kiếp, Hằng hà sa đời, xem tất cả chúng sanh như La-hầu-la, cũng khiến cho họ bình đẳng như con ruột vậy, nhờ vậy mà sanh được thân Tịch chỉ này.

"Ta ở trong vô lượng A-tăng-kỳ kiếp, Hằng hà sa đời, tự mình tu hạnh tri túc, khiến cho người khác cũng biết đủ như vậy, nhờ vậy mà sanh được Thượng chỉ thân này.

"Ta ở trong vô lượng A-tăng-kỳ kiếp, Hằng hà sa đời, ta vì các

Thanh Văn nói pháp Ly thực, biết đủ, nhờ vậy mà sanh được thân Đoạn nhất thiết cầu Ba-la-mật này.

"Ta ở trong vô lượng A-tăng-kỳ kiếp, Hằng hà sa đời, ta xả ly tất cả việc ăn uống cá thịt ngon lành, đồng thời cũng giáo hóa chúng sanh khiến họ lìa bỏ việc ăn cá thịt ấy, nhờ vậy mà sanh được thân tướng mỹ diệu tốt đẹp này.

"Ta ở trong vô lượng A-tăng-kỳ kiếp, Hằng hà sa đời, ta khiến cho vô lượng chúng sanh, chư thiên và loài người nhổ tất cả phiền não, nhờ vậy mà sanh được thân lìa hư ngụy này.

"Ta ở trong vô lượng A-tăng-kỳ kiếp, Hằng hà sa đời, tất cả chúng sanh, các loại ác tượng, ta hủy hoại trụ xứ của họ, đuổi họ ra khỏi chỗ mọi người giống như hỏa trạch, như vậy mà sanh được thân phá trạch này.

"Ta ở trong vô lượng A-tăng-kỳ kiếp, Hằng hà sa đời, vô lượng chúng sanh, những kẻ bị mê hoặc bởi Tứ đảo[182], ta cho uống pháp vị, nhờ đó mà sanh được Ly mạn phạm thân này.

"Ta ở trong vô lượng A-tăng-kỳ kiếp, Hằng hà sa đời, vô lượng chúng sanh ở trong Như Lai tạng, ta nói đạo tịch tĩnh thường hằng, xa lìa tội lỗi tạp loạn, giúp họ đạt được sự chánh chơn rốt ráo, nhờ vậy mà sanh được Tịch tĩnh xả thân này.

"Ta ở trong vô lượng A-tăng-kỳ kiếp, Hằng hà sa đời, vô lượng chúng sanh, những kẻ chấp Phật ngữ là vô ngã, ta kiến lập Hữu ngã, như ngón tay chỉ mặt trăng, nhờ vậy mà sanh được Xả ly thân.

"Ta ở trong vô lượng A-tăng-kỳ kiếp, Hằng hà sa đời, đối với Vô lượng Bát-niết-bàn, ta nhập Niết-bàn, đối với kẻ chấp không có Bát-niết-bàn, ta nhập Niết-bàn, nhờ vậy mà sanh được pháp thân như pháp.

"Ta ở trong vô lượng A-tăng-kỳ kiếp, Hằng hà sa đời, cùng tận cõi vô lượng chúng sanh, cực phương tiện cầu Như Lai tạng cấu bất

---

[182] Tứ đảo, 四倒, Skt. *Viparyāsa*, Bốn sự điên đảo: thường, lạc, ngã, tịnh, là những nhận thức sai lầm về thực tại.

khả đắc, nhờ vậy mà sanh thân trong thế giới này, vì tất cả chúng sanh thảy đều chấp có thế giới này.

"Ta ở trong vô lượng A-tăng-kỳ kiếp, Hằng hà sa đời, ta diễn thuyết pháp Đại thừa Vô ngại trí, vô ngã, ngã sở, những pháp môn chân thật, nhờ vậy mà sanh được Vô nhập xứ thân.

"Ta ở trong vô lượng A-tăng-kỳ kiếp, Hằng hà sa đời, ta thành tựu cho vô lượng chúng sanh, khiến họ sợ hãi phiền não, nhờ vậy mà sanh được thân Thiện Xuất thế gian thượng này.

"Ta ở trong vô lượng A-tăng-kỳ kiếp, Hằng hà sa đời, ta vì tất cả chúng sanh mà tác thành hướng nẻo quay về, những kẻ không nơi nương tựa ta làm nơi nương tựa, những kẻ không thân thuộc ta làm người thân thuộc, nhờ vậy mà sanh được thân như vạn dòng sông đều chảy ra biển lớn.

"Ta ở trong vô lượng A-tăng-kỳ kiếp, Hằng hà sa đời, ta xả bỏ vô lượng khoái lạc ở cung điện Chuyển Luân Vương Vị, vào núi học đạo, nhờ vậy mà sanh được thân cung điện thân an lạc bất động đem tâm Vô úy để nói về Kinh Như Lai tạng, nhờ vậy mà sanh được An trụ thân này.

"Ta ở trong vô lượng A-tăng-kỳ kiếp, Hằng hà sa đời, ta đem tâm Vô úy để nói về Kinh Như Lai tạng, nhờ vậy mà sanh được An trụ thân này.

"Ta ở trong vô lượng A-tăng-kỳ kiếp, Hằng hà sa đời, ta lìa chúng kiêu mạn như người giữ Tịnh giới tránh lìa Chiên-đà-la, cho đến không dùng ca uống nước chung với họ, nhờ vậy mà sanh được thân không hối hận này.

"Ta ở trong vô lượng A-tăng-kỳ kiếp, Hằng hà sa đời, đối với vô lượng chúng sanh, ta làm vơi nhẹ hết những phiền não nặng nề, nhờ vậy mà sanh được thân ngơi nghỉ, chiếu sáng rõ ràng.

"Ta ở trong vô lượng A-tăng-kỳ kiếp, Hằng hà sa đời, chê bai kẻ ở tại gia như ở trong lao ngục, nhờ vậy mà sanh được thân tất cả chúng sanh đều mong cầu.

"Ta ở trong vô lượng A-tăng-kỳ kiếp, Hằng hà sa đời, ta khiến cho vô lượng chúng sanh đoạn hết Ba độc Tham, Nhuế, Si, nhờ vậy mà sanh được thân không bệnh, không sợ, vô ngã.

"Ta ở trong vô lượng A-tăng-kỳ kiếp, Hằng hà sa đời, ta đối với vô lượng chúng sanh, chư thiên và loài người, chê bai sự ham vui phiền não của hàng nữ nhân giống như rắn độc, nhờ vậy mà sanh được Diệt thân này.

"Ta ở trong vô lượng A-tăng-kỳ kiếp, Hằng hà sa đời, đối với hạnh Bồ-tát mà Đăng Quang Như Lai tu tập, ta nghe và tự thọ ký, tùy thuận như pháp, không hủy báng kinh pháp, nhờ vậy mà sanh được Xá trạch thân này.

"Ta ở trong Vô lượng A-tăng-kỳ kiếp, Hằng hà sa đời, nghe nói trong Như Lai tạng, tất cả chúng sanh đoạn hết các phiền não liền được thành Phật, nhân đó tin ưa, che chở, cứu giúp chúng sanh, nhờ đó mà sanh được thân che chở cứu giúp này.

"Khi ta còn ở thời kỳ tu hạnh Bồ-tát Vô lượng A-tăng-kỳ kiếp, Hằng hà sa đời, ta làm nhẫn nhục tiên nhân, thực hành Tứ vô lượng tâm, nhờ vậy mà sanh được thân Nhất thiết chúng sanh y hộ.

"Ta ở trong Vô lượng A-tăng-kỳ kiếp, Hằng hà sa đời, thường vì vô lượng chư thiên và người đời, ta diễn thuyết Đại thừa Nhất thừa Vô thượng thừa vô ngại, thừa giáo trí tuệ chiếu sáng mà tất cả chúng sanh thú hướng. Các chúng sanh ấy nghe ta nói rồi, nhờ Đại thừa này mà phá được A-tăng-kỳ ác, vì vậy sanh được Thú hướng thân này.

"Ta ở trong Vô lượng A-tăng-kỳ kiếp, Hằng hà sa đời, đối với cõi Tán thán, cõi An ổn, cõi Như Lai tạng vô cấu đệ nhất của tất cả chúng sanh, ta không hiệp hội, nhờ vậy nên sanh được thân Vô hiệp hội này.

"Ta ở trong Vô lượng A-tăng-kỳ kiếp, Hằng hà sa đời, ta khiến cho vô lượng chúng sanh, chư thiên và loài người nhập vào cảnh giới bạch tịnh giải thoát, không có nhà cửa, nhờ vậy mà sanh được thân Dung thọ thắng thân rộng lớn rỗng rang vô hạn.

"Ta ở trong Vô lượng A-tăng-kỳ kiếp, Hằng hà sa đời, đối với vô lượng chúng sanh, hoặc nam hoặc nữ, ta khởi tưởng họ đều là cha mẹ, anh em, chị em với họ, nhờ vậy mà sanh được Nhất thiết xứ vô thượng phụ thân (Cha vô thượng ở tất cả mọi nơi).

"Ta ở trong Vô lượng A-tăng-kỳ kiếp, Hằng hà sa đời, ở trong kiếp cơ cẩn đói khát, ta đem vô lượng thân để bố thí cho họ ăn, nhờ vậy mà sanh được thân Nhất thiết xứ ly cơ khát bệnh (lìa đói khát ở tất cả mọi nơi).

"Ta ở trong Vô lượng A-tăng-kỳ kiếp, Hằng hà sa đời, ta vì vô lượng chúng sanh chê bai sự xấu ác của hàng Nhất-xiển-đề khiến họ sợ hãi, nhờ vậy mà sanh được thân Xả ly nhất thiết Hữu.

"Ta ở trong Vô lượng A-tăng-kỳ kiếp, Hằng hà sa đời, ta thị hiện Vô lượng Phương tiện thân, Pháp thân, Thắng Dược Thọ thân (cây thuốc thù thắng), không thêm thì không phải là nhân thuần thiện, nhờ vậy mà sanh được thân Nhất thiết vô hành tịch chỉ.

"Ta ở trong Vô lượng A-tăng-kỳ kiếp, Hằng hà sa đời, ta độ vô lượng chúng sanh giúp họ diệt trừ phiền não, chỉ cho họ tự tánh rõ ràng như nhìn thấy quả Yêm-la trong lòng bàn tay vậy, nhờ đó mà sanh được Đoạn Đạo thân.

"Ta ở trong Vô lượng A-tăng-kỳ kiếp, Hằng hà sa đời, ta vì vô lượng chúng sanh chê bai Nhất thiết hữu giống như bốn loài rắn độc, như chiếc bình không, nhờ vậy mà sanh được thân lìa các tân dịch luân lưu khắp gân mạch.

"Ta ở trong Vô lượng A-tăng-kỳ kiếp, Hằng hà sa đời, ta vì vô lượng chúng sanh diệt trừ vô lượng phiền não của Nhất thiết hữu, đạt đến Niết-bàn ly dục diệt tận, nhờ vậy mà sanh được thân khoái lạc bất động của Niết-bàn.

"Này Ương-quật-ma-la! Ta ở trong vô lượng A-tăng-kỳ kiếp, tất cả chỗ trụ vô biên tế, ta lại trụ ở đó. Này Ương-quật-ma-la! Niết-bàn chính là giải thoát, giải thoát chính là Như Lai."

ƯƠNG-QUẬT-MA-LA KINH, QUYỂN THỨ BA

HẾT.

ƯƠNG-QUẬT-MA-LA KINH

QUYỂN THỨ TƯ

Tam Tạng Pháp Sư Cầu-na Bạt-đà-la,
người nước Thiên Trúc dịch vào đời Tống.

Bấy giờ Ương-quật-ma-la bạch với Đức Phật rằng:

"Bạch Đức Thế Tôn, kỳ lạ thay! Như Lai thương xót tất cả chúng sanh. Đó là việc khó nhất."

Phật bảo Ương-quật-ma-la:

"Chẳng phải là việc khó nhất của Như Lai. Còn có một việc khó nhất, đó là ở vị lai, chánh pháp trụ thế hơn tám mươi năm, an ủi mà nói Kinh Đại thừa Như Lai tạng thường hằng bất biến này. Đó mới là việc khó. Nếu có chúng sanh hành trì các pháp cùng loại thì đó cũng là việc khó. Nếu có chúng sanh nghe nói Như Lai tạng thường hằng bất biến rồi tùy thuận như thật thì đó cũng là việc khó."

Ương-quật-ma-la bạch với Đức Phật rằng:

"Bạch Đức Thế Tôn! Cái khó đó như thế nào?"

Phật bảo Ương-quật-ma-la:

"Giống như đại địa mang bốn gánh nặng[183]: một là đại thủy, hai là đại sơn, ba là thảo mộc, bốn là chúng sanh. Đó là bốn gánh nặng mà đại địa nâng đỡ."

---

[183] Bốn gánh nặng, 四重擔, Skt. *catvāri-bhāra*, Bốn gánh nặng của đời người: Sinh, lão, bệnh, tử, thúc đẩy sự tìm kiếm giải thoát.

Ương-quật-ma-la bạch với Đức Phật rằng:

"Đúng vậy bạch Đức Thế Tôn!"

Phật bảo Ương-quật-ma-la:

"Chẳng phải là đại địa gánh vác, nâng đỡ bốn gánh nặng. Vì sao vậy? Còn có những thứ khác gánh vác bốn gánh nặng nữa."

Ương-quật-ma-la bạch với Đức Phật:

"Ai vậy, bạch Đức Thế Tôn?"

Phật bảo Ương-quật-ma-la:

"Chánh pháp trụ thế hơn tám mươi năm, Bồ-tát Ma-ha-tát vì tất cả chúng sanh diễn thuyết Như Lai tạng thường hằng bất biến của Như Lai, đó là đang gánh vác bốn gánh nặng. Những gì là bốn? Đó là những chúng sanh có hình tướng hung ác thường muốn gia hại, các Bồ-tát ấy lại không quan tâm đến sự tồn vong của mình, dù xả bỏ thân mạng vẫn nói về Như Lai tạng thường hằng bất biến của Như Lai. Đó là gánh nặng thứ nhất, còn nặng hơn tất cả núi lớn tích tụ.

"Những chúng sanh có hình tướng hung tợn, chẳng phải ưu-bà-tắc, đem tâm hạnh Nhất-xiển-đề mà hủy báng mắng nhiếc, nhưng các Bồ-tát ấy nghe rồi đều có thể kham nhẫn được, đó là gánh nặng thứ hai, còn nặng hơn tất cả nước các biển lớn tích tụ.

"Không có duyên được nói Như Lai tạng cho các hàng quốc vương, đại thần, đại lực dũng tướng, cùng quyến thuộc của họ. Các vị Bồ-tát chỉ vì những hàng chúng sanh hạ liệt, hình thế tàn tạ, bần cùng khất cái mà kham nhẫn, diễn thuyết, đó là gánh nặng thứ ba, còn nặng hơn tất cả chúng sanh tích tụ lại.

"Trấn thủ cùng tận những chốn biên địa hạ tiện đầy dẫy phiền não, cơm áo thuốc thang khí cụ thô sơ tệ bạc, tất cả thảy đều gặp phải toàn chuyện thống khổ, không chút mảy may vui sướng, những người nam thảy đều tàvậy hủy báng, những người nữ lại thiếu hẳn niềm tin, những chỗ thành quách tụ lạc phong thịnh vui vẻ lại không được dừng trụ, đó là gánh nặng thứ tư, còn nặng hơn tất cả cỏ cây tích tụ.

"Nếu người có thể gánh vác được bốn gánh nặng này, đó chính là

Bồ-tát Ma-ha-tát, bậc có thể gánh vác bốn gánh nặng. Nếu Bồ-tát Ma-ha-tát muốn xả bỏ thân mạng để chánh pháp trụ thế hơn tám mươi năm, diễn thuyết Như Lai tạng thường hằng bất biến của Như Lai, đó chính là việc cực kỳ khó. Nếu có thể duy trì các chúng sanh ấy, đó cũng chính là việc cực kỳ khó. Các chúng sanh ấy nghe nói về Như Lai tạng thường hằng bất biến của Như Lai mà có thể khởi lòng tin ưa, đó cũng là việc cực kỳ khó.

"Lại nữa Ương-quật-ma-la! Chẳng phải chỉ có Như Lai làm việc khó nhất. Nay ta muốn nói có một việc khó khác nữa. Thí như có bậc sĩ phu tuổi thọ vô lượng, quá vô lượng trăm ngàn ức năm, nhỏ từng giọt nước của bốn biển lớn, mỗi giọt chỉ bằng đầu một sợi lông. Lại còn vượt hơn cả số ấy, nhỏ từng giọt nước của bốn biển lớn, mỗi giọt chỉ bằng một sợi lông, cho đến gần cạn, phần còn lại chỉ lớn bằng dấu chân trâu, việc đó có quá khó khăn chăng?"

Ương-quật-ma-la đáp:

"Bạch Đức Thế Tôn, quá khó, không thể tính kể."

Phật bảo Ương-quật-ma-la:

"Đó cũng chưa phải là việc khó. Còn có việc khó hơn nữa."

Ương-quật-ma-la thưa:

"Ai vậy, Đức Thế Tôn?"

Phật bảo Ương-quật-ma-la:

"Chánh pháp trụ thế hơn tám mươi năm. Nếu có bậc Bồ-tát Ma-ha-tát xả bỏ thân mạng mà diễn thuyết Như Lai tạng thường hằng bất biến của Như Lai, đó là việc khó!

"Lại nữa Ương-quật-ma-la! Chẳng phải Như Lai làm việc khó nhất. Lại có một việc khó khác nữa. Thí như có bậc sĩ phu mang vác Tu-di sơn vương cùng với đại địa, đại hải, trải qua trăm ức năm, đó có phải là đại lực khó nhất chăng?"

Ương-quật-ma-la bạch với Đức Phật rằng:

"Đúng như thế! Cảnh giới của Như Lai chẳng phải là cảnh giới mà hàng Thanh Văn, Duyên giác có thể thấu đạt."

Phật bảo Ương-quật-ma-la:

"Đó chưa phải là đại lực, chẳng phải là việc quá khó. Nếu chia nước trong biển lớn thành trăm ngàn ức phần nhỏ như một mảy bụi, rồi trải qua trăm ngàn ức kiếp lấy một giọt nước bằng một mảy bụi ấy đem đi, đem mãi đến khi nước trong biển lớn khô cạn còn lại một phần nhỏ như dấu chân trâu, lại có thể mang vác núi Tu-di, đại địa, tất cả sông ngòi biển cả đến trăm ngàn ức kiếp, kẻ ấy cũng không thể bằng bậc có khả năng diễn thuyết Như Lai tạng thường hằng bất biến của Như Lai khi chánh pháp trụ thế hơn tám mươi năm. Chỉ có Bồ-tát, bậc Đại hùng ở trong cõi người mới có thể diễn thuyết Như Lai tạng thường hằng bất biến của Như Lai để hộ trì chánh pháp. Ta nói đó chính là đệ nhất nan sự.

"Lại nữa Ương-quật-ma-la! Thí như có bậc sĩ phu có thể lấy nước dập tắt lửa của ba ngàn đại thiên thế giới đang cháy phừng phừng. Việc của sĩ phu đó có khó hay chăng?"

Ương-quật-ma-la bạch với Đức Phật rằng:

"Bạch Đức Thế Tôn! Dập tắt lửa của một cõi thiên hạ hãy còn rất khó, huống hồ là dập tắt lửa của ba ngàn Đại thiên thế giới, việc ấy quả là cực kỳ khó."

Phật bảo:

"Đúng vậy, này Ương-quật-ma-la! Trong đời vị lai, những người trì giới giảm thiểu, những người phạm giới tăng nhiều[184]. Chánh pháp trụ ở đời hơn tám mươi năm. Các bậc Bồ-tát Ma-ha-tát xả bỏ thân mạng, nô tỳ, trâu dê, các tài vật phi pháp, đem tất cả những thứ thanh tịnh để tuyên thuyết chánh pháp, diễn nói Như Lai Tạng thường hằng bất biến của Như Lai. Đó là bậc sĩ phu nào?"

Ương-quật-ma-la bạch với Đức Phật rằng:

"Chỉ có Phật mới có thể làm được việc ấy, chẳng phải hàng Thanh Văn Duyên Giác có thể làm được. Lúc ấy, việc hộ trì Tịnh pháp thế gian hãy còn khó, huống là pháp Xuất thế gian cao thượng Như Lai

---

[184] Tăng nhiều, 增, bản Hán viết là Tăng (僧), nghi sai.

Tạng thường hằng bất biến của Như Lai. Giống như bậc sĩ phu kia có thể đem nước dập tắt lửa đang cháy phừng phừng của ba ngàn đại thiên thế giới, cực kỳ gian khó. Nếu như trong đời vị lai, chánh pháp trụ thế hơn tám mươi năm, Bồ-tát Ma-ha-tát xả bỏ thân mạng, diễn nói Như Lai tạng thường hằng bất biến, nên biết người ấy chính là Như Lai."

Phật bảo Ương-quật-ma-la:

"Lành thay lành thay, Thiện nam tử! Ta cũng nói như vậy. Tất cả Như Lai nói bậc sĩ phu kia làm được việc khó không có biên tế.

"Lại nữa Thiện nam tử! Thí như trăm sông chảy vào biển lớn, không hiện một dòng chảy nào khác. Bậc sĩ phu đạt được trí tuệ cũng như vậy! Tất cả các bậc sĩ phu vào được cung bậc ấy thảy đều không hiện.

"Lại nữa Thiện nam tử! Thí như biển lớn không chứa tử thi, cũng như vậy, bậc sĩ phu không có các kỹ hạnh tạp loại như bệnh gia trưởng hay luyến ái gia đình. Nhưng kẻ hủy báng Như Lai Tạng, bậc sĩ phu sẽ không ở chung với họ. Đó là việc rất khó của sĩ phu. Việc duy trì các chúng sanh và những người nghe pháp ấy cũng là rất khó."

Ương-quật-ma-la bạch với Đức Phật rằng:

"Bạch Đức Thế Tôn! Bồ-tát Ma-ha-tát thành tựu được bao nhiêu tướng thì được gọi là chẳng phải Tân học?"

Phật bảo Ương-quật-ma-la:

"Thiện nam tử! Bồ-tát Ma-ha-tát thành tựu được tám tướng thì chẳng còn gọi là Tân học. Những gì là tám? Một là biết pháp; hai là biết trì giữ tư lương; ba là cúng dường cha mẹ; bốn là biết rõ ân thầy tổ; năm là chán ghét các tri kiến xấu ác; sáu là lìa tất cả các tướng khinh mạn, các vật bất tịnh, bất thiện và không thể điều phục; bảy là không tơ tưởng dục vọng, cho đến dù ở trong mộng cũng không khởi tưởng; tám là kính trọng đối với Giới. Bồ-tát Ma-ha-tát thành tựu tám tướng như vậy thì chẳng phải là hàng Tân học.

"Ngoài ra, Bồ-tát Ma-ha-tát thành tựu tám tướng này nữa thì chẳng còn phải gọi là Tân học. Những gì là tám? Một là diễn thuyết Ma-ha-diễn; hai là diễn thuyết Như Lai Tạng một cách phân minh và không hề chán bỏ; ba là không tham đắm tài vật; bốn là an nhẫn từ bi hỷ xả; năm là thương yêu tất cả chúng sanh như con một; sáu là thân cận thiện tri thức; bảy là xa lìa ác tri thức; tám là biết đủ đối với những lợi lạc thế gian. Hàng Bồ-tát thành tựu tám tướng như vậy rồi thì chẳng còn gọi là Tân học.

"Lại nữa, hàng Bồ-tát thành tựu tám tướng này nữa thì chẳng còn gọi là Tân học. Những gì là tám? Một là an ủi và biết rõ lượng định của lời nói đẹp; hai là không bông đùa bỡn cợt; ba là nhẫn chịu phiền não nhỏ nhiệm vi tế; bốn là nghe tất cả các kinh điển một cách thuận nhẫn; năm là điều phục được thùy miên; sáu là không biếng nhác; bảy là siêng năng tinh tấn, không buông lung; tám là thường ưa thích cầu giới. Hàng Bồ-tát thành tựu được tám tướng như vậy thì chẳng còn gọi là hàng Tân học.

"Lại nữa, hàng Bồ-tát thành tựu tám tướng này nữa thì chẳng còn gọi là hàng Tân học. Những gì là tám? Một là chân thật; hai là ưa thích thực hành các pháp sự thanh tịnh; ba là sáng suốt rạng ngời; bốn là đoan nghiêm chánh trực; năm là xa lìa người nữ; sáu là xa lìa thân tộc; bảy là khi nghe kẻ ác khủng bố, não loạn mọi người thì hết thảy chân lông đều dựng đứng; tám là thương xót chúng sanh. Hàng Bồ-tát thành tựu được tám tướng này thì chẳng còn gọi là Tân học.

"Lại nữa, hàng Bồ-tát thành tựu tám tướng này nữa thì chẳng còn gọi là hàng Tân học. Những gì là tám? Một là khéo phân biệt được sự khác nhau giữa Phật thuyết và ma thuyết; hai là cung kính đối với người biết rõ Kinh điển; ba là biết rõ sự khác nhau của những điều còn ẩn chứa, che giấu giữa Luật và Phi luật; bốn là khéo biết rõ những điều còn ẩn chứa, che giấu trong những lời giáo thuyết của Như Lai; năm là biết rõ những bí mật của Như Lai; sáu là khéo biết tùy thuận những việc thế gian; bảy là khéo biết Như Lai thường hằng bất biến; tám là khéo biết những việc tưởng như ác mà chẳng phải ác của Bồ-tát, khéo biết thời gian, phương sở và năng lực của chính mình. Hàng Bồ-tát thành tựu được tám tướng như vậy thì chẳng còn gọi là hàng Tân học.

"Thành tựu được bốn mươi tướng thuộc về thân, niệm, và pháp

như thế thì hàng Bồ-tát ấy chẳng phải là Tân học. Nếu không có bốn mươi công đức ấy, hoặc một nửa, hoặc chưa đến một nửa, nên biết Thiện nam tử, Thiện nữ nhân không trụ trong Ma-ha-diễn, cũng không được xếp vào hàng Bồ-tát. Vì thế cho nên Bồ-tát hạnh là cực kỳ khó. Công đức của những vị ấy như thế nào? Đó là không còn dục tưởng, cho đến ngay ở trong mộng cũng không khởi tâm dục. Nên biết những người ấy có công đức thù thắng của tất cả Giác chi.

Bấy giờ Văn-thù-sư-lợi nói với Ương-quật-ma-la rằng:

"Như Lai Tạng nghĩa là gì? Nếu tất cả chúng sanh đều có Như Lai Tạng, tất cả chúng sanh đều có thể làm Phật. Tất cả chúng sanh đều có dấu vết của những nghiệp bất thiện như sát sanh, trộm cắp, tà dâm, vọng ngữ, uống rượu. Vì sao như vậy? Tất cả chúng sanh đều có Phật tánh, một lúc nào đó sẽ được độ thoát. Nếu đã có Phật tánh, đang tạo nghịch tội và Nhất-xiển-đề, nếu có ngã, cảnh giới của ngã đang độ thoát Nhất Thiết Hữu, vì thế nên thế gian không có ngã, không có cảnh giới của ngã. "Nhất thiết pháp vô ngã" chính là lời Phật dạy."

Phật bảo Văn-thù-sư-lợi:

"Tất cả chúng sanh có Như Lai Tạng, bị vô lượng phiền não che lấp giống như chiếc đèn bị che lấp trong chiếc bình.

"Lại nữa Văn-thù-sư-lợi! Thí như có một Điều Phục tử, được Ca-diếp Như Lai thọ ký cho vị ấy rằng: Kiếp sau bảy năm sẽ làm Chuyển luân thánh vương, đem chánh pháp sửa trị và giáo hóa thế gian. Ta cũng sẽ trong bảy ngày nữa nhập Niết-bàn. Lúc ấy, Điều Phục tử được nghe thọ ký rồi liền hoan hỷ phấn chấn, nghĩ như thế này: Bậc Nhất Thiết Trí đã thọ ký cho ta sẽ làm Chuyển luân thánh vương. Ta nay chẳng còn nghi ngờ gì nữa. Người ấy liền nói với mẹ rằng: 'Hãy đem cá thịt, sữa đặc, đậu mè, những thức ăn thức uống ngon lành đến cho ta, ta ăn để có sức. Kẻ ấy ăn đủ thứ cá thịt nên không thể tự an sống, bất thời ngã chết.'

"Sao vậy Văn-thù-sư-lợi? Đức Phật kia nói dối chăng? Ngài ấy không phải là bậc Nhất Thiết Trí chăng? Kẻ kia thực chẳng phải là kẻ có thiện căn quả báo làm Chuyển luân thánh vương chăng?"

Văn-thù-sư-lợi bạch với Đức Phật rằng:

"Bạch Đức Thế Tôn! Người kia vốn do ác nghiệp nên đưa đến cái chết như vậy."

Phật bảo Văn-thù-sư-lợi:

"Chớ có nói như vậy! Kẻ ấy chết phi thời như thế, chẳng phải là do nghiệp báo xấu ác. Này Văn-thù-sư-lợi! Đức Phật kia có phải do không biết nghiệp báo ác đời trước nên thọ ký cho kẻ ấy chăng? Không có ác nghiệp đời trước, nay tự làm lỗi để đưa đến mất mạng. Như vậy này Văn-thù-sư-lợi! Nếu có kẻ nam người nữ nào nghĩ như vầy: Trong thân ta có Như Lai Tạng thì sẽ được độ thoát. Ta sẽ làm ác. Nếu người làm ác như thế thì Phật tánh sẽ độ thoát hay không được độ thoát? Nếu nói như trên thì kẻ Điều Phục tử kia thực sự có Vương tánh nhưng không được độ thoát? Vì sao vậy? Do kẻ ấy sống quá buông lung. Phật tánh không độ thoát cũng giống như thế. Do những chúng sanh ấy phần nhiều buông lung phóng dật, tất cả chúng sanh không có Phật tánh chăng? Nếu thật có Phật tánh như quả báo Chuyển luân thánh vương, như vậy Phật nói lời vọng ngữ chăng? Chúng sanh vọng ngữ, làm những điều buông lung phóng dật, bởi nghe pháp mà phóng dật, tự làm những điều tội lỗi nên không được thành Phật."

Văn-thù-sư-lợi bạch với Đức Phật rằng:

"Bạch Đức Thế Tôn! Tất cả chúng sanh không có nghiệp gốc chăng?"

Phật bảo Văn-thù-sư-lợi:

"Họ đều có nghiệp gốc, nhưng chỉ cần được nghe chút ít kinh điển này thì tội nghiệp trong vô lượng A-tăng-kỳ kiếp thảy đều trừ diệt. Vì sao vậy? Như Lai trong vô lượng A-tăng-kỳ kiếp phát đại thệ nguyện rằng: Tất cả chúng sanh, những kẻ chưa được độ nguyện sẽ được độ, chưa được thoát nguyện sẽ độ thoát. Do căn lành của thệ nguyện này mà mặt trời trí tuệ của Như Lai chiếu soi sáng lạn, tội nghiệp trong vô lượng A-tăng-kỳ thảy đều trừ diệt.

"Lại nữa Văn-thù-sư-lợi! Thí như tất cả mây mù giăng phủ, khi mặt trời chưa lên, mây mù che khuất tất cả thế gian. Khi ánh sáng mặt trời vừa ló dạng, tất cả những bóng tối u ám của thế gian đều tiêu mất. Cũng vậy! Bao nhiêu tội nghiệp tích tụ trong A-tăng-kỳ, khi mặt trời Kinh này chưa đến, tất cả chúng sanh chịu luân hồi sanh tử. Khi mặt trời Kinh này xuất hiện, bao nhiêu ác nghiệp u ám tích tụ trong A-tăng-kỳ đều tự tiêu trừ trong thời gian khảy móng tay. Đối với kho tàng Như Lai thường hằng bất biến của Như Lai, nếu kẻ nói bông đùa hoặc kẻ tùy thuận, những kẻ ấy cùng với ngoại đạo, hoặc bị ác nghiệp vô gián do phạm tội Ba-la-di, bao nhiêu tội trong A-tăng-kỳ thảy đều được tiêu trừ trong thoáng chốc. Vì sao vậy? Nếu nghe danh hiệu Đức Phật Thích-ca Mâu-ni, tuy chưa phát tâm nhưng đã là Bồ-tát. Vì sao như vậy? Vì nguyện lực thù thắng của Như Lai, nguyện tất cả thế gian đều là Ngã hữu. Những người chưa được độ ta giúp cho họ được độ thoát. Ta đem chánh pháp giáo hóa cho họ thảy đều được giác ngộ.

"Vì thế này Văn-thù-sư-lợi! Nghe được danh hiệu của Như Lai đều là Bồ-tát. Không chỉ tự họ mau chóng diệt trừ phiền não, mà họ cũng lại được thân tướng giống như ta vậy.

"Này Văn-thù-sư-lợi, như ta nói kệ:

Ta đã xưng tán Đạo
Nhổ gai độc ưu, bi
Các ngươi nên thực hành
Lời dạy của Như Lai.

"Nói "Ta đã xưng tán Đạo" là nói những Đạo lý gì? Đạo có hai loại: Đó là Thanh văn đạo và Bồ-tát đạo. Nói Thanh văn đạo chính là Bát chánh đạo. Còn Bồ-tát đạo là nói tất cả chúng sanh đều có Như Lai Tạng. Ta lần lượt đoạn trừ các phiền não, đắc Phật tánh, bất động, khoái lạc, rất đáng yêu thích. Nếu không đoạn trừ thì hằng luân chuyển trong sanh tử.

"Ta đã xưng tán Đạo
Nhổ gai độc ưu, bi"

"Ưu bi nghĩa là phiền não, người nhổ gai phiền não là Như Lai. Ta đoạn trừ vô lượng phiền não, làm Đại y vương. Các ngươi nên theo ta thọ học, ta sẽ chỉ bày Như Lai Tạng cho các ngươi.

"Các ngươi nên thực hành" là nói nghĩa che lấp, ẩn tàng.

"Lời dạy của Như Lai". Đời nay khi dối, các ngươi khi dối các ngươi. Đức Phật xuất hiện ở thế gian giống như hoa Ưu-đàm-bát, được tin tưởng giống như hạt thóc vàng giữa cát sông Hằng, cũng như con rùa mù gặp được bọng cây giữa biển. Như vậy, gặp được Như Lai Tạng kinh của bậc Như Lai Ứng Cúng Đẳng Chánh Giác, không đem quả báo thọ mạng sanh tử để khi dối các ngươi phải tự độ thoát tất cả Hữu và tất cả phiền não bệnh, vì thế nên nói là "Lời dạy của Như Lai."

Siêng tu các pháp lành
Hàng phục các ác tâm
Kẻ trì hoãn tu phước
Ý đắm trước các ác.

"Bài kệ này ta vì hàng Thanh văn mà nói. Như Lai Tạng là pháp cực kỳ khó được. Trên thế gian không có thứ gì khó được như thế. Thí như Như Lai Tạng, phải nên mau chóng quan sát như vậy.

"'Ý đắm trước các ác', nghĩa là tỳ-kheo tự tánh thanh tịnh, nhưng mắc lỗi từng tâm niệm huân tập với ác tri thức, lấy năm cấu nhiễm làm đầu, bị nhiều phiền não vây nhiễu trước sau. Thế nào là lấy năm cấu nhiễm làm gốc, bị phiền não vây nhiễu? Đó chính là tham dục, sân nhuế, thùy miên, trạo hối và nghi. Năm thứ cấu nhiễm này hủy hoại tâm ý. Muốn trừ sạch gốc của năm thứ cấu nhiễm và các phiền não thì phải nên siêng năng vận dụng phương tiện tâm lực tự tánh thanh tịnh. Phải siêng tu phương tiện đến mức hễ chưa phỉ báng Tu-đa-la xem như chưa thành Nhất-xiển-đề. Phải siêng năng phương tiện tu tập tự độ thoát. Do vì nghĩa này nên nói khách trần phiền não của tâm kia phải nên mau chóng nhổ sạch gốc rễ.

Ý pháp đi trước
Ý sanh hơn pháp
Ý pháp Tịnh tín
Hoặc nói hoặc làm
Khoái lạc đuổi theo
Như bóng theo hình.

"Ta vì Thanh văn thừa mà nói bài kệ về Ý này. Tức là nghĩa của Như Lai Tạng, nếu ý của tự tánh thanh tịnh thì Như Lai Tạng vượt thắng tất cả các pháp. Tất cả pháp là Như Lai tạng, sở tác và Tịnh tín ý pháp, đoạn trừ tất cả phiền não, nhờ vậy thấy được cảnh giới của ta. Nếu Tự tịnh tín có Như Lai Tạng, sau đó hoặc nói, hoặc làm, thì khi thành

Phật rồi, hoặc nói, hoặc làm, sẽ vượt thoát tất cả thế gian như người thấy bóng của mình. Thấy Như Lai tạng cũng lại như thế. Vì vậy nên nói 'Như bóng theo hình'.

Ý pháp đi trước
Ý sanh trước ý
Ý pháp làm ác
Hoặc nói hoặc làm
Các khổ đuổi theo
Như xe theo dấu.

"Bài kệ này nói về nghĩa phiền não. Ý pháp làm ác, tức là ý bị vô lượng phiền não ngăn che, tạo tác các nghiệp ác, vì thế gọi là ác. Không biết tự tánh tâm Như Lai Tạng, nhập vào vô lượng phiền não, như vậy nhiễm trước mãi không dừng. Hoặc nói hoặc làm, tất cả các khổ thường đuổi theo không dứt. 'Như xe theo dấu' nghĩa là các ác pháp tích tụ tạo thành sanh tử luân hồi, xoay chuyển tất cả chúng sanh nơi ba đường ác, như bánh xe lăn theo dấu chân của con vật kéo xe. Vì vậy mà nói phước báo trì hoãn, tâm ưa thích với các ác pháp.

"Lại nữa, Văn-thù-sư-lợi! Như biết trong sữa có tô, cho nên phương tiện tìm cầu tô *(váng sữa)* mà không tìm nước, do không có tô. Cũng như thế này, Văn-thù-sư-lợi! Chúng sanh biết có Như Lai Tạng, tinh cần trì giới, tịnh tu phạm hạnh.

"Lại nữa này Văn-thù-sư-lợi! Như biết trong núi có vàng, đào núi tìm vàng mà không đục khoét trong cây, do không có vàng. Cũng như thế này, Văn-thù-sư-lợi! Chúng sanh biết có Như Lai Tạng, tinh cần trì giới, tịnh tu phạm hạnh. Nói ta chắc chắn sẽ thành Phật đạo.

"Lại nữa Văn-thù-sư-lợi! Nếu không có Như Lai Tạng mà tu hành phạm hạnh một cách trống không, như thế chẳng khác nào tận cùng số kiếp tìm cầu trong nước, rốt cuộc cũng chẳng thể có tô *(váng sữa)*."

Văn-thù-sư-lợi bạch với Đức Phật rằng:

"Bạch Đức Thế Tôn! Phạm hạnh có nghĩa là gì? Vì sao Đức Như Lai xả bỏ năm thứ dục lạc?"

Ương-quật-ma-la nói với Văn-thù-sư-lợi:

"Vô lượng trời người thường biết đó là pháp đọa lạc nên lìa các dục tưởng."

Phật bảo Ương-quật-ma-la:

"Chớ có nói như thế! Tất cả chúng sanh có Như Lai Tạng, tất cả người nam đều là anh em, tất cả người nữ đều là chị em."

Ương-quật-ma-la bạch với Đức Phật rằng:

"Bạch Đức Thế Tôn! Vì sao Tịnh Phạn vương, Ma-gia phu nhân đều là huynh đệ tỷ muội mà lại làm cha mẹ?"

Phật bảo Ương-quật-ma-la:

"Đó là phương tiện thị hiện hóa độ chúng sanh. Nếu không như thế thì không thể độ. Thí như bậc Đại vương có hai ngàn lực sĩ, hai vị ấy phương tiện mà hiện tướng để chiết phục họ. Lấy tâm vui thích của bậc quân vương mà thương yêu chúng sanh, chỉ có họ tự biết, còn lại những người khác không thể biết được. Đức Phật cũng giống như thế! Thị hiện làm cha mẹ để đồng sự cùng mọi người, sau đó sẽ độ thoát vô lượng chúng sanh, giúp họ thoát khỏi biển lớn sanh tử vô biên mà các chúng sanh ấy không thể biết được.

"Giống như người ca kỹ ở trước số đông biến hiện ra bao trò ảo thuật để làm vui lòng mọi người, chư Phật Thế Tôn cũng giống như thế, biến hiện ra bao nhiêu phương tiện để hóa độ chúng sanh, mà các chúng sanh ấy không thể biết được.

"Giống như nhà ảo thuật tự chặt đứt thân mình để làm vui lòng mọi người mà thực ra thân họ chẳng hề thương tổn gì cả. Chư Phật Thế Tôn cũng lại như thế, giống như nhà ảo thuật kia biến hiện ra mọi phương tiện để hóa độ chúng sanh.

"Này Văn-thù-sư-lợi! Như Lai là bậc Nhất thiết trí, biết hết tất cả, quán sát tất cả chúng sanh trong thế gian từ vô thỉ đến nay không ai không có cha mẹ, huynh đệ tỷ muội, lên xuống vô thường, tôn ty đảo lộn, giống như kẻ làm xiếc kia thay đổi liên tục. Vì thế Như Lai tịnh tu phạm hạnh.

"Lại nữa, Văn-thù-sư-lợi! Kẻ này người kia tự dựng cõi riêng rồi cùng nhau vui thú. Nhưng làm sao thọ lạc? Bởi thân phận riêng biệt, làm sao tránh khỏi nghiệp báo sai biệt. Nên biết rằng cái vui ấy chính là sự tụ hội của khổ lớn. Người nữ có Phật tạng, người nam cũng như thế. Làm sao một tánh mà tự nhiễm trước. Do vì một tánh mà Như Lai tịnh tu phạm hạnh, trụ nơi tự địa, bất thối chuyển địa, đạt đến cảnh giới của Như Lai."

Văn-thù-sư-lợi bạch với Đức Phật rằng:

"Bạch Đức Thế Tôn! Vì sao Như Lai không lấy tất cả phạm hạnh để kiến lập ưu-bà-tắc, ưu-bà-di? Vì sao Đức Thế Tôn nói tỳ-kheo, tỳ-kheo-ni, ưu-bà-tắc, ưu-bà-di là nhân của chánh pháp giống như bốn trụ cột của một ngôi nhà, mà nay ưu-bà-tắc, ưu-bà-di hiện ra đại ác, làm sao có thể kiến lập trong pháp luật chân chánh?"

Phật bảo Văn-thù-sư-lợi:

"Loại vọng tưởng dị biệt này gọi là Thế tục tưởng[185]. Như Lai xem tất cả chúng sanh như La-hầu-la, thường muốn an lập khiến họ trụ nơi Phật địa, không có giai tầng thứ lớp này. Loại vọng tưởng Thế tục này, khác với nó thì gọi là Phi vấn luận."

Văn-thù-sư-lợi bạch với Đức Phật rằng:

"Do cảnh giới của tất cả chúng sanh là một cảnh giới nên chư Phật lìa sát sanh chăng?"

Phật đáp:

"Đúng như thế! Người thế gian sát sanh giống như người tự sát hại cảnh giới của mình vậy!"

Văn-thù-sư-lợi bạch với Đức Phật rằng:

"Bạch Đức Thế Tôn! Vì sao xem tất cả chúng sanh như La-hầu-la mà lại dạy người điều phục sự sát phạt, có cảnh giới riêng của các loại chúng sanh ác chăng?"

Phật bảo Văn-thù-sư-lợi:

"Thiện nam tử! Chớ có nói như thế! Như Lai xem tất cả chúng sanh

---

[185] Thế tục tưởng, 世俗想, Skt. *laukika-saṃjñā*, Tưởng về thế gian, thường gắn với chấp trước, cản trở sự tiến bộ tâm linh.

như La-hầu-la như vậy, giống như kẻ sĩ phu mỗi ngày thường ăn đi ăn lại. Vì ưa thích pháp nên mỗi ngày ăn một bữa thì giết tám vạn côn trùng. Như thế nên gọi là sát sanh, nhưng chẳng phải là sát sanh bất tịnh.

"Lại nữa, Văn-thù-sư-lợi, vô biên dục lạc đều là thứ mà bậc Thánh quay lưng xả bỏ. Thánh nhân cho rằng dục có hại cho nên tự hại. Nếu đúng như thế thì Thánh nhân có cái lỗi tự hại, như thế thì làm hại chính cảnh giới của mình chăng? Nghĩa là câu nói tâm ái dục xí thạnh đến người khác, ta khởi dục tâm nguyện thấy giáo giới khiến sanh tàm quý. Sự tồn vong của ta không tồn tại tức phương tiện tự hại, như vậy thì tự làm hại cảnh giới của mình chăng?"

Văn-thù-sư-lợi bạch với Đức Phật rằng:

"Không phải như thế, bạch Đức Thế Tôn! Những người ấy nhân cái công đức ấy mà tăng thêm tích tụ."

Phật bảo Văn-thù-sư-lợi:

"Như vậy, này Văn-thù-sư-lợi! Vì sao mà các bậc Thánh tự hại? Vì xem phiền não chính là rắn độc, huống là hại đến tha nhân. Sự thuyết pháp của Phật, các chúng sanh ác hủy hoại chánh pháp, như phiền não của chính họ hưng thạnh, Đức Phật giáo giới cho họ là gây ra các nạn, đó là cúng dường tự giới, như tự cầu niềm vui rốt ráo. Xả bỏ dục lạc, y thực, mạng sống, như tự hại thân để điều phục người khác. Đó là kẻ khéo biết kho tàng của Như Lai."

Văn-thù-sư-lợi bạch với Đức Phật rằng:

"Bạch Đức Thế Tôn! Có phải do vì Như Lai Tạng mà chư Phật không ăn thịt chăng?"

Phật bảo:

"Đúng như thế! Tất cả chúng sanh từ vô thỉ kiếp sanh tử luân chuyển đời này qua đời khác, không ai chẳng là cha mẹ, anh em, chị em của mình. Giống như kẻ làm xiếc biến hóa không thường. Thịt của chính mình hay thịt của người khác cũng là thịt, vì thế chư Phật không ăn thịt của tất cả chúng sanh.

"Lại nữa, Văn-thù-sư-lợi! Tất cả cảnh giới của chúng sanh và của ta tất cả đều là một cảnh giới. Thịt xương ta ăn đó cũng đều là một, vì thế chư Phật không ăn tất cả các loại thịt."

Văn-thù-sư-lợi bạch với Đức Phật rằng:

"Bạch Đức Thế Tôn! Ngọc bội, tơ tằm, da thuộc hay lụa là chẳng phải là thịt của cõi mình hay sao?"

Phật bảo Văn-thù-sư-lợi:

"Chớ có nói như thế! Như Lai viễn ly tất cả thế gian. Như Lai không ăn tất cả những vật gì tập cận thế gian, không có chuyện đó. Nếu những thứ tập cận là phương tiện pháp, nếu vật gì triển chuyển đến thì có thể tập cận. Nếu xuất xứ của vật không thể tập cận, nếu triển chuyển mà đến, lìa khỏi bàn tay của kẻ giết thì có thể tập cận."

Văn-thù-sư-lợi bạch với Đức Phật rằng:

"Nay trong thành này có một người thợ làm da, có khả năng thuộc da làm đồ vật. Nếu có người mua đồ vật ấy đem bố thí. Đó chính là vật do chế biến mà có, như vậy Phật có nhận không?

"Lại nữa, bạch Đức Thế Tôn! Nếu như có con bò tự chết, người chủ của con bò lấy da bò từ người Chiên-đà-la, đem giao cho thợ làm da, bảo làm da thuộc rồi đem bố thí cho người trì giới. Vật ấy từ triển chuyển mà có, có thể tập cận chăng?"

Phật bảo Văn-thù-sư-lợi:

"Nếu có con bò tự chết, người chủ đem da của nó làm da thuộc rồi bố thí cho người trì giới thì có nên nhận không? Nếu không nhận thì đó là tỳ-kheo pháp. Nếu thọ nhận thì không có lòng từ bi, nhưng không phá giới."

Văn-thù-sư-lợi bạch với Đức Phật rằng:

"Bạch Đức Thế Tôn! Cũng không được dùng nước bất tịnh để nấu thức ăn. Tỳ-kheo không nên thọ. Nếu đúng như thế thì hiện ra như thế."

Phật bảo Văn-thù-sư-lợi:

"Đó gọi là Thế gian tưởng[186]! Nếu có kẻ ưu-bà-tắc, lấy nước sạch nấu thức ăn nhưng không được làm ruộng. Nếu không có vị ưu-bà-tắc, chư Phật xem việc ấy như thế nào? Côn trùng ở trong đất, trong nước hay trong hư không cũng đều là côn trùng. Nếu đúng như thế thì đối với Tịnh nhục là ác, thế gian làm sao có được Tịnh nhục? Đó gọi là Phi vấn luận[187]."

Văn-thù-sư-lợi bạch với Đức Phật rằng:

"Bạch Đức Thế Tôn! Thế gian từ xưa đến nay cũng tự lập thuyết không ăn thịt."

Phật bảo Văn-thù-sư-lợi:

"Nếu thế gian có kẻ tùy thuận theo lời dạy của Phật, nên biết đó là Phật ngữ."

Văn-thù-sư-lợi bạch với Đức Phật rằng:

"Bạch Đức Thế Tôn! Người thế gian cũng có nói giải thoát, nhưng sự giải thoát của họ chẳng phải là giải thoát. Chỉ có pháp của Phật mới là giải thoát. Cũng có hạng người xuất gia nhưng chẳng phải xuất gia. Chỉ có pháp mới là xuất gia. Bạch Đức Thế Tôn! Người thế gian cũng có kẻ nói ta không ăn thịt. Những kẻ ấy vô ngã cũng không ai không ăn thịt. Chỉ có trong pháp của Thế Tôn, hữu ngã nhưng quyết định không ăn thịt."

Phật bảo Văn-thù-sư-lợi:

"Ông muốn nghe người thế gian kiến lập nhân của ngoại đạo chăng? Ta sẽ vì ông mà nói!"

Văn-thù-sư-lợi bạch với Đức Phật rằng:

"Quả vậy, bạch Đức Thế Tôn! Con rất muốn được nghe!"

Phật bảo Văn-thù-sư-lợi:

---

[186] Thế gian tưởng, 世間想, Skt. *laukika-saṃjñā*, Tưởng về thế gian, liên quan đến các quan niệm thông thường chưa đạt đến chân lý.

[187] Phi vấn luận, 非問論, Skt. *avyākṛta-vastu*, Những vấn đề không được Đức Phật trả lời, như bản chất của vũ trụ, để tránh tranh cãi.

"Về thuở quá khứ cách nay vô lượng A-tăng-kỳ kiếp, thuở ấy có Đức Phật hiệu là Câu-tôn-đà Bạt-đà-la. Ngài xuất hiện ở đời ngự tại ngôi thành này. Lúc ấy thế giới kia không có cát sạn, không có ngoại đạo, chỉ có một tên duy nhất là Đại thừa. Các chúng sanh ở cõi ấy chỉ có khoái lạc. Bấy giờ Như Lai cửu trụ ở đời cho đến khi nhập Niết-bàn. Sau khi Như Lai nhập Niết-bàn, chánh pháp cửu trụ. Khi chánh pháp sắp diệt thì người trì giới cũng giảm thiểu, kẻ sống phi pháp thì tăng lên. Có một vị Tỳ-kheo ở A-lan-nhã[188] tên là Phật Tuệ. Có một thiện nhân cúng dường Vô giá y. Vị tỳ-kheo thương xót nên liền thọ nhận. Sau khi nhận rồi, vị tỳ-kheo liền cho các vị thợ săn xem. Các gã thợ săn thấy chiếc y báu nên sanh tâm trộm lấy. Ngay trong đêm ấy, các gã thợ săn dắt vị tỳ-kheo này vào trong rừng sâu hãm hại, lột hết y phục, buộc tay treo lên một cành cây. Ngay trong đêm ấy, lại có một vị bà-la-môn đi hái hoa, đến chỗ A-lan-nhã, gặp phải hổ dữ làm khiếp sợ nên bỏ chạy lên núi, thấy vị tỳ-kheo kia bị lột hết quần áo, trói tay treo trên cành cây, kinh hãi than rằng: "Than ôi sa-môn, trước mặc cà-sa mà nay lại trần truồng, ắt biết cà-sa chẳng phải là nhân giải thoát. Tự treo mình khổ hạnh mới là chơn học đạo. Người ấy há nên xả ly thiện pháp, nên biết phân minh là nhân của đạo giải thoát. Vì hủy hoại chánh pháp nên xả y, cạo tóc, làm lõa hình sa-môn. Từ đó mà có lõa hình sa-môn.

"Lúc bấy giờ vị tỳ-kheo kia tự tháo được trói, liền lấy da cây che thân, dùng đá đỏ bôi lên da để che giấu sự lõa lồ, kết cỏ làm quạt để xua đuổi muỗi mòng. Người bà-la-môn hái hoa thấy vậy nghĩ rằng: "Vị tỳ-kheo này xả bỏ cái y tốt đẹp trước, đắp cái y này, cầm cái quạt này. Người ấy há có phải là xả bỏ thiện pháp? Nên biết phân minh chính là đạo giải thoát, liền học pháp ấy. Từ đó mà có xuất gia bà-la-môn.

"Bấy giờ vị tỳ-kheo kia đang đêm đến bên dòng nước, tắm gội, nhân đó rửa vết thương trên đầu, lấy y ướt để che vết thương, lấy áo rách của bọn chăn bò bỏ lại để che thân. Lúc ấy có người tiều phu nhìn thấy, thấy rồi liền nghĩ rằng: "Vị tỳ-kheo này trước mặc ca-sa mà nay đều xả bỏ hết, ắt biết ca-sa chẳng phải là nhân giải thoát, nên để

---

[188] A-lan-nhã, 阿蘭若, Skt. *Araṇya*, Nơi yên tĩnh, thường là rừng hoặc hang động, dành cho hành giả tu thiền định.

tóc, mặc áo rách, ngày đêm tắm rửa ba lần, tu tập khổ hạnh. Người ấy há nên xả bỏ thiện pháp? Nên biết phân minh chính là đạo giải thoát, nên liền học pháp ấy. Từ đó mà có khổ hạnh bà-la-môn".

"Vị tỳ-kheo tắm gội rồi, thân thể có nhiều vết xước nên bị trùng nhặng bâu vào. Vị tỳ-kheo liền lấy tro trắng bôi lên khắp các vết thương, lấy áo ướt che thân. Bấy giờ, có người thấy nên cho rằng đó là Đạo, nên học theo cách ấy. Từ đó mà có bà-la-môn bôi tro.

"Bấy giờ vị tỳ-kheo kia đốt lửa để hong vết thương. Vết thương chuyển nặng, đau nhức không chịu nổi, nên gieo mình vào đá núi tự hại mình. Lúc ấy có người thấy nên nghĩ rằng: 'Vị tỳ-kheo này trước mặc y tốt, nay lại như thế. Người ấy há nên xả bỏ thiện pháp? Nên biết gieo mình vào đá núi chính là đạo giải thoát. Từ đó mới có đạo thờ lửa gieo mình vào núi đá'."

"Như vậy, chín mươi sáu loại ngoại đạo đều từ các biểu hiện của vị tỳ-kheo này mà khởi ra các vọng tưởng, rồi mỗi mỗi tự sanh kiến chấp. Giống như có quốc gia mọi người nhìn nhau rồi khởi lên vọng tưởng thô bạo. Khi vọng tưởng thô bạo khởi lên rồi, ai nấy đều giết nhau. Chín mươi sáu phái ngoại đạo, mỗi phái đều phát sanh những vọng tưởng dị biệt cũng giống như thế. Giống như nai khát giữa sa mạc nắng, thấy ảo ảnh là nước, đuổi theo rồi kiệt sức mà chết. Khi Chánh pháp hoại diệt, nhân vị tỳ-kheo kia, những kẻ nhận lầm phi pháp là pháp cũng giống như thế.

"Như vậy, này Văn-thù-sư-lợi! Trên tất cả mọi việc làm của thế gian, Thi-la[189], oai nghi, tất cả mọi sở tác đều do Như Lai hóa hiện. Khi pháp diệt tận thì những việc như thế phát sanh. Nếu cứ như thế thì Chánh pháp sẽ hoại diệt. Như vậy, này Văn-thù-sư-lợi! Đối với Ngã chân thật, thế gian cũng nhận lầm như vậy. Các vọng tưởng tà kiến khác nhau cũng như vậy. Nghĩa là Giải thoát như vậy, Ngã là xuất thế gian như vậy, cũng không biết giáo pháp che lấp ẩn áo của Như Lai, rồi bảo Vô ngã là pháp mà Đức Phật đã nói. Họ tùy theo lời nói rồi tư duy, so lường, trở thành nhân của ngoại đạo, rồi khởi ra những tùy

---

[189] Thi-la, 尸羅, Skt. Pali. *Sīla*, Giới luật, nền tảng đạo đức trong Phật giáo, giúp hành giả sống thanh tịnh.

thuận ngu si của thế gian. Xuất thế gian cũng lại mê mờ lời dạy trí tuệ ẩn áo. Vì thế Như Lai nói Nhất thừa[190] trung đạo lìa cả Nhị biên[191], Ngã chân thật, Phật chân thật, Pháp chân thật, Tăng chân thật, vì thế nên nói Trung đạo, gọi là Ma-ha-diễn."

Bấy giờ Ương-quật-ma-la bạch với Đức Phật rằng:

"Bạch Đức Thế Tôn! Chúng sanh không biết Trung đạo, vọng tưởng nói những thứ khác ngoài Trung đạo."

Đức Phật bảo Ương-quật-ma-la:

"Có một số ít chúng sanh nghe kinh này khởi niềm tin. Trong đời vị lai chúng sanh phần nhiều phỉ báng kinh này."

Ương-quật-ma-la bạch với Đức Phật rằng:

"Bạch Đức Thế Tôn! Cúi mong Đức Thế Tôn nói rõ, ở phương nào có bao nhiêu chúng sanh phỉ báng Kinh này, bao nhiêu chúng sanh trở thành Nhất-xiển-đề? Ở phương nào có những người có thể rộng vì chúng sanh an ủi người thuyết pháp. Cúi mong Như Lai thương xót chỉ dạy."

Đức Phật bảo Ương-quật-ma-la:

"Trong đời vị lai, ở nước trung tâm có chín mươi tám trăm ngàn ức chúng sanh hủy báng kinh này. Bảy mươi ức chúng sanh thành Nhất-xiển-đề. Phương Đông có chín mươi tám ngàn ức chúng sanh hủy báng kinh này, sáu mươi ức chúng sanh thành Nhất-xiển-đề. Phương Tây có chín mươi tám trăm ức chúng sanh hủy báng kinh này, năm mươi ức chúng sanh thành Nhất-xiển-đề. Phương Nam có chín mươi tám ức chúng sanh phỉ báng kinh này, bốn mươi ức chúng sanh thành Nhất-xiển-đề. Trong nước Kế-tân có một ít pháp của ta. Bà-lâu-ca-xa quốc cùng các nước khác thì bất diệt. Tần-đà-sơn quốc cũng lại như thế. Ở nước Kế-tân, hơn một nửa tỳ-kheo thực hành Ma-ha-diễn, một

---

[190] Nhất thừa, 一乘, Skt. *Ekayāna*, Con đường duy nhất dẫn đến giác ngộ, nhấn mạnh sự cứu độ tất cả chúng sinh.

[191] Nhị biên, 二邊, Skt. *dvaya-antāḥ*, Hai cực đoan: thường và đoạn, cần tránh để đạt được trung đạo trong tu tập.

nửa yêu thích Ma-ha-diễn, thuyết Ma-ha-diễn. Ở phương Nam sẽ có thực hành kiên cố đạo hạnh, Như Lai hạnh, lìa tám việc lớn, nói đến kho tàng Như Lai thường hằng bất biến của Như Lai. Các vị Bồ-tát Ma-ha-tát, tỳ-kheo, tỳ-kheo ni, ưu-bà-tắc, ưu-bà-di thực hành Đạo kiên cố, đảm nhiệm, gánh vác giáo pháp của ta."

Bấy giờ Văn-thù-sư-lợi bạch với Đức Phật rằng:

"Bạch Đức Thế Tôn! Diệu kỳ thay Phật pháp sẽ trụ ở Nam phương."

Phật bảo Văn-thù-sư-lợi:

"Đúng vậy, đúng vậy! Pháp của ta sẽ trụ ở phương Nam trong một ít thời gian. Các vị Bồ-tát Ma-ha-tát tu hành khổ hạnh như các ông, không tiếc thân mạng, an ủi tất cả chúng sanh, nói rõ Như Lai Tạng thường hằng bất biến của Như Lai. Như tất cả chư Phật thảy đều không thích sanh vào thế giới này, gánh vác vô lượng chúng sanh trong ba ngàn đại thiên thế giới, nhưng chỉ có mình ta có thể ở trong thế giới này độ thoát. Chánh pháp của ta, Bồ-tát Ma-ha-tát sẽ hoại diệt hơn tám mươi năm, lúc ấy không thích nhậm trì Chánh pháp cũng lại như thế. Như Văn-thù-sư-lợi các ông, Chánh pháp cũng sẽ hoại diệt hơn tám mươi năm, ngay trong lúc ấy, gánh vác chánh pháp. Tất cả cõi Diêm-phù-đề[192] và trong các châu lục không tiếc thân mạng, diễn thuyết kho tàng Như Lai thường trụ bất biến của Như Lai. Lúc bấy giờ chúng sanh hoặc tin, hoặc không tin, các bồ-tát ấy nghĩ như vầy: 'Nếu như có chặt đứt thân mình ra bao nhiêu mảnh ta cũng chấp nhận, nhờ đó mà được Thường trụ thân. Vô lượng Bồ-tát Ma-ha-tát như Văn-thù-sư-lợi các ông, ở cõi phương Nam ấy mà đảm nhiệm gánh vác chánh pháp, đó là việc khó khăn nhất, vì vậy ta thường tán thán phương Nam là phương tối hậu thuyết pháp. Do oai đức lực của các bồ-tát ấy, tất cả Diêm-phù-đề và các châu lục, các chúng sanh trong các cõi ấy nghe danh hồi hướng, hoặc do tàm quý, hoặc do sợ hãi. Giống như có vị quốc vương, nghe pháp của vị quốc vương khác mà tự trị quốc. Nước Kế-tân[193] và thành Già-lâu-ca-xa, do tàm quý hoặc

---

[192] Diêm-phù-đề, 閻浮提, Skt. *Jambudvīpa*, Châu Nam Thiệm Bộ, nơi con người sinh sống, là nơi Đức Phật xuất hiện cứu độ.

[193] Kế-tân, (罽賓) Cũng gọi Kiếp tân quốc, Yết tân quốc. Tên một nước xưa

do sợ hãi mà nói tạng bí mật Ma-ha-diễn cũng giống như thế, nhưng không nói đến kho tàng Như Lai thường trụ bất biến của Như Lai.

"Này Văn-thù-sư-lợi! Giống như phóng hỏa đốt cỏ, chỉ đốt được khoảng giữa mà không làm cháy được cỏ xung quanh, sanh địa của ta ban đầu đều kiên cố Đạo, Diệt, còn các pháp khác chỉ trụ ở biên tế của phương Nam. Các vị bồ-tát ở các cõi ấy gánh vác Chánh pháp cũng lại như thế. Nên biết trong ấy cũng có Như Lai."

Lúc bấy giờ, Thích-đề-hoàn-nhân[194] cùng với các quyến thuộc của trời Tam thập tam[195] câu hội, đảnh lễ dưới chân Phật, tác pháp Đại cúng dường rồi bạch với Đức Phật rằng:

"Bạch Đức Thế Tôn! Chúng con đang cùng hộ trì Kinh này, mong được Thế Tôn giao phó. Cúi mong Thế Tôn thương xót tất cả chúng sanh nói rõ tên Kinh này."

Đức Phật bảo với trời Đế Thích rằng:

"Này Kiều-thi-ca[196]! Kinh này tên là Ương-quật-ma-la, cứ như thế mà thọ trì. Này Kiều-thi-ca! Kinh này khó có được, giống như hoa Ưu-đàm-bát vậy!"

Lúc bấy giờ, vị trưởng tử của Kiều-thi-ca tên là A-tỳ-mạn-mâu đảnh lễ dưới chân Phật rồi bạch với Đức Phật rằng:

"Bạch Đức Thế Tôn! Giống như khi Phụ vương của con chiến đấu với A-tu-la có bảo với kẻ hầu rằng: 'Ngươi hãy nên trang nghiêm để chiết phục quân của A-tu-la.' Kẻ hầu tâu với phụ vương rằng: 'Xin Ngài chớ âu lo, con sẽ chết trước, sau đó mới đến Đại vương. Nay con sẽ quyết chiến đến dốc cả thân mạng này, mọi người cũng sẽ xả thân hết sức.' Như vậy bạch Đức Thế Tôn! Trong đời vị lai, khi Chánh pháp

---

ở tây bắc Ấn độ, nay là vùng đất *Kashmir*.

[194] Thích-đề-hoàn-nhân, 釋提桓因, Pali *Sakka Devānām Indra*, Vị trời Đế Thích, chủ cõi ba mươi ba, thường hộ trì và kính trọng Đức Phật.

[195] Tam thập tam thiên, 三十三天, Skt *Trāyastriṃśa*, Cõi trời ba mươi ba, nơi các vị trời như Đế Thích cư ngụ, thuộc dục giới.

[196] Kiều-thi-ca, 憍尸迦, Skt *Kauśika*, Tên khác của Đế Thích, liên quan đến dòng họ và vai trò hộ pháp trong Phật giáo.

sắp hoại diệt trong tám mươi năm, Bồ-tát Ma-ha-tát tuyên thuyết kho tàng Như Lai bất biến thường trụ của Như Lai lại nghĩ như thế này: 'Khi ta thuyết pháp, có rất nhiều chúng sanh không thể kham nhẫn, ta sẽ không nói. Bấy giờ xin chớ để cho các Thiện nam tử nghe những khó khăn ấy mà sanh lòng thối chuyển. Nên biết những người hầu thiện chiến sẽ trang nghiêm xe pháp giống như Như Lai Tạng, đem kho tạng Như Lai thường trụ tịch tĩnh bất biến tuyên thuyết rộng rãi ở thế gian. Các Thiện nam tử sẽ tuyên thuyết về kho tàng Như Lai thường trụ bất biến của Như Lai. Ngay trong lúc ấy, chúng con sẽ làm tỳ-kheo xả bỏ thân mạng để hộ trì."

Lúc bấy giờ, đông đảo những người con của Đế Thích, hoặc nam, hoặc nữ cùng các thiên chúng đảnh lễ dưới chân Phật cùng phát thề nguyện rằng:

"Chúng con sẽ làm tỳ-kheo, tỳ-kheo ni, ưu-bà-tắc, ưu-bà-di, nguyện xả bỏ thân mạng để hộ trì Chánh pháp."

Lúc ấy Đức Phật khen rằng:

"Lành thay, lành thay, Thiện nam tử! Tất cả các ngươi đều là những người mong cầu chánh pháp. Ta cũng sẽ chở che, hộ trì cho những người ưa thích Chánh pháp. Ta cũng sẽ thường đi trước họ giống như kẻ nô bộc hiền thiện. Các ngươi hãy thường nên một lòng kiên cố biết ơn, đối với Như Lai Thường xứ, Hằng xứ, Tịch tĩnh xứ, Bất biến dịch xứ, Như Lai tàng xứ mà tuyên thuyết rộng rãi."

Lúc bấy giờ, vua Ba-tư-nặc cụ bị Tứ chủng binh, bảo với các đại thần rằng:

"Nay có một kẻ La-sát mang hình người, giết hại chín trăm chín mươi chín người, lấy ngón tay của người bị giết xâu lại thành vòng chuỗi để đeo trên cổ, lấy máu của họ bôi lên thân thể. Kẻ ấy dữ dằn, hung bạo, tung hoành nơi quốc thành này. Nay kẻ ấy còn ở cách thành này chưa đầy bốn mươi tiếng trâu gầm. Hắn có thể giết hại ta và các thần tử để sung đủ số. Nay tất cả chúng ta phải cùng đi đến để diệt trừ sát quỷ ấy. Nay tất cả nam nữ trong thành này vì muốn giữ mạng nên thảy đều không dám ra ngoài. Tất cả chim muông dã thú, nghe đến ác danh ấy cũng đều không dám đến. Nay các người nên tuyên cáo với tất cả trong ngoài, rằng vua Ba-tư-nặc nay sẽ hưng khởi bốn loại binh mã để chinh phạt La-sát Ương-quật-ma-la kia. Tất cả phải cầm binh khí, gậy gộc đến đây. Nếu có thể cùng nhau dốc sức chiến đấu với kẻ ấy, hoặc thương vong hay không, tùy theo công trạng đều được ban thưởng, từ voi, ngựa, của báu, thành ấp, ruộng vườn, tùy ý muốn gì đều được ban cho. Nghe thấy ác danh của kẻ ấy, không ai được kinh động, sợ hãi. Cứ tuyên xướng như vậy, không ai được phép không nghe lời."

Lúc ấy, các quan tả hữu của vua không được tự tại, nét mặt bức bách, bất đắc dĩ tùy thuận. Các phi hậu thì khóc lóc can gián, rằng thà mất ngôi vị quốc chủ chứ không nên tự mình đến chinh phạt, liền triệu kẻ Thái phó đến để hỏi cho rõ cát hung, rằng nay có nên chế phục Ương-quật-ma-la chăng? Các nhà bói toán đều nói rằng: "Kẻ ấy hiện nay sắp bị tiêu diệt." Tuy nghe lời ấy nhưng nhà vua hãy còn chưa tin, nên đem bốn loại binh mã đi đến chỗ Phật, đảnh lễ dưới chân Phật, gương mặt vẫn còn sợ hãi, mồ hôi rớm trán, ngồi sang một bên.

Bấy giờ Thế Tôn, bậc Nhất trí biết rõ mọi chuyện nên mới hỏi rằng:

"Đại vương! Hôm nay vì cớ gì mà mồ hôi giàn giụa vậy?"

Nhà vua bạch với Đức Phật rằng:

"Nay có một kẻ La-sát tên là Ương-quật-ma-la, sát hại đến chín trăm chín mươi chín người dân, chặt ngón tay của họ xâu thành chuỗi, lấy máu của họ bôi lên trên thân. Trẫm e rằng kẻ ấy sẽ sát hại không dừng, khiến cho nhân dân cả nước thảy đều sợ hãi, cài cửa không dám ra ngoài, sợ sự nghiệp bị phế bỏ, tất cả muông thú đều chẳng dám đến gần. Nay Trẫm nghiêm trang bốn loại binh mã này, muốn kéo đến chinh phạt kẻ ấy."

Đức Phật bảo với nhà vua rằng:

"Nay nhà vua muốn chinh phạt kẻ ấy chăng?"

Nhà vua bạch với Đức Phật rằng:

"Nay Trẫm chỉ một lòng giữ niềm tin dưới chân Phật."

Phật bảo Đại vương:

"Nếu Ương-quật-ma-la giờ đi đến nơi này thì Đại vương sẽ làm gì?"

Lúc ấy bốn loại binh mã thảy đều sợ hãi. Chỉ có nhà vua là không sợ, vì đang nương nơi oai đức của Phật. Nhà vua bạch với Đức Phật rằng:

"Nếu hắn đến đây như thế là nhất!"

Bấy giờ Thế Tôn chỉ thị cho nhà vua rằng:

"Đây chính là Thường Thắng Ương-quật-ma-la!"

Nhà vua thấy Ương-quật-ma-la trừng mắt không chớp, nhìn hình tướng của y mắt mày đỏ ngầu, trong lòng kinh hãi, chân lông dựng đứng như có kẻ phi nhân đang trì giữ, tâm dũng mãnh bỗng thối lui, dao kiếm tự rơi rớt, đến gần tòa sư tử của Như Lai, nhất tâm chí thành quy y với Như Lai, xin Đức Phật xem chúng con như La-hầu-la.

Lúc ấy, bốn thứ binh mã lại càng thêm sợ hãi, điên cuồng mê loạn chạy trốn. Ngay lúc ấy Đức Thế tôn phóng ra ánh hào quang vô úy để an ủi chúng sanh, chiếu thẳng đến các chúng sanh kia giúp họ được an lạc. Khi ấy nội ngoại quyến thuộc của vua Ba-tư-nặc, nhân dân trong thành ấp đều nghĩ như vầy: "Nay Ương-quật-ma-la đã được Đức Thế Tôn chiết phục."

Vua Ba-tư-nặc thốt lời khen rằng:

"Kỳ lạ thay, bạch Đức Thế Tôn! Quả đúng là cỗ xe Đệ nhất Điều ngự. Quả là bậc Thầy vô thượng của nhân thiên. Như vậy kẻ đại ác nghiệp hung bạo đã có thể phương tiện an lập trong chánh pháp."

Bấy giờ Đức Thế Tôn thuyết kệ khen rằng:

"Người trước phóng dật
Sau dừng chẳng phạm
Soi chiếu thế gian
Như trăng xua mây.

"Nếu Bồ-tát Ma-ha-tát, trước hiện buông lung phóng dật, sau hiện công đức, thì vị ấy chiếu sáng thế gian giống như vầng trăng xua tan mây mờ che phủ, người ấy độ vô lượng chúng sanh, hiện bày công đức của Như Lai.

"Này Đại vương! Nên biết người kia không phải là ác nhân. Đó chính là Bồ-tát bày Thiện phương tiện đó!"

Nhà vua bạch với Đức Phật rằng:

"Theo nghĩa nào mà nói kẻ ấy không phải là ác nhân? Người này trước đây làm nhục người phụ nữ của thầy mình, thọ hành ác sư Tỳ-xá-già hạnh."

Phật bảo Đại vương:

"Người ấy không làm nhục người phụ nữ của thầy, người ấy cũng không phải là thầy. Người ấy hiện ra vị Sư phụ ấy, nhan sắc của phụ nữ ấy, thay đổi tâm mình để học pháp của thầy, lời nói thường thanh tịnh. Đại vương nên biết, đây là chuyện hết sức kỳ đặc. Giống như khi long tượng xung kích, hàng lừa ngựa không thể chịu nổi. Cũng như vậy thưa Đại vương! Như Lai là bậc Đại long tượng vương trong cõi người, ngôn giáo của Như Lai ẩn áo phú tàng, bí mật tuyên thuyết, hàng Thanh văn Duyên giác không thể kham nhẫn được. Duy chỉ có Phật mới có thể kham nhận.

"Thưa Đại vương! Cách đây sáu mươi hai Hằng hà sa cõi nước về phương Nam có một quốc độ tên là Nhất Thiết Bảo Trang Nghiêm. Đức Phật ở cõi ấy danh hiệu là Nhất Thiết Thế Gian Nhạo Kiến Thượng Đại Tinh Tấn Như Lai Ứng Cúng Đẳng Chánh Giác. Ngài giáo hóa ở thế gian không có các thừa Thanh văn Duyên giác, chỉ thuần nhất Đại thừa, không có tên các thừa khác. Các chúng sanh ở cõi Phật ấy không có già bệnh, cũng không có nỗi khổ niềm đau bất như ý nào. Ở đó thuần nhất chỉ có khoái lạc, thọ mạng vô lượng, ánh sáng vô lượng, thuần nhất một sắc màu vi diệu. Tất cả thế gian không có nơi nào có thể đem ra so sánh với cõi ấy được, vì thế quốc độ đó tên là Nhất Thiết Bảo Trang Nghiêm[197]. Đức Phật ở cõi ấy hiệu là Nhất Thiết Thế Gian Nhạo Kiến Thượng Đại Tinh Tấn. Nay Đại vương nên chắp tay tùy hỷ cung kính. Đức Như Lai đó há có phải là người nào khác, Ương-quật-ma-la chính là Đức Phật đó vậy, vì cảnh giới của Chư Phật không thể nghĩ bàn."

---

[197] Nhất Thiết Bảo Trang Nghiêm, 一切寶莊嚴, Skt. *Sarva-ratna-vibhūṣita*, Quốc độ trang nghiêm bằng báu, nơi các vị Phật hoặc Bồ-tát cư ngụ, biểu thị sự thanh tịnh.

Bấy giờ vua Ba-tư-nặc nói với các vị chiêm bốc sư:

"Tất cả các ông thầy đều vọng ngữ. Các ngươi hãy mau chóng rời xa, chớ lại vọng ngữ."

Bấy giờ chư thiên, thế nhân cùng với chư long thần, Thanh văn, Bồ-tát và vua Ba-tư-nặc, tất cả thành ấp xóm làng, tất cả nhân dân, thừa nơi oai thần của Phật đều vân tập đến, cúi đầu đánh lễ dưới chân Ương-quật-ma-la, rồi một lòng đồng thanh nói kệ tán thán rằng:

"*Nam-mô Như Lai Vô Biên Thân*
Nam-mô Phương Tiện Ương-quật-ma
Con nay đảnh lễ chân bậc Thánh
Sám hối chân nhu nhuyến của Thiên Tôn
Con nay sám hối Như Lai tôn
Ương-quật-ma-la Nhị sanh thân
Thầy vì chúng con mà đến đây
Hiện ra ánh sắc tượng thù thắng
Chiếu các chúng sanh kham nhẫn thuyết
Chúng con sám tạ vô lượng thân
Nương tựa nơi Đấng Đẳng chánh giác
Kẻ không nơi nương tựa kết thân
Lạ thay hai Phật hiện ở đời
Pháp vị tằng hữu ở thế gian
Như trong lửa sanh ra hoa sen
Thế gian hy hữu thấy hai Phật."

Bấy giờ Đức Thế Tôn bảo với vua Ba-tư-nặc rằng:

"Cách đây hơn bốn mươi hai Hằng hà sa cõi nước về phương Bắc có một quốc độ tên là Thường Hỷ[198]. Đức Phật ở cõi ấy hiệu là Hoan Hỷ Tạng Ma-ni Bảo Tích Như Lai Ứng Cúng Đẳng Chánh Giác. Ngài giáo hóa ở thế gian, cõi ấy không có Thanh văn Duyên giác, chỉ thuần nhất Đại thừa, không có tên các thừa khác, cũng không có tên gọi như lão, bệnh và các thứ khổ, thuần nhất khoái lạc, thọ mạng vô lượng,

---

[198] Thường Hỷ quốc, 常喜國, Skt. *Sadāmuditā*, Quốc độ luôn vui vẻ, nơi các hành giả đạt được hạnh phúc vĩnh cửu qua tu tập.

quang minh vô lượng, không gì có thể so sánh, vì thế quốc độ ấy có tên là Thường Hỷ. Danh hiệu của Phật ấy là Hoan Hỷ Tạng Ma-ni Bảo Tích Như Lai Ứng Cúng Đẳng Chánh Giác. Nhà vua hãy nên tùy hỷ chắp tay cung kính. Đức Như Lai ấy há phải là người nào khác, Văn-thù-sư-lợi chính là Đức Phật ấy vậy. Nếu có chúng sanh hướng về Ương-quật-ma-la và Văn-thù-sư-lợi cung kính, lễ bái, nếu lại có thể nghe tên hai vị ấy thì sẽ được thấy Hoan Hỷ quốc như nhìn thấy nhà mình. Nghe danh hiệu của hai vị ấy thì sẽ thường được bế cả Tứ thú (bốn đường ác). Hoặc có thể cười đùa, hoặc tùy thuận họ, hoặc vì danh lợi, họ cùng ngoại đạo, hoặc phạm trọng cấm Ngũ vô gián tội, cũng được đóng cửa bốn đường ác. Hoặc Thiện nam tử, Thiện nữ nhân hộ trì hai danh hiệu này, trong đời hiện tại hoặc đời vị lai, tất cả những nơi đồng trống hiểm nạn, những nơi khủng bố sợ hãi thảy đều được cứu giúp. Ở tất cả mọi nơi, sự khủng bố, sợ hãi thảy đều tiêu diệt. Tất cả trời, rồng, Dạ-xoa, Càn-thát-bà, A-tu-la, Ca-lầu-la, Khẩn-na-la, Ma-hầu-la-già, Tỳ-xá-xà chúng thảy đều không thể can dự vào."

Bấy giờ Đức Thế Tôn bảo với vua Ba-tư-nặc rằng:

"Những lời thuyết pháp của Như Lai có đại oai đức như vậy. Những việc làm của Bồ-tát cũng có đại oai đức như vậy. Văn-thù-sư-lợi cùng với Ương-quật-ma-la cũng có đại oai đức như vậy. Đối với hai bậc long tượng ấy mà phát tâm tùy hỷ thì có thể phát khởi vô lượng hạnh nguyện của Bồ-tát.

"Này Đại vương! Ngài nên cấp dưỡng cho mẹ của Ương-quật-ma-la chớ để thiếu sót. Mẹ của Ương-quật-ma-la này chính là ta phương tiện thủ hộ bà."

Bấy giờ, mẹ của Ương-quật-ma-la bay lên hư không, cao đến bảy cây Đa-la mà nói kệ rằng:

> *"Sự biến hóa của Phật*
> *Chúng sanh thảy không biết*
> *Như Lai làm cảnh huyễn*
> *Là vua của các huyễn*
> *Đại thân, Phương tiện thân*
> *Đó chính là Như Lai."*

Nói kệ này xong rồi, mẹ của Ương-quật-ma-la liền biến mất không hiện nữa. Bấy giờ vua Ba-tư-nặc bạch với Đức Phật rằng:

"Bạch Đức Thế Tôn! Đó là huyễn ảo chăng?"

Phật nói với Đại vương:

"Đó chính là Hóa mẫu[199]. Giống như điều Hóa mẫu nói, hạnh của Bồ-tát cũng như thế."

Bấy giờ thầy của Ương-quật-ma-la, Ma-ni Bạt-đà-la cũng vận thân bay lên hư không cao bằng bảy cây Đa-la mà nói kệ rằng:

"Như loài thú Dã can[200]
Thường chơi cùng sư tử
Tuy gần gũi nhau lâu
Nhưng tiếng kêu lại khác
Nghe tiếng kêu sợ chết
Huống khi Sư tử hống
Ta giống thú nhỏ kia
Tuy làm thầy người kia
Nhưng không thể phát khởi
Thanh vô úy người hùng
Nếu họ không phương tiện
Ta chắc chắn sẽ chết
Ta như thú dã can
Há nhận của họ cúng
Ta hành pháp ngu si
Bồ-tát thảy xa lìa
Với tất cả chúng sanh
Đều xem như con một.
Phật hiện vô lượng huyễn
Chúng sanh không thể biết
Thiết hóa trăm ngàn ức

---

[199] Hóa mẫu, 化母, Skt *Nirmāṇa-mātṛ*, Mẹ hóa sinh, biểu tượng cho sự sinh ra từ tâm thức thanh tịnh trong các cõi Phật.

[200] Dã can, 野干, Skt *Śṛgāla*, Loài cáo, biểu tượng cho sự xảo quyệt, thường được dùng trong các câu chuyện giáo hóa.

*Bà-la-môn, sư trưởng
Chúng sanh thảy không biết
Chỉ Phật biết Phật huyễn
Nên biết Phật Thế Tôn
Là vua tất cả huyễn."*

Bấy giờ, vợ của vị sư Ma-ni Bạt-đà-la cũng nói kệ rằng:

*"Than ôi! Các chúng sanh
Không biết công đức Phật
Tưởng Chiên-già nữ[201] thật
Chẳng biết do Phật hóa
Thị hiện thành thân ta
Huyễn hóa cũng như thế.
Đại vương Ngài nên biết
Thân Phật Bất tư nghì
Các Chiên-đà-la kia
Còn không được gần vua
Khủng bố thường sợ chết
Huống đối diện nói năng
Ta, họ cũng là người
Chẳng dám cùng gần gũi
Huống là các thiên nhân
Gần gũi chuyển Phật tâm
Vô lượng thiên long thần
Thường cúng dường Như Lai
Kẻ ác tâm hướng Phật
Họ liền đoạn thân mạng
Phật dùng xảo phương tiện
Thị hiện các thứ huyễn
Chế ngự chúng vị lai
Vô lượng các phi pháp
Phật huyễn là Đại huyễn
Thân Như Lai phương tiện."*

---

[201] Chiên-già nữ, 旃伽女, Skt. Caṇḍāla-strī, Nữ thuộc giai cấp chiên-đà-la, được Đức Phật giáo hóa để vượt qua định kiến xã hội.

Nói kệ này rồi, vợ của Ma-ni Bạt-đà-la liền biến mất không hiện nữa. Bấy giờ vua Ba-tư-nặc nghe thấy những việc hy hữu như vậy, hoan hỷ phấn chấn bạch với Đức Phật rằng:

"Bạch Đức Thế Tôn! Tất cả đều là huyễn ảo chăng?"

Phật dạy:

"Đại vương! Giống như vị thầy kia, và vợ của ông ta và mẹ của Ương-quật-ma-la, cả ba người ấy đều là sự huyễn hóa của ta. Ta thị hiện sự huyễn hóa không thể nghĩ bàn, nhân đó ta giáo hóa Ương-quật-ma-la, độ vô lượng chúng sanh."

Lúc ấy vua Ba-tư-nặc bạch với Đức Phật rằng:

"Bạch Đức Thế Tôn! Trẫm sẽ thực hành pháp hội Đại bố thí trong bảy ngày. Ương-quật-ma-la Như Lai ở phương diện phước điền nay làm ruộng phước."

Phật bảo Đại vương rằng:

"Như vậy, như vậy!"

Bấy giờ chư thiên, Long thần cùng nói kệ rằng:

"Nam-mô Huyễn hóa vương
Đầy đủ Đại tinh tấn
Như Lai phương tiện thân
Phương tiện Bát-niết-bàn
Thị hiện xả Xá-lợi
Như Lai vô biên thân
Trí huệ cũng vô biên
Vô biên Thiện danh xưng
Vô biên Minh lực sĩ
Như Lai vô biên thân
Mật tích vô hữu biên
Ngôn thuyết cũng vô biên
Ẩn phú cũng vô biên
Vô biên chiếu thế gian
Quang minh cũng vô biên
Công đức quá số lượng

Không thể xưng, lượng được
Hư không vô ngại trí
Như Lai hư không thân
An ủi việc Văn-thù
Cùng với ta cùng loại
Vì Ương-quật-ma-la
Nên Phật Thế Tôn đến
Hoặc đến hay không đến
Chẳng phải chỗ ta biết
Như Lai xem tất cả
Giống như La-hầu-la."

Bấy giờ, sau khi Đức Thế Tôn nói Kinh này rồi, chư thiên, Long thần, Thanh văn, Bồ-tát cùng với vua Ba-tư-nặc và tất cả chúng hội đều ái mộ hạnh của Ương-quật-ma-la và hạnh nguyện của Bồ-tát Văn-thù-sư-lợi, nguyện sanh nước kia, tất cả đều phát tâm A-nậu-đa-la Tam-miệu-tam Bồ-đề. Tất cả đều dõng dạc hoan hỷ.

ƯƠNG-QUẬT-MA-LA KINH, QUYỂN THỨ TƯ

HẾT.

PHẬT THUYẾT PHÓNG NGƯU KINH[202]

Đời Dao Tần, Tam Tạng Pháp Sư Cưu-ma-la-thập dịch.

Tôi nghe như vầy:

Một thời, Đức Bạt-già-bà ở tại vườn cây của ông Cấp Cô Độc cùng Thái tử kỳ-đà, nước Xá-vệ. Lúc ấy Phật bảo với các tỳ-kheo:

"Có mười một pháp mà trẻ chăn trâu không biết cách thả trâu, không biết cách nuôi trâu. Thế nào là mười một?

Một là trẻ chăn trâu không biết sắc của trâu.

Hai là không biết tướng của trâu.

Ba là không biết kỳ cọ tắm rửa cho trâu.

Bốn là không biết bảo vệ vết thương của trâu.

Năm là không biết làm khói.

Sáu là không biết chọn đường để đi.

Bảy là không biết yêu thương trâu.

Tám là không biết đi đường nào để lội qua nước.

Chín là không biết tìm nước ngọt và cỏ non.

Mười là không biết cách lấy sữa trâu không để sót.

Mười một là không biết nuôi dưỡng trâu khả dụng hay bất khả dụng.

Mười một việc này, trẻ chăn trâu không hiểu việc nuôi dưỡng, giữ gìn trâu, cuối cùng trâu không sinh trưởng, mỗi ngày mỗi giảm sút.

"Vì tỳ-kheo không biết thực hành mười một việc thì giống như trẻ

---

[202] *No. 123.* {No.99 (1248), *No. 125* (49.1), *No. 124*}

chăn trâu, cuối cùng chẳng thể thành sa-môn. Ở trong pháp này mà rốt cuộc không gieo trồng được gốc rễ pháp luật, không có cành lá ngăn che, không thực hành mười một việc mà miễn cưỡng làm sa-môn, khi chết sẽ đọa vào ba đường ác.

"Những gì là mười một việc của tỳ-kheo? Tỳ-kheo không biết sắc, không biết tẩy rửa đúng chỗ, không biết tẩy rửa để ứng hộ vết thương, ghẻ lở, không biết bảo hộ vết thương, ghẻ lở bằng cách hong khói, không biết làm khói, không biết chọn đường để đi, không biết thương yêu trâu, không biết lối nào để vượt qua dòng nước, không biết chỗ ăn, không biết cung kính bậc trưởng lão.

"Này các tỳ-kheo! Thế nào là không biết sắc?

"Tỳ-kheo không biết Tứ đại, không biết sắc tạo nên Tứ đại. Tỳ-kheo như vậy là không biết sắc.

"Tỳ-kheo, thế nào là không biết tướng?

"Tỳ-kheo không biết tướng nhân duyên của si, không biết tướng nhân duyên của sự thông tuệ.

"Thế nào là không biết tướng nhân duyên của si? Tỳ-kheo không biết duyên đen tối, không biết minh bạch, không biết duyên đen tối và minh bạch. Tỳ-kheo như vậy là không biết tướng.

"Thế nào là tỳ-kheo biết nên tẩy rửa hay không nên tẩy rửa? Giả sử dục tâm phát khởi liền yêu thích, không xả, không quên, không chấm dứt, khởi ngu si, tham lam, keo xẻn và các tâm ác, mãi ôm ấp không chịu xả bỏ. Tỳ-kheo như vậy là đối với việc nên tẩy rửa mà không chịu tẩy rửa.

"Thế nào là tỳ-kheo đối với việc bảo vệ vết thương mà không chịu bảo vệ vết thương? Tỳ-kheo thấy sắc thì khởi tưởng, nghe tiếng thì ái trước, tơ tưởng hình thể mà không biết đó là việc xấu ác, không biết bảo hộ nhãn căn và nhĩ tỷ thiệt thân ý, mãi đuổi theo ngoại trần mà không thể tự bảo hộ. Tỳ-kheo như thế là hạng tỳ-kheo đối với vết thương đáng bảo hộ mà không chịu bảo hộ.

"Thế nào là tỳ-kheo nên tạo khói mà không tạo khói? Đối với sở học, sở văn không biết vì người mà nói, như vậy là tỳ-kheo đối với việc nên tạo khói mà không tạo khói.

"Thế nào là tỳ-kheo không biết chọn đường mà đi? Là tỳ-kheo không biết chọn đường thẳng mà đi, lại đi vào đường trái, phi đạo.

"Thế nào là đi vào đường trái? Đó là tỳ-kheo đi vào nhà làng dâm nữ, nơi hội họp rượu chè hay chốn hý lộng. Tỳ-kheo như thế là không biết đường đi.

"Thế nào là tỳ-kheo không biết lối nào để vượt qua dòng nước? Đó là tỳ-kheo không biết Tứ đế. Những gì là Tứ đế? Đó là tỳ-kheo không biết Khổ đế, Khổ tập đế, Khổ tận đế, Khổ tận đạo đế. Đó là tỳ-kheo không biết lối nào để vượt qua dòng nước.

"Thế nào là tỳ-kheo không biết chỗ ăn? Đó là tỳ-kheo không biết Tứ ý chỉ[203]. Tứ ý chỉ là những gì?

"Đó là tỳ-kheo không biết Nội quán thân, Ngoại quán thân, Nội ngoại quán thân.

"Không biết Nội quán thống, Ngoại quán thống, Nội ngoại quán thống.

"Không biết Nội quán ý, Ngoại quán ý, Nội ngoại quán ý.

"Không biết Nội quán pháp, Ngoại quán Pháp, Nội ngoại quán pháp.

"Tỳ-kheo như thế chính là không biết chỗ ăn.

"Thế nào là tỳ-kheo không biết ăn không hết? Giả sử quốc vương, trưởng giả, thiện nam tín nữ thỉnh đi thọ thực. Họ bày biện đủ thứ món ngon chí tâm dâng cúng. Tỳ-kheo không biết giới hạn của trai phạn, ăn xong rồi còn dư lại mang về. Tỳ-kheo như thế là không biết ăn không hết.

"Thế nào là tỳ-kheo không biết cung kính Trưởng lão? Tỳ-kheo, cung kính cúng dường, sao lại không biết? Giả sử có Trưởng lão Tỳ-kheo đã tu học lâu ngày, đạo cao đức trọng, sở học uyên bác. Tỳ-kheo nhỏ không chí tâm lễ kính, thấy vị Trưởng lão đi ngang qua không

---

[203] Tứ ý chỉ, 四意止, Skt. *Smṛtyupasthāna*, Bốn chỗ quán niệm: thân, thọ, tâm, pháp, là nền tảng của thiền định Phật giáo.

đứng dậy chào, không nhường chỗ ngồi, khinh mạn đùa giỡn, không đem tâm lành hầu hạ. Tỳ-kheo như thế là không biết cung kính Trưởng lão.

"Nếu như có tỳ-kheo không biết thực hành mười một pháp, ở trong giáo pháp của ta không nên làm sa-môn. Không gieo trồng gốc rễ pháp luật, không có cành lá che chắn, thảy đều tự hủ mục, bại hoại. Chẳng bằng quay trở lại làm bạch y. Nếu miễn cưỡng làm sa-môn ắt sẽ rơi vào ba đường ác.

"Tỳ-kheo biết mười một hạnh dưỡng hộ của trẻ chăn trâu, vị ấy có thể khiến cho sữa dứt.

"Thế nào là mười một?

"Kẻ chăn trâu này biết sắc, biết tướng, biết cọ xát, biết bảo hộ vết thương, biết thời tạo khói, biết chọn đường, biết vượt qua nước, biết thương yêu trâu, biết tìm nước sạch cỏ non, biết vắt sữa hết không để sót, biết giới hạn của trai phạnnhiều ít, phân biệt trâu tốt xấu và nuôi loại nào khả dụng. Kẻ chăn trâu như thế thì có thể nuôi dưỡng, làm bầy trâu tăng thêm."

Đức Phật nói đến đây thì tụng kệ rằng:

"Trẻ chăn trâu thẩm thấu
Chủ trâu có phước đức
Sáu năm sáu con trâu
Thành sáu mươi chẳng giảm
Trẻ chăn trâu thông minh
Biết phân biệt các tướng
Trẻ chăn trâu như vậy
Được Chư Phật ngợi khen.

"Mười một pháp như thế, tỳ-kheo nên thực hành. Cũng có thể ở trong pháp này gieo trồng gốc rễ pháp luật, khiến cho cành lá sum suê, che phủ đất đai, không để cho cây bị hủ mục bại hoại.

"Những gì là mười một? Tỳ-kheo biết sắc, biết tướng, biết cọ xát, biết ngăn che vết thương, biết thời tạo khói, biết đường đi, biết thương yêu trâu, biết lội nước, biết chỗ ăn, biết ăn không hết, biết cung kính Trưởng lão, các bậc kỳ cựu cung kính cúng dường.

"Thế nào là Tỳ-kheo biết sắc?

"Tỳ-kheo biết do bốn đại khởi tạo sắc, như vậy là tỳ-kheo biết sắc.

"Thế nào là tỳ-kheo biết tướng?

"Tỳ-kheo phân biệt được ngu si và thông tuệ.

"Si là gì? Là cái chẳng đáng tư duy mà lại tư duy; cái chẳng đáng làm mà lại làm; cái chẳng đáng nói mà lại nói. Đó chính là si.

"Thông tuệ là gì? Đó là tư duy những điều đáng tư duy; làm những việc đáng làm; nói những điều đáng nói, đó là thông tuệ.

"Khéo phân biệt ngu si và thông tuệ, đó chính là biết tướng.

"Thế nào là tỳ-kheo đối với chỗ nên cọ xát thì biết cọ xát? Đó là tỳ-kheo giả sử sanh dục tâm có thể chế ngự, xa lánh nó như khạc nhổ những ác kiến. Giả sử khởi sân nhuế, xan tham và các tâm xấu ác khác, tỳ-kheo có thể chế ngự, tránh xa như khạc nhổ những ác kiến. Như vậy đó là tỳ-kheo đối với chỗ nên cọ xát thì biết cọ xát.

"Thế nào là tỳ-kheo biết vết thương nên bảo hộ thì bảo hộ? Tỳ-kheo mắt thấy sắc mà không phân biệt tốt xấu, thủ hộ nhãn căn không đắm trước đối với sắc bên ngoài, lìa xa các xấu ác, bảo hộ nhãn căn. Đối với tai nghe tiếng, mũi ngửi hương, lưỡi nếm vị, thân ham thích trơn láng mịn màng, ý khởi nhiều niệm tưởng, tỳ-kheo chế ngự không để đắm trước, hộ trì các căn này không để nhiễm trước những trần cảnh bên ngoài, giống như khạc nhổ những ác kiến. Tỳ-kheo như thế là biết bảo hộ vết thương.

"Thế nào là tỳ-kheo thời thời tạo khói? Như đối với sở học, sở văn, sở tri, tùy thời mà quảng thuyết. Như vậy là tỳ-kheo biết thời tạo khói.

"Thế nào là tỳ-kheo biết đường đi? Tỳ-kheo thực hành thẩm thấu con đường. Biết chỗ không thể đi đến như làng dâm nữ, quán rượu, chỗ hý lộng đùa giỡn quyết không đi vào. Tỳ-kheo như thế là biết đường đi.

"Thế nào là tỳ-kheo biết yêu thương! Tỳ-kheo khi thấy người thuyết giảng pháp bảo, chí tâm lắng nghe thọ nhận, hăng hái yêu thích. Tỳ-kheo như thế thì gọi là biết yêu thương.

"Thế nào là tỳ-kheo biết chỗ lội? Tỳ-kheo biết Bốn đế. Những gì là Bốn đế? Đó là Khổ đế, Khổ tập đế, Khổ tận đế, Khổ tận đạo đế. Tỳ-kheo như vậy là biết chỗ lội nước.

"Thế nào là tỳ-kheo biết chỗ ăn? Tỳ-kheo biết Tứ ý chỉ. Tứ ý chỉ là gì? Đó là tỳ-kheo quán Nội thân, quán Ngoại thân, quán Nội ngoại thân; Quán Nội thống, quán Ngoại thống, quán Nội ngoại thống; Quán Nội ý, quán Ngoại ý, quán Nội ngoại ý; Quán Nội pháp, quán Ngoại pháp, quán Nội ngoại pháp. Tỳ-kheo như vậy gọi là biết chỗ ăn.

"Thế nào là tỳ-kheo biết ăn không hết? Nếu có quốc vương, trưởng giả, thiện nam tín nữ đem tâm tín nhạo thỉnh tỳ-kheo, cúng dâng ẩm thực cùng đủ thứ món ngon, cung kính khuyến thỉnh dùng thêm. Tỳ-kheo biết tiết độ của thân nên ăn no thì dừng. Biết tư duy lời Phật dạy, người bố thí tuy sung túc nhưng phải tự biết giới hạn của mình nên không thọ nhận hết. Tỳ-kheo như thế gọi là biết ăn không hết.

"Thế nào là tỳ-kheo biết cung kính các bậc Trưởng lão, cựu học, các bậc kỳ túc tài nghệ, biết cung kính cúng dường? Đó là tỳ-kheo nên thân cận các bậc ấy, cung kính cúng dường, ra vào đón tiếp hay đưa tiễn. Thấy các vị ấy đến thì đứng lên nhường chỗ ngồi, tùy sức mà nâng đỡ, không nên giải đãi khinh mạn. Tỳ-kheo như thế gọi là biết cung kính Trưởng lão.

"Vị tỳ-kheo có thể thực hành mười một điều này, ở trong giáo pháp này gieo trồng gốc rễ pháp luật, nuôi dưỡng cành lá sum suê, chở che khắp chốn khiến thanh tịnh vô cấu."

Bấy giờ Đức Thế Tôn nói kệ khen rằng:

"Có kẻ tinh tấn học
Thọ thực biết tiết độ
Cung kính bậc Trưởng lão
Hạnh ấy Phật khen ngợi
Là pháp tỳ-kheo học
Ngày đêm định tâm ý
Sáu căn đắc La-hán."

Các vị tỳ-kheo vâng lời Phật dạy, hoan hỷ phụng hành.

PHẬT THUYẾT PHÓNG NGƯU KINH

HẾT.

DUYÊN KHỞI KINH[204]

Tam tạng Pháp sư Huyền Trang phụng chiếu dịch.

Tôi nghe như vầy:

Một thời, Đức Bạt-già-phạm ngự tại Thất-la-phiệt[205], trong rừng Thệ-đa[206], vườn Cấp Cô Độc cùng với vô lượng vô số Thanh văn, Bồ-tát cùng trời người câu hội.

Bấy giờ Đức Thế Tôn bảo với chúng bí-sô[207] rằng:

"Ta sẽ vì các ông tuyên thuyết nghĩa sai biệt ban đầu của Duyên khởi. Các ông hãy lắng nghe cho kỹ, khéo léo tư duy. Ta nay sẽ vì các ông phân biệt nói rõ."

Chúng bí-sô đáp:

"Cúi mong Thế Tôn tuyên thuyết, chúng con mong muốn được nghe."

Đức Phật dạy:

"Thế nào là chỗ bắt đầu của Duyên khởi? Nghĩa là y theo cái này có thì cái kia có, cái này sanh thì cái kia sanh. Đó là vô minh duyên với Hành, Hành duyên với Thức, Thức duyên với Danh sắc, Danh sắc

---

[204] *No. 124.* {Nos. 123,99 (1248), 125(49.1)}
[205] Thất-la-phiệt, 室羅筏, Skt. *Śrāvastī*, Thành Xá-vệ, nơi có tịnh xá Kỳ Viên, nơi Đức Phật thường thuyết pháp.
[206] Thệ-đa lâm, 祇樹林, Skt. Pāli *Jetavana*, Tịnh xá Kỳ Thọ do Cấp Cô Độc hiến tặng, là trung tâm tu học quan trọng.
[207] Bí-sô, 比丘, Skt. *Bhikṣu*, tỳ-khưu, tăng sĩ nam đã thọ giới cụ túc, sống đời sống thanh tịnh và tu hành.

duyên Lục nhập, Lục nhập duyên Xúc, Xúc duyên Thọ, Thọ duyên Ái, Ái duyên Thủ, Thủ duyên Hữu, Hữu duyên Sanh, Sanh duyên Lão tử, khởi lên sầu than khổ não. Đó đều là những khổ uẩn tích tập. Đó cũng chính là nghĩa ban đầu của Duyên Khởi.

"Thế nào gọi là Duyên Khởi sai biệt? Nghĩa là khi Vô minh duyên với Hành. Vì sao gọi là Vô minh? Nghĩa là vô tri không biết. Đối với tiền tế vô tri, hậu tế vô tri, tiền hậu tế vô tri. Đối với bên trong vô tri, bên ngoài vô tri, bên trong ngoài vô tri. Đối với nghiệp vô tri, đối với dị thục vô tri, đối với nghiệp dị thục vô tri. Đối với Phật vô tri, đối với Pháp vô tri, đối với Tăng vô tri. Vô tri đối với Khổ, vô tri đối với Tập, vô tri đối với Diệt, vô tri đối với Đạo. Vô tri đối với nhân, vô tri đối với quả. Vô tri đối với nhân đã sanh các pháp, vô tri đối với thiện, vô tri đối với bất thiện. Không biết có tội, không biết vô tội. Không biết pháp nào nên tu tập. Không biết thấp kém hạ liệt, không biết thượng diệu thù thắng. Không biết hắc pháp, không biết bạch pháp. Đối với hữu dị phần không biết, đối với duyên đã sanh hoặc sáu cảnh xúc cũng không biết như thật không đạt. Như vậy đối với hết thảy những chỗ kia như thật không biết, không thấy, không có hiện quán, ngu si, vô minh, hắc ám, đó chính là vô minh.

"Thế nào gọi là Hành?

"Hành có 3 loại: Thân hành, Ngữ hành, và Ý hành.

"Hành duyên với Thức, sao gọi là Thức? Đó là 6 thức thân. Đó là Nhãn thức, Nhĩ thức, Tỷ thức, Thiệt thức, Thân thức, và Ý thức.

"Thức duyên với Danh sắc. Sao gọi là Danh? Đó chính là tứ vô sắc uẩn: Thọ uẩn, Tưởng uẩn, Hành uẩn, Thức uẩn. Sao gọi là Sắc? Đó chính là những pháp có Sắc, tất cả Tứ đại chủng và những thứ do Tứ đại chủng *(đất, nước, gió, lửa)* tạo ra, chữ Danh đứng trước chữ Sắc này gọi chung lại thì gọi là Danh sắc.

"Danh sắc duyên với Lục xứ. Thế nào gọi là Lục xứ? Đó chính là Lục nội xứ: một là Nhãn nội xứ, hai là Nhĩ nội xứ, ba là Tỷ nội xứ, bốn là Thiệt nội xứ, năm là Thân nội xứ, sáu là Ý nội xứ.

"Lục xứ duyên với Xúc. Thế nào là Xúc? Đó chính là Lục xúc thân: một là Nhãn xúc, hai là Nhĩ xúc, ba là Tỷ xúc, bốn là Thiệt xúc, năm là

Thân xúc, sáu là Ý xúc.

"Xúc duyên với Thọ. Thế nào gọi là Thọ? Thọ có ba loại: Lạc thọ, Khổ thọ và Bất khổ bất lạc thọ.

"Thọ duyên với Ái. Thế nào gọi là Ái? Ái có ba loại: Dục ái, Sắc ái và Vô sắc ái.

"Ái duyên với Thủ. Thế nào gọi là Thủ? Thủ có bốn loại: một là Dục thủ, hai là Kiến thủ, ba là Giới cấm thủ, bốn là Ngã ngữ thủ.

"Thủ duyên với Hữu. Thế nào gọi là Hữu? Hữu có ba loại: Dục hữu, Sắc hữu và Vô sắc hữu.

"Hữu duyên với Sanh. Thế nào gọi là Sanh? Đó chính là tất cả những loại hữu tình. Đối với những loại hữu tình kia, tùy nghiệp mà sanh các thú, sanh khởi ra các uẩn, có cảnh giới, có xứ, có uẩn sanh khởi, xuất hiện mạng căn.

"Sanh duyên với Lão. Thế nào gọi là Lão?

"Đó là tóc râu thay đổi bạc trắng, da dẻ nhăn nhúm, suy yếu tổn hoại, thân thể hao gầy, lưng còng gối mỏi, vết đennám thâm, hơi thở gấp gáp, dáng mạo gù thấp, dựa gậy mà đi lảng lờ yếu kém, suy đồi tổn giảm, các căn rệu rã, chẳng làm được gì, hành động cổ lỗ, hình dáng hủ bại, đó gọi là Lão.

"Sao gọi là Tử? Đó là tất cả Hữu tình, khi mang thân loài Hữu tình cuối cùng cũng đều tiêu mất, xả bỏ thọ mạng, xả bỏ hơi ấm, mạng căn tiêu mất, xả luôn các Uẩn. Khi chết, vận mạng cũng hết, đó gọi là Tử. Chữ Lão đặt trước chữ Tử này gộp chung làm một gọi là Lão tử.

"Đó chính là nghĩa sai biệt của Duyên khởi. Này các bí-sô! Ta đã nói, đã nêu ra nghĩa sai biệt ban đầu của Duyên khởi cho các ông nghe xong."

Đức Phật Bạt-già-phạm nói kinh này xong, Thanh văn, Bồ-tát và các chúng trời người nghe Đức Phật nói đều đại hoan hỷ, được nghe điều chưa từng có, tín thọ phụng hành.

DUYÊN KHỞI KINH. HẾT

PHẬT THUYẾT TỨ NHÂN XUẤT HIỆN THẾ GIAN KINH[208]

Sa-môn Cầu-na Bạt-đà-la,
người nước Thiên Trúc dịch vào đời Tống.

Tôi nghe như vầy:

Một thời, Đức Bạt-già-phạm ngự tại vườn Cấp Cô Độc, rừng Kỳ-đà, thành Xá-vệ.

Lúc bấy giờ, vua Ba-tư-nặc cưỡi xe báu được trang nghiêm bằng lông chim quý, cùng với quần thần vây quanh đi ra khỏi thành Xá-vệ. Đi ngang qua khu vườn đến chỗ Đức Thế Tôn, đầu mặt lễ dưới chân Phật rồi ngồi sang một bên, muốn được nghe pháp.

Lúc bấy giờ, Đức Thế Tôn bảo với vua Ba-tư-nặc rằng:

"Có bốn hạng người xuất hiện ở thế gian: Thứ nhất là hạng người trước thì xấu xí mà sau thì đẹp đẽ. Thứ hai là hạng người trước thì đẹp đẽ mà sau thì xấu xí. Thứ ba là hạng người trước xấu sau cũng xấu. Thứ tư là hạng người trước đẹp sau cũng đẹp.

"Thế nào là người trước xấu xí mà sau đẹp đẽ? Đó là có người sanh ra trong gia đình ty tiện, hoặc trong gia đình Chiên-đà-la, hoặc trong gia đình giết mổ, hoặc trong gia đình làm nghề thủ công, hoặc gia đình làm nghề cắt tóc, gia đình bần cùng nghèo khổ, không có thóc gạo, cơm không đủ ăn. Tuy cũng được ăn nhưng ăn toàn những thứ hôi mốc xấu tệ. Sanh vào những gia đình như thế thì nhan sắc xấu xí, mọi người không muốn gặp, ai cũng khinh miệt. Nhưng thân hành

---

[208] No. 127. {No. 125(26.5)}

thiện, khẩu, hành thiện, ý hành thiện. Người ấy thân tu thiện hạnh, khẩu tu thiện hạnh, ý tu thiện hạnh. Nếu người ấy gặp sa-môn hay bà-la-môn liền khởi ý khiêm hạ, thừa sự cung kính mọi lúc mọi nơi. Nếu gặp người cúng dường liền hoan hỷ phấn chấn. Khi người ấy mệnh chung được sanh về cõi lành trên trời. Giống như có người từ dưới đất mà được ngồi lên giường nhỏ, rồi từ giường nhỏ được lên giường lớn, từ giường lớn rồi được lên ngựa, từ ngựa lên voi, rồi từ voi lên tới đại giảng đường. Do đó, ta nói hạng người này trước thì xấu xí, mà sau thì đẹp đẽ.

"Thế nào là hạng người trước đẹp đẽ sau xấu xí? Đó là hạng người ban đầu được sanh vào nhà hào quý, hoặc sanh vào danh gia vốn thuộc hàng Sát-đế-lợi, hàng Bà-la-môn, hoặc sanh vào nhà Trưởng giả, hoặc Vương gia, hoặc Thái tử gia, hoặc Đại thần gia, và các đại gia đại tánh khác. Những người này nhan sắc đoan chánh không gì sánh, sắc đẹp như hoa đào. Những người ấy liền thân hành ác, khẩu hành ác, ý hành ác. Khi họ gặp sa-môn, bà-la-môn và các bậc trưởng túc, thấy mà không khởi tâm cung kính, cũng không lễ bái vái chào, không thèm cùng nói chuyện. Nếu họ thấy người cúng dường liền khởi tâm ganh ghét, đố kỵ. Đó là tà kiến, do dự kiến, những gì như thế đều thuộc về tà kiến.Họ cho rằng không có bố thí, không có phước báo, cũng không có người thọ nhận, không có thiện ác hạnh, không có đời này đời sau, không cha không mẹ, trên đời không có A-la-hán, không có người tu tập diệu hạnh sẽ mau chóng chứng đắc thần thông và tự tại vui vẻ an lạc trong đó. Họ cho rằng nếu có những thành tựu như thế là ác tà kiến. Hạng người ấy khi mạng chung sẽ sanh vào trong ba đường ác. Giống như người kia từ giảng đường chuyển xuống hạng voi, từ voi xuống ngựa, từ ngựa xuống giường lớn, từ giường lớn xuống giường nhỏ, rồi từ giường nhỏ đầu chân rơi xuống đất. Vì lẽ đó ta nói người kia trước đẹp đẽ mà sau xấu xí.

"Thế nào là hạng người trước xấu sau cũng xấu. Đó là hạng người bị sanh ra trong gia đình ty tiện, nhà Chiên-đà-la, gia đình làm nghề giết mổ, nghề thủ công, nghề cắt tóc, những gia đình nghèo cùng bần khổ chẳng có gì ăn. Tuy cũng có ăn nhưng ăn toàn những thứ hôi hám dơ dáy khó nuốt. Những người sanh vào những gia đình như thế mà họ lại thân hành ác, khẩu hành ác, ý hành ác. Thân khẩu ý đã hành ác như vậy, khi gặp các vị sa-môn, bà-la-môn, các bậc trưởng giả họ cũng không biết cung kính lễ bái, cũng không muốn cùng các vị ấy nói chuyện, luận đàm. Họ tương ứng với hạng tà kiến, do dự kiến. Họ có định kiến rằng không có bố thí, không có tội phước, cũng không có người thọ nhận quả báo, không có quả báo thiện ác, không có đời này, đời sau, không cha không mẹ, trên đời không có sa-môn, bà-la-môn, và những hành nghiệp đó. Không có A-la-hán trong đời này hay đời sau tu tập chứng đắc thần thông và tự vui thú an lạc trong đó. Họ và những kẻ ác kiến tương ứng. Khi họ mệnh chung sẽ sanh vào ba đường ác, đọa vào địa ngục. Giống như người từ chỗ mịt mờ đến chỗ mịt mờ, từ chỗ hắc ám đến chỗ hắc ám. Do vậy nên nói hạng người này trước xấu mà sau cũng xấu.

"Thế nào là hạng người trước vi diệu sau cũng vi diệu? Đó là hạng người được sanh vào nhà hào môn, quý tộc, sanh vào nhà danh gia vọng tộc, thuộc dòng Sát-đế-lợi hoặc Bà-la-môn, gia đình Trưởng giả, Quân gia, Thái tử gia, Đại thần gia, cực kỳ giàu có, tài sản của báu nhiều vô kể. Hạng người này đoan chánh đẹp đẽ không gì sánh được, sắc diện như hoa đào. Họ thân tu thiện hạnh, khẩu tu thiện hạnh, ý tu thiện hạnh. Thân khẩu ý đã tu thiện hạnh, nếu họ gặp sa-môn, bà-la-môn và các bậc tôn trưởng, họ liền cung kính lễ bái, cúng dường cung cấp. Nếu thấy người khác đến cúng dường họ cũng thừa sự lễ kính, phát lòng hoan hỷ. Họ cùng các kiến tương ưng, không có tướng điên đảo. Họ có chánh kiến thế này: Có bố thí, có tội phước, có người thọ quả báo, có các hạnh thiện ác, có đời này đời sau, có cha có mẹ, trên đời có sa-môn, bà-la-môn, những người tu phạm hạnh. A-la-hán trong đời này, đời sau mau chóng chứng đắc thần thông tự tại và tự an vui khoái lạc trong đó. Khi họ đã thành tựu được thiện kiến như vậy, khi mạng chung sẽ được sanh lên cõi trời, giống như người từ giảng đường đến giảng đường, từ lầu các đến lầu các, du hành vui chơi từ cung điện này đến cung điện khác. Chính vì lẽ đó ta nói hạng người ấy trước vi diệu sau cũng vi diệu.

"Thế đó thưa Đại vương! Có bốn hạng người xuất hiện ở thế gian."

Lúc ấy Đức Thế Tôn liền nói kệ rằng:

"Đại vương! Người bần tiện

Nếu tin bố thí tốt
Thấy Sa-môn, Phạm chí
Và những kẻ khất thực
Thừa sự cung kính lễ
Tu tập các thiện nghiệp
Thấy thí thường hoan hỷ
Gặp người xin cũng cho
Thí này nghiệp vi diệu
Lại không thọ vết nhơ
Đại vương! Người như vậy
Sau khi họ mạng chung
Sanh Tam thập tam thiên
Trước xấu nhưng sau đẹp.

Đại Vương! Người có của
Không tin, lòng ganh ghét
Thường thực hành phi hạnh
Tà kiến, không có thầy.
Thấy Sa-môn, Phạm chí
Và những người khất thực
Thường phỉ báng, mắng nhiếc
Xan tham như không của.
Kẻ thí đến lấn át
Kẻ xin đến không cho
Mạng ấy phi diệu nghiệp
Người ấy thọ vết nhơ
Đại vương! Hạng người này
Sau khi mạng chung rồi
Ắt sanh vào địa ngục.
Trước đẹp nhưng sau xấu.

Đại vương! Người bần tiện
Không tin, tâm xan tham
Thường muốn hành phi hạnh
Tà kiến, không có thầy.
Thấy Sa-môn, Phạm chí
Và các vị khất thực

Thường phỉ báng, mắng nhiếc
Xan tham bảo không tiền.
Thấy kẻ thí trấn áp
Gặp người xin không cho
Mạng ấy phi diệu nghiệp
Người ấy thọ vết nhơ
Đại vương! Hạng người này
Sau khi mạng chung rồi
Ắt sanh vào địa ngục.
Trước xấu sau cũng xấu.

Đại vương! Người nhiều của
Có niềm tin, thường thí
Gặp Sa-môn, Phạm chí
Và những kẻ khất thực
Thừa sự cung kính lễ
Tu tập các thiện nghiệp
Thấy thí thường hoan hỷ
Gặp người xin liền cho
Là diệu nghiệp thế gian
Lại không thọ vết nhơ
Đại vương! Hạng người này
Đến khi mạng chung rồi
Sanh Tam thập tam thiên.
Trước sau đều vi diệu.

"Vì thế thưa Đại vương! Hãy nên học tập như thế. Như vậy thưa Đại vương! Phải nên học tập như thế. Trước vi diệu sau cũng vi diệu, chớ nên học trước xấu xí sau cũng xấu xí. Như vậy thưa Đại vương! Phải nên học tập như thế!"

Bấy giờ vua Ba-tư-nặc nghe Phật thuyết pháp hoan hỷ phụng hành.

PHẬT THUYẾT TỨ NHÂN XUẤT HIỆN THẾ GIAN KINH.

HẾT.

PHẬT THUYẾT THẬP NHẤT TƯỞNG TƯ NIỆM NHƯ LAI KINH[209]

Tam tạng Cầu-na Bạt-đà-la,
người nước Thiên Trúc dịch vào đời Tống.

Tôi nghe như vầy:

Một thời, Đức Bạt-già-bà ngự trên núi Kỳ-xà-quật[210], thành La-duyệt[211], cùng với đại chúng Tỳ-kheo một ngàn hai trăm năm mươi người câu hội. Bấy giờ Đức Thế Tôn bảo với các tỳ-kheo rằng:

"Nếu vận dụng mười một thứ niệm tưởng để tự niệm Như Lai, đã tự niệm rồi thì phải nên phát khởi từ tâm đối với chỗ Như Lai.

"Những gì là mười một?

1. Giới y thanh tịnh.
2. Uy nghi Cụ túc.
3. Các căn không thố động.
4. Tín tâm không loạn.
5. Thường có tâm ý dõng mãnh.
6. Nếu gặp chuyện khổ lạc không lấy đó làm ưu phiền.

---

[209] No. 138 {No. 125 (49.10)}
[210] Kỳ-xà-quật, 耆闍崛山, Skt. *Gṛdhrakūṭa*, Núi Linh Thứu, nơi Đức Phật thuyết nhiều kinh quan trọng như Kinh Pháp Hoa.
[211] Thành La-duyệt, 羅閱祇 Skt. Pāli: *Rājagaha*, tức thành Vương xá 王舍, thủ phủ nước Ma-kiệt-đà (Skt. Pāli: *Magadha*). Kỳ-xà-quật (hay khốt) 耆闍崛 dịch là Thứu sơn 鷲山, Thứu lĩnh 鷲嶺, hay Linh thứu sơn 靈鷲山, tục gọi núi Kên kên; Pāli: *Gijjhakūṭa*.

7. Ý không để quên mất.

8. Pháp Chỉ và Quán luôn hiện tiền.

9. Tam-muội ý (Định) không để dừng nghỉ.

10. Trí huệ ý vô lượng.

11. Quán tưởng Phật không chán đủ.

"Như vậy, tỳ-kheo nên vận dụng mười một thứ tư duy niệm tưởng này để kính niệm Như Lai. Một khi đã tự niệm Như Lai thì nên phát khởi tâm từ đối với Như Lai. Đó chính là tỳ-kheo ở trong chúng Tỳ-kheo tu hành niệm Phật.

"Các vị tỳ-kheo ấy đã tu hành niệm Phật, ở nơi Nhị quả nên cầu Nhất quả, ở trong hiện pháp được tự tại, thành tựu Vô dư A-na-hàm[212]."

Lúc ấy các Tỳ-kheo nghe Phật thuyết pháp, hoan hỷ phụng hành.

Tôi nghe như vầy:

Một thời Đức Phật ngự tại vườn Cấp Cô Độc, rừng Kỳ-đà, thành Xá-vệ. Lúc ấy Đức Thế Tôn bảo với các tỳ-kheo rằng:

"Nếu Từ tâm giải thoát, gần gũi, quảng bá việc tu hành đã đầy đủ, đạt được sự diệt trừ kiết sử, khởi các thiện nghiệp đầy đủ, liền sẽ có được mười một báo, mười một quả.

"Những gì là mười một?

1. Ngủ an ổn.

2. Thức dậy an ổn.

3. Không thấy ác mộng.

4. Được chư thiên hộ vệ.

5. Được mọi người ái kính.

6. Được hàng phi nhân kính trọng.

---

[212] A-na-hàm, 阿那含, Skt. Pāli: *Anāgāmin*, Quả vị thứ ba trong bốn quả thánh, người không còn tái sinh trong dục giới, sẽ đạt Niết-bàn từ cõi sắc giới.

7. Không bị các thứ độc.

8. Không bị giặc cướp.

9. Không gặp các tai họa như lửa và nước, cũng không bị gia hình.

10. Khi thân hoại mạng chung được sanh lên cõi lành trên trời Phạm thiên.

11. Đối với các thiện pháp mau chóng đạt được, mau chóng dứt sạch tất cả các hạnh hữu lậu.

"Này các tỳ-kheo! Từ tâm giải thoát, gần gũi, quảng bá, sự tu hành đã đầy đủ, đạt được sự diệt trừ kiết sử, khởi các thiện nghiệp đầy đủ phải nên có mười một pháp này. Vì vậy này các tỳ-kheo, phải nên cầu phương tiện Từ tâm giải thoát. Các tỳ-kheo phải nên học theo như thế."

Bấy giờ các tỳ-kheo nghe Đức Phật thuyết pháp, hoan hỷ phụng hành.

PHẬT THUYẾT THẬP NHẤT TƯỞNG TƯ NIỆM NHƯ LAI KINH
HẾT.

PHẬT THUYẾT A-TỐC-ĐẠT-KINH[213]

Tam tạng Cầu-na Bạt-đà-la,
người nước Thiên Trúc dịch vào đời Tống.

Tôi nghe như vầy:

Một thời, Đức Bạt-già-bà ngự nước Xá-vệ, bảo với các tỳ-kheo rằng:

"Các ông đều nghe lời ta nói: Cha mẹ sanh con, dưỡng nuôi, bú mớm, khi lớn lên, cha mẹ muốn con thấy được ánh sáng mặt trời, mặt trăng. Cha mẹ đem mọi sự vật trong thiên hạ để chỉ bày cho con, muốn con biết rõ thiện ác. Này các tỳ-kheo! Như vậy phận làm con, dù một vai cõng cha, một vai cõng mẹ cho đến mãn thọ mà thôi, lại đem trân bảo, châu ngọc, lưu ly, san hô, các loại ngọc trắng của các loài cầm thú tự sanh, tất cả đem đặt lên thân thể cha mẹ, thế vẫn còn chưa đủ để báo đáp ân sâu của cha mẹ.

"Nếu cha mẹ thích sát sanh, người con phải tìm cách khuyên can, khiến cho cha mẹ không sát sanh nữa. Nếu cha mẹ có tâm ác, con cái phải thường khuyên can để giúp bỏ, giúp cho cha mẹ thường nghĩ đến điều thiện, không còn những tâm ác. Nếu cha mẹ ngu si, thiếu trí, không biết kinh điển đạo đức, làm con phải biết đem kinh Phật để khuyến cáo cha mẹ. Nếu cha mẹ tham lam tật đố, con cái phải tùy thuận mà can gián. Nếu cha mẹ không biết thiện ác, con cái phải đem sự hiếu thuận mà bảo ban.

"Này các tỳ-kheo! Con cái phải nên như vậy. Phận làm con phải luôn lo lắng y phục thật tốt cho cha mẹ, việc ăn uống phải luôn dành

---

[213] *No. 141 {No. 125* (51.9), 142-143}

miếng ngon miếng ngọt cho cha mẹ. Nói năng phải đề cao cha mẹ. Đến khi cha mẹ chết, dù có vào địa ngục thì cũng nguyện làm con của cha mẹ. Phải nên hiếu thuận, phụng thờ cha mẹ. Người hành trì được như thế, khi chết sẽ được sanh lên cõi trời."

Các tỳ-kheo đều cúi đầu đảnh lễ, lắng nghe lời dạy thiện lành.

Phật dạy:

"Có một Đại hiền giả Ưu-bà-tắc tên tự là Tốc-đạt, lấy vợ tên là Ngọc-gia. Ngọc-gia là con gái của một nhà hào phú, không chịu phụng sự cha mẹ chồng, cũng không lễ phép với cha mẹ của Tốc-đạt, lại không kính trọng chồng mình trong nhiều năm. Tốc-đạt cũng là một bậc hiền giả Ưu-bà-tắc, chẳng thèm nói năng gì, chỉ đến chỗ Phật tự trách mình rằng:

"Phận làm con trai lấy vợ, vốn là con gái của một hào phú gia trong nước, trong lòng rất vui. Nay làm vợ con được vài năm, người vợ kiêu mạn, phóng túng, không giữ lễ của một người vợ. Cúi xin Đức Phật ngày mai hoan hỷ đến nhà của con."

Đức Phật lặng yên không đáp. Lặng yên không đáp có nghĩa là sáng mai Đức Phật sẽ đến. Hôm sau Đức Phật đi đến nhà của Tốc-đạt. Người vợ của Tốc-đạt ban đầu không ra nghênh đón. Đức Phật dùng thần thông giáo hóa cô ấy, trong tâm cô ấy sanh hoan hỷ nên ra cửa đón Đức Phật, đứng trước Phật tác lễ. Đức Phật dạy rằng:

"Con làm người phụ nữ, lấy cái gì để phụng sự chồng?"

Ngọc-gia đáp:

"Con lấy thân mình để phụng sự chống."

Phật bảo:

"Người phụ nữ phụng sự chồng có ba điều ác và bốn điều thiện. Thế nào là ba điều ác?

"Điều ác thứ nhất là, giống như ở chung với những kẻ lười biếng, không chịu làm việc, mắng nhiếc cho đến ham thích đấu đá tranh giành miếng ngon miếng ngọt.

"Điều ác thứ hai là, giống như ở chung với kẻ oan gia, không đồng lòng cùng với chồng, không muốn chồng mình trở nên tốt đẹp hơn, không muốn chồng mình thành đạt, chỉ mong cho chồng chết.

"Điều ác thứ ba là, giống như ở chung với phường trộm cắp, không biết tiếc nuối tiền của của chồng, chỉ xem thường khinh khi chồng, thường chỉ muốn mình đẹp, chẳng quan tâm nhu thuận gì với con cháu, chỉ nghĩ đến chuyện dâm dục. Người như thế khi chết đi bị trôi lăn trong ác đạo, khó có ngày ra khỏi. Đó là điều ác thứ ba.

"Thế nào là bốn điều thiện?

"Điều thiện thứ nhất là, vợ thấy chồng đi ra bên ngoài về giống như cha mẹ thấy con. Khi chồng có việc gấp thường muốn đích thân thay thế chồng làm việc.

"Điều thiện thứ hai là, vợ phụng sự chồng như em thấy anh, trên dưới cùng làm việc với nhau. Chồng xấu không lấy đó làm xấu, không nghĩ đến việc dâm dục, thường vâng lời chồng.

"Điều thiện thứ ba là, vợ phụng sự chồng giống như bè bạn, luôn gặp gỡ nhau, luôn nghĩ về nhau. Chồng từ nơi khác đến, mừng như gặp cha gặp anh vậy, trong lòng hoan hỷ, nét mặt hiền hòa hướng về chồng, luôn giữ tâm như vậy.

"Điều thiện thứ tư là, vợ phụng sự chồng như kẻ nô tỳ. Khi chồng la lối cũng không lấy đó làm xấu, chồng đánh đập cũng không lấy đó làm thê thảm, chồng đánh đuổi cũng không lấy đó làm lao khổ. Chồng tuy xấu ác cũng thường nghĩ là tốt đẹp, luôn nghĩ đến con cháu. Người như thế đến khi chết được sanh lên cõi trời, được nhiều người hầu hạ, áo đẹp, trang sức quý báu thường được mang trên thân."

Đức Phật dạy: "Ba điều ác, bốn điều thiện như trên, con muốn lấy điều gì để phụng sự chồng?"

Ngọc-gia đáp:

"Người đàn bà thờ chồng không thể dùng ba điều ác, chỉ nên dùng bốn điều thiện để ở chung với chồng. Từ nay về sau xin được như kẻ nô tỳ phụng sự chồng con." Ngọc-gia liền quỳ xuống phụng sự Tốc-đạt, lấy lễ vợ chồng để phụng sự phu tế.

PHẬT NÓI KINH A-TỐC-ĐẠT. HẾT

PHẬT THUYẾT THẤT XỨ TAM QUÁN KINH[214]

PHẦN MỘT

Tam tạng An Thế Cao,
người nước An Tức dịch vào đời Hậu Hán.

Tôi nghe như vầy:

Một thời, Đức Phật ngự tại vườn Cấp Cô Độc, rừng Kỳ-đà, nước Xá-vệ.

Đức Phật bảo với các tỳ-kheo:

"Này các tỳ-kheo!"

Các tỳ-kheo đáp:

"Bạch Đức Thế Tôn!"

Đức Phật dạy:

"Bảy chỗ là để biết, ba chỗ là để quán. Mau chóng ở trong đạo pháp, thoát các kết. Không còn kết, ý được giải thoát, từ trí mà đắc pháp, đã thấy pháp, tự chứng đạo, sinh đã tận, hạnh đã thành, điều cần làm đã làm xong, không còn trở lại nữa.

"Này các tỳ-kheo, thế nào là bảy chỗ để biết?"

---

[214] *No. 150*a.

Bản kinh này phần một văn quá cổ, tối nghĩa, không hoàn chỉnh. Tuy nói Thất Xứ nhưng trong kinh chỉ ghi có năm xứ (Sắc, thọ, tưởng, hành, thức), nhiều chữ quá cổ, không phù hợp. Vì vậy dịch giả đã tham khảo thêm nhiều nguồn khác để dịch lại phần một này, không sát với văn của ngài An Thế Cao.

Bảy chỗ để biết[215]

Phật dạy:

"Đối với sắc, như thật biết.

Cũng biết sắc tập.

Cũng biết sắc tận.

Cũng biết sắc diệt đạo hành.

Cũng biết sắc vị.

Cũng biết sắc khổ.

Cũng biết sắc xuất yếu.

Đều là chân thật biết.

Đối với thọ, tưởng, hành, thức, cũng như vậy:

— Như thật biết.

— Biết tập.

— Biết tận.

— Biết diệt đạo hành.

— Biết vị.

— Biết khổ.

— Biết xuất yếu.

Đều là chân thật biết."

Thế nào là như thật biết sắc?

Sắc do bốn đại làm gốc, nương bốn đại mà trụ. Như vậy là như thật biết sắc.

Thế nào là như thật biết sắc tập?

Ái tập là nhân tập của sắc. Như vậy là biết sắc tập.

Thế nào là như thật biết sắc tận?

Ái tận thì sắc tận. Như vậy là biết sắc tận.

---

[215] Bảy chỗ để biết (七處為知).

Thế nào là như thật biết sắc diệt đạo hành?

Do tám Thánh đạo: chánh kiến, chánh tư duy, chánh ngữ, chánh nghiệp, chánh mạng, chánh tinh tấn, chánh niệm, chánh định. Như vậy là biết sắc diệt đạo hành.

Thế nào là như thật biết sắc vị?

Do sắc mà sinh dục, sinh hỷ, sinh ái. Như vậy là biết sắc vị.

Thế nào là như thật biết sắc khổ?

Sắc vô thường, biến hoại, khổ. Như vậy là biết sắc khổ.

Thế nào là như thật biết sắc xuất yếu?

Đối với sắc lìa dục, có thể giải thoát, có thể xả bỏ, có thể vượt qua. Như vậy là biết sắc xuất yếu.

Thế nào là như thật biết thọ?

Có sáu thọ: do mắt, tai, mũi, lưỡi, thân, ý mà sinh. Như vậy là biết thọ.

Thế nào là như thật biết thọ tập?

Ái tập là nhân tập của thọ. Như vậy là biết thọ tập.

Thế nào là như thật biết thọ tận?

Ái tận thì thọ tận. Như vậy là biết thọ tận.

Thế nào là như thật biết thọ diệt đạo hành?

Cũng do tám Thánh đạo. Như vậy là biết thọ diệt đạo hành.

Thế nào là như thật biết thọ vị?

Do thọ mà sinh dục, cầu lạc, cầu hỷ. Như vậy là biết thọ vị.

Thế nào là như thật biết thọ khổ?

Thọ vô thường, biến đổi, khổ não. Như vậy là biết thọ khổ.

Thế nào là như thật biết thọ xuất yếu?

Đối với thọ lìa dục, có thể đoạn ái, tự vượt qua. Như vậy là biết thọ xuất yếu.

Thế nào là như thật biết tưởng?

Có sáu tưởng: do mắt, tai, mũi, lưỡi, thân, ý mà khởi. Như vậy là biết tưởng.

Thế nào là như thật biết tưởng tập?

Ái tập là nhân tập của tưởng. Như vậy là biết tưởng tập.

Thế nào là như thật biết tưởng tận?

Ái tận thì tưởng tận. Như vậy là biết tưởng tận.

Thế nào là như thật biết tưởng diệt đạo hành?

Cũng do tám Thánh đạo. Như vậy là biết tưởng diệt đạo hành.

Thế nào là như thật biết tưởng vị?

Do tưởng mà sinh dục, cầu hỷ, cầu lạc. Như vậy là biết tưởng vị.

Thế nào là như thật biết tưởng khổ?

Tưởng vô thường, biến hoại, khổ não. Như vậy là biết tưởng khổ.

Thế nào là như thật biết tưởng xuất yếu?

Đối với tưởng lìa dục, có thể đoạn ái, tự vượt qua. Như vậy là biết tưởng xuất yếu.

Thế nào là như thật biết hành?

Có sáu hành: do mắt, tai, mũi, lưỡi, thân, ý mà khởi tác. Như vậy là biết hành.

Thế nào là như thật biết hành tập?

Ái tập là nhân tập của hành. Như vậy là biết hành tập.

Thế nào là như thật biết hành tận?

Ái tận thì hành tận. Như vậy là biết hành tận.

Thế nào là như thật biết hành diệt đạo hành?

Cũng do tám Thánh đạo. Như vậy là biết hành diệt đạo hành.

Thế nào là như thật biết hành vị?

Do hành mà sinh dục, cầu hỷ, cầu lạc. Như vậy là biết hành vị.

Thế nào là như thật biết hành khổ?

Hành vô thường, biến đổi, khổ não. Như vậy là biết hành khổ.

Thế nào là như thật biết hành xuất yếu?

Đối với hành lìa dục, có thể đoạn ái, tự vượt qua. Như vậy là biết hành xuất yếu.

Thế nào là như thật biết thức?

Có sáu thức: do mắt, tai, mũi, lưỡi, thân, ý mà phân biệt. Như vậy là biết thức.

Thế nào là như thật biết thức tập?

Ái tập là nhân tập của thức. Như vậy là biết thức tập.

Thế nào là như thật biết thức tận?

Ái tận thì thức tận. Như vậy là biết thức tận.

Thế nào là như thật biết thức diệt đạo hành?

Cũng do tám Thánh đạo. Như vậy là biết thức diệt đạo hành.

Thế nào là như thật biết thức vị?

Do thức mà sinh dục, cầu hỷ, cầu lạc. Như vậy là biết thức vị.

Thế nào là như thật biết thức khổ?

Thức vô thường, biến đổi, khổ não. Như vậy là biết thức khổ.

Thế nào là như thật biết thức xuất yếu?

Đối với thức lìa dục, có thể đoạn ái, tự vượt qua. Như vậy là biết thức xuất yếu.

Ba chỗ để quán[216]

Phật nói:

"Có ba chỗ để quán.

"Một là quán thân.

---

[216] Ba chỗ để quán (三處為觀).

"Hai là quán năm uẩn.

"Ba là quán sáu nhập.

"Nếu tỳ-kheo tu tập bảy chỗ để biết, ba chỗ để quán, thì mau chóng ở trong đạo pháp mà thoát các kết. Không còn kết, ý được giải thoát, từ trí mà đắc pháp, đã thấy pháp, tự chứng đạo, sinh đã tận, hạnh đã thành, việc nên làm đã làm xong, không còn trở lại nữa."

Từ đây về sau nói: Tưởng diệt thì Thức diệt, ví như cây bị chặt tận gốc, đó gọi là Tưởng diệt Thức diệt. Như vậy gọi là Tưởng tận thức.

Thế nào là Tưởng tận đối với Thọ, Hành và Thức? Đó là tám loại hành thức. Thức nương nơi lời nói, sự thấy biết, sự đạt được, sự chấp thuận, sự an định và ý định mà đi vào. Như vậy là Tưởng tận với thọ, hành và thức.

Thế nào là Tưởng vị thức? Do Tưởng làm nhân duyên mà sinh ra lạc thọ, khiến tâm ý hoan hỷ, đó gọi là Tưởng vị thức.

Thế nào là Tưởng não thức? Do Tưởng là vô thường, là đoạn diệt, là khổ, là pháp biến đổi. Như vậy gọi là Tưởng não thức.

Thế nào là Tưởng yếu thức? Do từ Tưởng mà sanh ra Dục và Tham. Dục và Tham ấy có thể được hiểu rõ, có thể đoạn trừ, có thể tự mình vượt qua. Như vậy gọi là Tưởng yếu thức.

Thế nào là sanh tử thức ? Đó là sáu thân. Sanh tử thức nơi mắt là gốc. Sanh tử thức nơi tai, mũi, miệng, thân, ý là hành động của gốc. Như vậy gọi là sanh tử thức.

Thế nào là sanh tử tập? Gốc tập hợp lại gọi là sanh tử tập thức.

Thế nào là sanh tử tận thức? Gốc diệt gọi là sanh tử tận thức.

Thế nào là sanh tử tận đối với Thọ, Hành, Thức? Đó là tám hành thức: Thấy chân đế, đến chân đế, an trú nơi chân đế... Như vậy gọi là sanh tử dục thọ sanh hành thức.

Thế nào là sanh tử vị thức? Do sanh tử làm nhân duyên mà sanh ra lạc, sanh ra hỷ, khiến tâm ý hoan hỷ. Như vậy gọi là sanh tử vị thức.

Thế nào là sanh tử não thức? Do sanh tử là vô thường, là đoạn diệt, là khổ, là pháp biến đổi. Như vậy gọi là sanh tử não thức.

Thế nào là sanh tử yếu thức? Do sanh tử khởi dục tham, tùy dục tham mà hành. Dục tham ái có thể đoạn, có thể vượt qua. Như vậy gọi là sanh tử yếu thức.

Thế nào là sáu thứ suy yếu của Thân thức? Mắt là gốc của thức. Tai, mũi, miệng, thân, ý đều là gốc của thức. Như vậy gọi là Thức thức.

Thế nào là Thức tập? Do mạng danh mà tập hợp lại, gọi là Thức tập, như vậy là Tập của thức.

Thế nào là Thức tận đối với thọ, hành, thức? Do mạng danh đoạn tận nên thức tận. Đó gọi là Thức tận.

Thế nào là Thức dung hợp đoạn tận đối vói thọ, hành, thức? Đó là tám hành thấy chân đế, đến chân đế, an trú nơi chân đế. Như vậy gọi là Thức tận dục thọ hành theo chân đế mà thành thức.

Thế nào là Thức vị biết cái được biết? Do nhân duyên mà sanh ra lạc, sanh ra hỷ, tâm ý vui mừng. Đó gọi là vị sanh, là vị thức biết cái được biết.

Thế nào là Thức não ? Do cái được biết là đoạn tận, là khổ, là chuyển biến. Như vậy gọi là Thức não thức.

Thế nào gọi là Thức yếu ? Do cái được biết là Dục tham có thể duy trì sự sống. Dục tham có thể vượt qua. Như vậy gọi là Thức yếu.

Như vậy, này các tỳ-kheo! Có bảy chỗ là giác tri. Thế nào là bảy? Sắc, Tập, Tận, Đạo, Vị, Khổ, Yếu. Đó là năm uẩn có bảy pháp riêng.

Thế nào là Quán? Thức cũng có bảy pháp. Được năm uẩn thì thành sáu nghĩa. Quán thân là một sắc. Quán năm uẩn là hai. Quán sáu suy hoại là ba. Cho nên gọi là quán.

Này các tỳ-kheo! Ai có thể hiểu được bảy chỗ, cũng có thể thực hành ba quán, không bao lâu sẽ tu tập đạo, đoạn các kiết sử, không còn tâm ý thoái động, thấy đạo, thấy chỗ xuất yếu, một lần chứng thọ liền dứt trừ hành ý của sanh tử. Việc cần làm đã xong, không còn trở lại vòng sanh tử, chứng được đạo quả."

Phật nói như vậy, các tỳ-kheo hoan hỷ phụng hành.

PHẬT THUYẾT THẤT XỨ TAM QUÁN KINH
PHẦN HAI

Tôi nghe như vầy:

Một thời, Đức Phật ngự tại vườn Cấp Cô Độc, rừng Kỳ-đà, nước Xá-vệ. Khi ấy có người đến lễ Phật rồi ngồi sang một bên thưa rằng:

"Thế nào là không giữ thân? Thế nào là không giữ miệng? Thế nào là không giữ ý?"

Phật dạy:

"Nếu một người không giữ thân, không giữ miệng, không giữ ý thì hành vi sẽ không tốt. Không giữ thân thì thân hành ác. Không giữ miệng thì lời nói ác. Không giữ ý thì tâm niệm ác. Hành vi của thân, miệng và ý đều xấu ác, cho nên gọi là không giữ.

"Giống như nhà cửa mà không lợp mái, khi mưa đến thì tường sập, vách hỏng, xà mục, cột ngã, mọi thứ đều hư hoại.

"Người không giữ thân, miệng, ý cũng giống như thế: Thân hành xấu, miệng nói xấu, ý nghĩ xấu, tất cả đều dẫn đến đọa lạc, giống như nhà mục nát, bị mưa lớn làm sụp đổ.

"Nếu người giữ được thân thanh tịnh, giữ được khẩu hành thanh tịnh, giữ được ý hành thanh tịnh, thì lúc lâm chung tâm không rối loạn, thân không hư hoại, miệng không nói bậy, ý không điên đảo. Như vậy gọi là người giữ giới.

"Người như thế, khi chết được sanh về nơi an lành, thọ nhận quả báo thiện.

"Ví như căn nhà nhỏ có lợp mái, có vách che, có kèo cột chắc chắn, thì dù mưa lớn cũng không thấm vào, không mục nát, không sụp đổ. Người giữ thân khẩu ý cũng giống như thế, dù gặp lúc lâm chung vẫn không bị đọa lạc.

"Nếu không giữ thân, miệng và ý thì lúc chết tâm sẽ rối loạn, sanh về cõi dữ, thọ nhận quả báo khổ.

"Người giữ giới thì được quả lành; người không giữ giới thì sanh nghi ngờ, loạn tưởng. Khi ngủ mê liền thấy ác mộng, thấy cảnh kinh hoàng. Như thế là do từ nơi tâm bất thiện sanh ra." Đức Phật dạy: "Người giữ giới khi chết sẽ được sanh về nơi tốt đẹp, được quả báo lành."

PHẬT THUYẾT THẤT XỨ TAM QUÁN KINH
PHẦN BA

Tôi nghe như vầy:

Một thời, Đức Phật ngự tại vườn Cấp Cô Độc, rừng Kỳ-đà, nước Xá-vệ. Đức Phật bảo với các tỳ-kheo:

"Ở trong thế gian có ba hạng người: Hạng thứ nhất là không có mắt, mắt không thấy. Hạng thứ hai là có một mắt. Hạng thứ ba là có hai mắt.

"Thế nào là hạng không có mắt?"

Phật bảo:

"Có người có mắt nhưng bị tổn hoại, chưa được trị lành, hoặc do không có duyên, không thể hồi phục.

"Lại có người được trị lành, nhưng không có tài sản, không hành bố thí, đó là hạng thứ hai, chỉ có một mắt.

"Lại có người có mắt, có tài sản, hành bố thí, lại có thể quán sát nhân duyên, hiểu được vô thường, khổ, không, vô ngã, biết được pháp tướng[217], pháp vị[218], gọi là hạng thứ ba, có hai mắt."

Phật bảo các tỳ-kheo:

"Ở thế gian có người có mắt, nhưng ra sức giữ gìn, không để tổn

---

[217] Pháp tướng, 法相, Pāli *dhamma-lakkhaṇa*, Đặc tướng của pháp, giúp hành giả nhận ra bản chất thật của vạn pháp qua quán chiếu.

[218] Pháp vị, 法味, Pāli *dhamma-rasa*, Hương vị của pháp, cảm giác an lạc khi thực hành và thấu hiểu giáo lý Phật.

hoại, khiến cho người ấy được có mắt, không bị mất. Ta nay cũng thế. Khi ta chưa được tài sản, nguyện nếu ta được tài sản, ta sẽ làm việc bố thí, gọi là có mắt.

"Lại có người ở thế gian có mắt nhưng không biết giữ, khiến cho mắt bị tổn hoại hoặc mất đi, như thế không gọi là có mắt.

"Lại có người được lành mà không hành bố thí, ta gọi người ấy chưa có duyên. Nếu người ấy đã biết hành bố thí, mắt ấy trở nên có duyên, tức gọi là có mắt.

"Lại có người có mắt, nhưng khi có tài sản không đem ra bố thí, giấu giữ riêng mình, khiến người ấy bị mất phước, mất luôn tài sản, không còn là người có mắt nữa."

Phật bảo các tỳ-kheo:

"Lại có người ở thế gian có hai mắt mà hành bố thí, được sanh lên cõi trời. Không có gì hơn như thế, gọi là có mắt.

"Lại có người có mắt, do nhân duyên mắt ấy mà sanh lên cõi trời, thường hưởng các điều khoái lạc, đó gọi là có mắt.

"Ta nay chưa có tài sản, nguyện khi có rồi sẽ đem làm việc bố thí, khiến cho phước đức được thành tựu, cũng gọi là có mắt.

"Lại có người có mắt, có được tài sản rồi mà không hành bố thí, khiến cho phước đức mất, tài sản cũng không còn, như thế không gọi là có mắt."

Phật bảo các tỳ-kheo:

"Người ở thế gian có một mắt, là do chỉ có phước báo nhưng không có trí tuệ.

"Người có hai mắt là người được trời người tôn kính, là bậc trí tuệ viên mãn, có thể vì người khác mà khai thị chánh pháp, làm sáng tỏ đạo lý, đó gọi là hai mắt."

Đức Phật đã dạy như thế.

PHẬT THUYẾT THẤT XỨ TAM QUÁN KINH
PHẦN BỐN

Tôi nghe như vầy:

Một thời, Đức Phật ngự tại vườn Cấp Cô Độc, rừng Kỳ-đà, nước Xá-vệ.

Đức Phật bảo với các tỳ-kheo:

"Có bốn sự trói buộc, đắm trước. Thế nào là bốn?

"Một là trói buộc bởi dục, hai là trói buộc bởi thế gian, ba là trói buộc bởi kiến, bốn là trói buộc bởi si.

"Cũng có bốn phép lìa sự trói buộc: Lìa dục mà không trói buộc, lìa Thế gian mà không trói buộc, lìa kiến mà không trói buộc, lìa si mà không trói buộc.

"Tóm lại:

"Từ sự đắm trước vào dục, thế gian, kiến và si, do nhân duyên ấy mà còn ở trong thế gian, cũng do nhân duyên ấy mà thọ thân.

"Nếu có thể xả dục thì cũng được lìa thế gian, kiến cũng được đoạn, si cũng được diệt.

"Ấy là đạt được sự an vui, thấy được đạo thông suốt, cũng là vô vi, dứt hết tất cả trói buộc, cũng không còn đọa trong Sanh tử luân hồi."

Đức Phật đã nói như vậy.

PHẬT THUYẾT THẤT XỨ TAM QUÁN KINH
PHẦN NĂM

Tôi nghe như vầy:

Một thời, Đức Phật ngự tại vườn Cấp Cô Độc, rừng Kỳ-đà, nước Xá-vệ. Đức Phật bảo với các vị tỳ-kheo:

"Tư tưởng có bốn điều điên đảo. Ý cũng như vậy.

"Từ sự điên đảo ấy mà có thân người, có bốn thứ mờ mịt làm rối loạn, khiến cho ý nghĩa của con người sai lệch, không thể đi lại đúng đắn. Vì vậy, hiện đời và đời sau tự làm khổ mình, ở trong thế gian, phải chịu sanh tử, không thể lìa khỏi.

"Thế nào là bốn?'

"Một là vô thường cho là thường, ấy là tư tưởng điên đảo, là ý điên đảo, là thấy điên đảo.

"Hai là lấy khổ làm vui.

"Ba là lấy cái chẳng phải thân làm thân.

"Bốn là lấy cái không thanh tịnh làm thanh tịnh."

"Người ta lấy cái vô thường mà tưởng là thường, tưởng khổ là vui, điều không nên dùng làm thân thì dùng làm thân, thấy cái không thanh tịnh mà tưởng thanh tịnh. Sự điên đảo như thế, nếu lìa khỏi ý nghiệp thì có thể trợ duyên cho bốn thứ chánh niệm, không nên ưa thích những điều không nên ưa. Vì vậy mà phải chịu già chết, bị gông cùm cột trói, giống như con trâu vậy.

"Nay đã có Đức Phật ra đời tại thế gian. Ngài nghĩ đến chúng sanh khắp cả trên trời dưới đất, đắc đạo nhãn và độ thế. Ngài thấy pháp này có thể trừ tất cả khổ, cũng nói rằng khổ từ sanh mà có, cũng có thể vượt qua khổ. Ngài lại thấy các bậc Hiền có tám hành pháp, thông suốt đến vị cam lồ. Ai nghe được pháp ấy thì sẽ thấy rõ vô thường, thấy rõ khổ, thấy cái chẳng phải thân, thấy cái không thanh tịnh.

"Từ đó không còn sợ hãi, được an vui, thấy rõ thế gian, được Vô vi. Từ tất cả khổ não vượt ra ngoài thế gian, không còn chấp trước."

Đức Phật đã nói như vậy!

PHẬT THUYẾT THẤT XỨ TAM QUÁN KINH
PHẦN SÁU

Tôi nghe như vầy:

Một thời, Đức Phật ngự tại vườn Cấp Cô Độc, rừng Kỳ-đà, nước Xá-vệ. Đức Phật bảo với các vị tỳ-kheo rằng:

"Có bốn loại bố thí khiến mọi người đồng lòng. Những gì là bốn?

"Một là bố thí chỉ vì muốn bố thí, hai là bố thí vì yêu thương, ba là bố thí vì lợi ích, bốn là bố thí vì cùng được lợi.

"Thứ nhất nói bố thí chỉ vì muốn bố thí là thế nào? Trong tất cả các loại bố thí, không gì hơn bố thí pháp.

"Thứ hai là vì thương yêu nhau, không gì hơn thường nghe kinh, cũng khiến tâm ý được khai mở.

"Thứ ba là vì lợi ích, không gì hơn là khiến người không tin trở thành tin, dạy người dừng lại, kẻ không giữ giới khiến họ giữ giới, người không tu học khiến họ tu học, kẻ xan tham khiến họ bố thí, kẻ ngu khiến họ trở nên thông tuệ, dắt dẫn họ ra khỏi trần lao, nhập vào chánh đạo.

"Thứ tư là bố thí để cùng được lợi. Điều tối thượng không gì hơn là A-la-hán. Các bậc Bất lai, Nhất lai, Dự lưu cũng như vậy. Người giữ giới cũng được lợi."

PHẬT THUYẾT THẤT XỨ TAM QUÁN KINH
PHẦN BẢY

Tôi nghe như vầy:

Một thời, Đức Phật ngự tại vườn Cấp Cô Độc, rừng Kỳ-đà, nước Xá-vệ.

Đức Phật bảo với các vị tỳ-kheo rằng:

"Có bốn sự vận hành pháp luân, khiến trời người cũng theo bốn bánh xe pháp ấy mà vận hành. Nếu được sanh lên cõi trời, cõi người, do thực hành theo bánh xe pháp này mà được tôn quý được giàu sang, theo đường thiện pháp mà hành. Những gì là bốn?

"Một là khéo sống chung với thiện hữu.

"Hai là nương theo bậc Hiền.

"Ba là biết chân lý và có nguyện.

"Bốn là đời trước từng có hành phước nghiệp.

"Tóm lại:

"Khéo sống chung với thiện hữu, nương theo bậc Hiền, biết chân lý và có nguyện, hành theo phước nghiệp đời trước thì được an vui, không có lo buồn, được điều thiện tự tại."

Đức Phật đã nói như vậy!

PHẬT THUYẾT THẤT XỨ TAM QUÁN KINH
PHẦN TÁM

Tôi nghe như vầy:

Một thời, Đức Phật ngự tại vườn Cấp Cô Độc, rừng Kỳ-đà, nước Xá-vệ.

Đức Phật bảo với các vị tỳ-kheo:

"Con người có bốn hạng: Có hạng người chỉ biết tự bảo vệ thân mình mà không bảo hộ thân người khác. Có người hộ thân người khác mà lại không biết tự bảo hộ thân mình. Lại có hạng người chẳng biết tự bảo hộ thân mình mà cũng không bảo hộ thân người khác. Thứ tư là hạng người tự hộ thân mình mà cũng bảo hộ thân người khác nữa."

Đức Phật đã nói như vậy!

PHẬT THUYẾT THẤT XỨ TAM QUÁN KINH
PHẦN CHÍN

Tôi nghe như vầy:

Một thời, Đức Phật ngự tại vườn Cấp Cô Độc, rừng Kỳ-đà, nước Xá-vệ.

Đức Phật bảo với các vị tỳ-kheo:

"Có bốn hạng người! Có người biết bảo hộ thân mình nhưng không bảo hộ thân người khác. Có người chỉ biết bảo hộ thân người khác nhưng chẳng biết bảo hộ thân mình. Có người vừa chẳng biết tự hộ thân mình mà cũng chẳng biết hộ thân người khác. Có người tự hộ và cũng vừa hộ tha.

"Hạng người chẳng biết tự bảo hộ thân mình mà cũng chẳng biết hộ thân người khác, đó là hạng tiện nhân thấp nhất.

"Hạng người chỉ biết bảo hộ thân người khác mà chẳng biết tự hộ, đó là hạng người cao hơn.

"Hạng người biết tự hộ mà không hộ thân người khác, đó là hạng cao hơn nữa.

"Còn hạng người vừa biết tự hộ thân, lại còn hộ thân người khác nữa, đó là hạng cao hơn nữa. Người như thế là Đệ nhất."

Đức Phật đã nói như vậy!

PHẬT THUYẾT THẤT XỨ TAM QUÁN KINH
PHẦN MƯỜI

Tôi nghe như vầy:

Một thời, Đức Phật ngự tại vườn Cấp Cô Độc, rừng Kỳ-đà, nước Xá-vệ.

Bấy giờ, Đức Phật bảo với các vị tỳ-kheo rằng:

"Có bốn loại mây: Loại thứ nhất là chỉ có sấm chớp mà không có mưa; Loại thứ hai là chỉ có mưa mà không có sấm; Loại thứ ba là loại không có mưa mà cũng không có sấm chớp; Loại thứ tư là loại vừa có mưa mà vừa có sấm chớp.

"Cũng giống như mây, con người cũng có bốn hạng: Một là hạng người chỉ có sấm chớp mà không có mưa; Hai là hạng người chỉ có mưa mà không có sâm chớp; Ba là hạng người không có sấm chớp cũng không có mưa; Bốn là hạng người vừa có sấm chớp lại vừa có mưa.

"Thế nào là hạng người có sấm chớp mà không có mưa? Đó là trong hàng tỳ-kheo có người chỉ biết giảng kinh. Ban đầu cũng nói thiện, đoạn giữa cũng nói thiện và sau cùng cũng nói thiện. Chỉ có hành mà không phân biệt được yếu chỉ của hành, cũng tự không biết pháp, cũng không biết pháp của pháp như hành. Đó là hạng người giống như chỉ có sấm chớp mà không có mưa.

"Thế nào là hạng người chỉ có mưa mà không có sấm chớp? Đó là trong hàng tỳ-kheo có người không giảng nói kinh pháp. Phần đầu cũng không nói thiện, phần giữa cũng không nói thiện và sau cùng cũng không nói thiện. Cũng không có hành phân biệt, cũng không thiết yếu hành, không thấy yếu chỉ, nhưng tâm ý lại hành trong pháp, hòa hợp với hành lợi ích, cũng như pháp mà hành, cũng thọ nhận pháp, hành theo pháp, cũng đồng hành cùng với người tùy pháp. Đó là hạng người chỉ có mưa mà không có sấm chớp.

"Thế nào là hạng ngườigiống như không có mưa mà cũng không có sấm chớp? Đó là trong hàng tỳ-kheo không giảng kinh thuyết pháp. Phần đầu cũng không nói thiện, phần giữa cũng không nói thiện và sau cùng cũng không nói thiện, phân biệt cũng không nói, cũng không nói chỗ thiết yếu thực hành đầy đủ. Đối với thiện pháp cũng không tự mình hiểu rõ, khi gặp pháp đến cũng không tự thực hành. Hạng người này giống như không có mưa mà cũng không có sấm chớp.

"Thế nào là hạng người giống như vừa có mưa vừa có sấm chớp? Đó là trong hàng tỳ-kheo biết giảng kinh thuyết pháp. Phần đầu nói thiện, phần giữa nói thiện và sau cùng cũng nói thiện. Cũng nói rõ phân biệt, chỗ thiết yếu thực hành cũng tự hiểu đầy đủ, như pháp mà hành, biết rõ pháp, thực hành theo pháp, đối với pháp thiện hiểu rõ một cách tự tại, đối với pháp hành cũng tự hiểu biết rõ ràng. Đó là hạng người giống như vừa có mưa vừa có sấm chớp."

Đức Phật đã nói như vậy!

PHẬT THUYẾT THẤT XỨ TAM QUÁN KINH
PHẦN MƯỜI MỘT

Tôi nghe như vầy:

Một thời, Đức Phật ngự tại vườn Cấp Cô Độc, rừng Kỳ-đà, nước Xá-vệ.

Bấy giờ Phật bảo với các tỳ-kheo rằng:

"Có bốn loại Xả. Những gì là bốn? Một là Xả xả[219], hai là Thủ xả[220], ba là Hộ xả[221], bốn là Hành xả[222].

"Thế nào là Xả xả?

"Khi niệm khởi mà không thọ, không sanh, buông bỏ, rõ biết, lìa xa. Nếu gặp tai hoạn cũng từ đó không sanh, buông bỏ, rõ biết, lìa xa. Đó là Xả.

"Thế nào là Thủ xả? Mắt đã thấy sắc, không thọ tướng, không quán tướng. Nếu do nhân duyên thấy mà sanh ra ác, thấy mà sanh ra si, thấy điều không vừa ý, thấy tâm ý tệ ác, liền tự giữ gìn, thọ trì hạnh lành, giữ gìn tai, mũi, miệng, thân, ý đúng như pháp, không thọ tướng

---

[219] Xả xả, 舍舍,
[220] Thủ xả, 取舍, Skt. grāha-tyāga, Hành động chọn lọc và buông bỏ, giúp hành giả đạt được sự cân bằng trong tu tập.
[221] Hộ xả, 護舍, Skt. rakṣā-tyāga, Bảo vệ và buông bỏ, thể hiện sự từ bi và trí tuệ trong việc đối xử với chúng sinh.
[222] Hành xả, 行舍, Skt. caryā-tyāga, Thực hành buông xả, là quá trình tu tập để đạt được tâm không còn chấp trước.

như đã nói ở trên. Đó gọi là Thủ xả.

"Thế nào là Hộ xả? Trong các tỳ-kheo ở đây, đối với các tướng bất thiện đã sanh, như máu chảy, sưng phồng, bị chó, cáo, ăn thịt, hoặc máu chảy đỏ, hoặc thối rữa sanh đen, hay xương trắng, sợ người, quan sát kỹ lưỡng, khéo hộ trì, khiến tâm không mất tướng lành. Đó gọi là Hộ xả.

"Thế nào là Hành xả? Ở đây tỳ-kheo giác biết tâm ý vì thức hành viễn ly, vì phân biệt, vì phân biệt mà xa lìa. Như vậy cho đến quán sát đến chỗ rốt ráo tâm ý. Đó gọi là Hành xả."

Tóm lại:

"Thủ, Xả, Hộ, Hành, đó là bốn thứ xả. Đức Phật đã nói như vậy. Bậc hành giả thực hành bốn thứ xả ấy, không được dừng lại giữa chừng, như vậy mới dứt khổ, đắc đạo."

Phật nói như vậy rồi, các tỳ-kheo đệ tử khởi thân đảnh lễ, hoan hỷ thọ trì.

PHẬT THUYẾT THẤT XỨ TAM QUÁN KINH
PHẦN MƯỜI HAI

Tôi nghe như vầy:

Một thời, Đức Phật ngự tại vườn Cấp Cô Độc, rừng Kỳ-đà, nước Xá-vệ.

Đức Phật bảo với các vị tỳ-kheo rằng:

"Nếu tỳ-kheo có bốn pháp hành thì không tự xâm hại, thân cận pháp vô vi:

"Những gì là bốn?

1. Trong hàng tỳ-kheo, người giữ giới, hành trì trong phạm vi giới.
2. Nhiếp phục các căn, ngăn giữ theo Luật cho đến tự giữ ý.
3. Ăn uống biết tiết độ, không ăn nhiều, không ưa thích ăn nhiều.

4. Đầu đêm cho đến cuối đêm thường giữ hành nghi.

"Đó là bốn pháp hành. Tỳ-kheo này không tự xâm hại, cũng thân cận với pháp vô vi."

Tóm lại:

"Nếu tỳ-kheo an lập nơi Giới, căn, nhiếp phục chuyện ăn uống, biết tiết độ và cũng không lìa giác quán, hành trì tinh tấn như vậy, ngày đêm không dừng nghỉ sẽ không tự xâm hại, thân cận vô vi."

Đức Phật đã nói như vậy!

PHẬT THUYẾT THẤT XỨ TAM QUÁN KINH
PHẦN MƯỜI BA

Tôi nghe như vầy:

Một thời, Đức Phật ngự tại vườn Cấp Cô Độc, rừng Kỳ-đà, nước Xá-vệ.

Đức Phật bảo với các vị tỳ-kheo:

"Nếu hiền giả ở tại gia, thực hành pháp, thân cận bốn hạng người thì sẽ được hoan hỷ.

"Thế nào là bốn?

"Một là cha mẹ với con.

"Hai là con cháu, khách khứa, tôi tớ, nô bộc.

"Ba là giao kết thân thuộc, bạn bè với thiện hữu tri thức.

"Bốn là vua quan, thiên vương, quỷ thần, sa-môn, bà-la-môn."

Tóm lại:

"Không trái nghịch cha mẹ, cũng không trái nghịch sa-môn, không trái nghịchbà-la-môn, đối với thần linh thờ tự cũng vậy.

"Ở tại gia tín thuận thờ tự, hiếu thấu nhiều người. Có khả năng phụng sự, trì giới, thân thuộc đối với tất cả những người mình gặp được trong đời. Cũng không trái phạm đối với thiên vương, thân thuộc, tự thân chịu ân đối với tất cả mọi người. Người tại gia như thế là kẻ có trí ở đời. Người này ở trong nhân gian, nhờ hạnh lành mà được giàu có, danh tiếng vang vọng khắp thế gian nói hoài không hết. Đời sau được sanh lên cõi trời."

Đức Phật đã nói như vậy!

PHẬT THUYẾT THẤT XỨ TAM QUÁN KINH
PHẦN MƯỜI BỐN

Tôi nghe như vầy:

Một thời, Đức Phật ngự tại vườn Cấp Cô Độc, rừng Kỳ-đà, nước Xá-vệ.

Bấy giờ có một vị bà-la-môn từ nơi khác đi đến chỗ Phật. Đến rồi liền vấn an Đức Phật. Thăm hỏi xong rồi bà-la-môn liền thưa hỏi với Đức Phật rằng:

"Do nhân duyên gì mà một hiền giả đời này vì có nhan sắc đẹp, không có sức khỏe, nhiều bệnh, tuổi thọ ít, không giàu có?"

Đức Phật bảo với bà-la-môn rằng:

"Đời này, bà-la-môn làm việc phi pháp, tham đắm thế gian, buông theo dục vọng, hành ý sai quấy, rơi vào phi pháp. Do vậy hạng người này tự làm ô uế niệm của mình, rơi vào phi pháp, trái đạo, buông lung tham dục. Đây chính là tập nhân. Từ nhân duyên ấy, mặt trời mặt trăng chẳng vận hành đúng. Do chẳng vận hành đúng, các tinh tú cũng không vận hành đúng. Khi tinh tú không vận hành đúng thì ngày tháng cũng chẳng đúng, năm tháng cũng chẳng đúng. Năm tháng đã không đúng thì giờ khắc cũng không đúng. Giờ khắc đã không đúng thì sẽ gặp gió trái mùa. Đã có trái gió trở trời thì mưa cũng chẳng đúng thời, khô hạn. Mưa chẳng đúng thời thì người trồng trọt cũng không đúng thời tiết, lúa thóc không chín như ý. Do mùa màng chín không đúng lúc nên ngũ cốc để người ăn cho đến gia súc, gà vịt cũng khiến con người ốm yếu, gầy còm, nhiều bệnh, đoản mạng và không giàu có.

"Này bà-la-môn, đó là nhân duyên gốc khiến người đời nay ít nhan sắc, ốm yếu, nhiều bệnh, đoản mạng và ít giàu có."

Bấy giờ bà-la-môn cúi đầu nhận lời Phật dạy. Giác ngộ rồi, bà-la-môn phát nguyện từ nay về sau tự quy y Phật, tự quy y Pháp, tự quy y Tăng.

Đức Phật nói pháp dạy như thế!

PHẬT THUYẾT THẤT XỨ TAM QUÁN KINH
PHẦN MƯỜI LĂM

Tôi nghe như vầy:

Một thời, Đức Phật ngự tại vườn Cấp Cô Độc, rừng Kỳ-đà, nước Xá-vệ.

Đức Phật bảo với các vị tỳ-kheo:

"Có năm thứ phước khi bố thí. Thế nào là năm thứ phước?

"Một là bố thí cho người từ phương xa đến.

"Hai là bố thí cho người sắp đi xa.

"Ba là lúc người bệnh hoạn thì bố thí.

"Bốn là lúc lúa gạo khan hiếm, đắt đỏ thì bố thí.

"Năm là, khi có thức ăn mới, chưa tự ăn, trước đem cúng dường bậc trì giới hành đạo, sau đó mới tự ăn. Đó là phước."

Tóm lại:

"Người bố thí, nếu đúng thời mà cho người có lòng tin, không sanh tâm bỏn xẻn, đúng thời mà cho bậc hiền giả, tâm thanh tịnh không nghi ngại, thì phước ấy vô lượng."

Đức Phật đã nói như thế. Các tỳ-kheo nghe lời Phật dạy, hoan hỷ phụng hành.

PHẬT THUYẾT THẤT XỨ TAM QUÁN KINH
PHẦN MƯỜI SÁU

Tôi nghe như vầy:

Một thời, Đức Phật ngự tại vườn Cấp Cô Độc, rừng Kỳ-đà, nước Xá-vệ.

Bấy giờ Phật bảo với các tỷ-kheo rằng:

"Bậc hiền giả bố thí có năm phẩm. Thế nào là năm?

"Một là bậc hiền giả vì có lòng tin mà bố thí.

"Hai là bố thí nhiều.

"Ba là tự tay mình bố thí.

"Bốn là bố thí đúng thời.

"Năm là bố thí mà không xâm phạm người khác."

Đức Phật lại bảo các tỷ-kheo:

"Thế nào là bố thí vì có lòng tin và được phước gì?

"Người bố thí có lòng tin sẽ được nhiều tài sản, nhiều châu báu, nhiều vật vừa ý, nhiều đồ tốt đẹp, ở đời cũng được nhiều người tin tưởng. Đó là phước do bố thí vì lòng tin.

"Thế nào là phước báo do bố thí nhiều?

"Như trên đã nói, người bố thí nhiều thì được cha mẹ thương yêu, được anh em quý mến, được vợ con yêu quý, được trẻ em, nô tỳ kính trọng, được những người thiện hữu tri thức cũng gần gũi kính trọng. Năm loại thân thuộc đều kính trọng, đó là phước do bố thí nhiều.

"Thế nào là phước báo do tự tay mình bố thí?

"Như trên đã nói, đối với các vật trong nhà mình, tùy ý được món mình yêu thích, món tốt nhất, tùy ý được vui các thứ sắc đẹp, âm thanh, mùi hương, vị ngon và sự tiếp xúc thảy đều tùy ý được vui. Đó là phước báo do tự tay mình bố thí.

"Thế nào là phước báo do bố thí đúng thời?

"Như trên đã nói, khi mạng sắp hết, đem tài sản, châu báu, vật dụng ngay trước mắt còn đầy đủ, chưa phân tán khắp nơi mà bố thí. Đó là phước do bố thí đúng thời.

"Thế nào là phước do bố thí không xâm phạm người khác?

"Người giữ giới, bố thí mà không xâm phạm người khác, như trên đã nói. Nếu của cải do mình siêng năng làm ra, tự tay lao nhọc, chịu lạnh chịu khổ mà có, từ đó không ai có thể cướp đoạt. Quan quyền, giặc cướp, nước lửa đều không thể làm hại, cũng không bị tiêu phí vào những việc chẳng vừa ý. Đó là phước do bố thí mà không xâm phạm người khác.

"Tóm lại, tin, bố thí nhiều, tự tay cho đúng thời và không xâm phạm người khác. Bậc hiền giả bố thí như vậy sẽ được niềm vui không cùng tận, phước báo không thể phân lường."

Đức Phật đã nói như vậy. Các tỳ-kheo vâng lời Phật dạy, hoan hỷ phụng hành.

PHẬT THUYẾT THẤT XỨ TAM QUÁN KINH
PHẦN MƯỜI BẢY

Tôi nghe như vầy:

Một thời, Đức Phật ngự tại vườn Cấp Cô Độc, rừng Kỳ-đà, nước Xá-vệ.

Bấy giờ Đức Phật bảo với các tỳ-kheo rằng:

"Nếu người nào trong tâm ý hãy còn vướng mắc năm điều, thì dù có nghe giáo pháp của Phật, cũng không thể trừ bỏ được trần cấu, không đắc được Đạo nhân. Những gì là năm?

"Một là não hại người giảng kinh thuyết pháp.

"Hai là chỉ để mong cầu sự tiện lợi.

"Ba là mong cầu sự cùng tận.

"Bốn là nghe pháp nhưng khởi tà niệm, tâm ý đắm trước nơi những nhân duyên khác.

"Năm là nghe pháp nhưng khởi ý tự cao, khiến cho khởi lên sự phân biệt hay dở, tốt xấu.

"Nếu người nào trong tâm ý hãy còn vướng mắc năm điều này, thì dù có nghe Phật nói pháp cũng không thể tự giải trừ trần cấu, không thể đắc Đạo nhãn."

Đức Phật lại bảo các tỳ-kheo:

"Có năm điều mà nếu người để tâm ý trong năm điều này, liền nghe được pháp hành do Phật dạy, có thể tự giải trừ được trần cấu, cũng có thể đắc được Đạo nhãn. Thế nào là năm?

"Một là, không có ác ý đối với người giảng kinh thuyết pháp.

"Hai là, cũng không mong cầu nơi kinh những chỗ sở trường, sở đoản, nếu có nghi thì hỏi để được giải thích, hiểu rồi mới thôi.

"Ba là, tâm ý không vướng mắc nơi sắc, không bị dính mắc ở những nhân duyên khác.

"Bốn là, cũng có sự thông tuệ, có khả năng hiểu được những pháp thiện ác.

"Năm là, phân biệt tự biết.

"Đó là năm pháp. Nếu người để tâm ý trong năm điều này thì có thể giải trừ được trần cấu.

"Một là không não hại người nói kinh.

"Hai là không mong cầu nơi kinh những chỗ sở trường, sở đoản.

"Ba là không mong cầu chỗ cùng tận.

"Bốn là cũng không khởi tà niệm.

"Năm là cũng tự có ý thông tuệ, sáng suốt, có thể phân biệt được trắng đen."

Đức Phật đã dạy như thế!

PHẬT THUYẾT THẤT XỨ TAM QUÁN KINH
PHẦN MƯỜI TÁM

Tôi nghe như vầy:

Một thời, Đức Phật ngự tại vườn Cấp Cô Độc, rừng Kỳ-đà, nước Xá-vệ.

Bấy giờ Đức Phật bảo với các vị tỳ-kheo:

"Có năm hạnh quán nhất tướng[223]. Thế nào là năm?

1. Hạnh quán nhất tướng thứ nhất:

"Hành giả quán thân này, từ đầu đến chân, trên có tóc, đầu não, da, đầy đủ bao nhiêu thứ bất tịnh tướng: Tóc, lông, móng, răng, máu, mạch, thịt, gân, xương, lá lách, thận, đại tràng, tiểu tràng, phân lớn, phân nhỏ, mồ hôi, nước dãi, mật, gan, phổi, tim, đờm, máu, mỡ, tủy, gió, nhiệt, não... các loại. Quán như vậy là hạnh quán nhất tướng thứ nhất.

2. Hạnh quán nhất tướng thứ hai:

"Hành giả lại quán như trên đã nói, tâm không dao động, an trụ nơi cảnh quán ấy, ý niệm là bậc hiền giả. Đó là hạnh quán nhất tướng thứ hai.

3. Hạnh quán nhất tướng thứ ba:

"Hành giả lại quán như trên đã nói, xét đến Thọ, Tưởng, Hành, Thức mà suy nghĩ: 'Thức này là đời này chăng? Là đời sau chăng?' Nếu có ý nghĩ ấy, đó là hạnh quán nhất tướng thứ ba.

---

[223] Nhất tướng quán, 一相觀, Skt. *eka-lakṣaṇa-vipaśyanā*, Quán một tướng, tập trung vào một đặc điểm để đạt được định lực và trí tuệ.

4. Hạnh quán nhất tướng thứ tư:

"Hành giả lại suy nghĩ như trên đã nói, quán Thức đời này, đời sau, không có chỗ dừng. Khi giác biết ý nghĩ ấy, đó là hạnh quán nhất tướng thứ tư.

Hạnh quán nhất tướng thứ năm:

"Hành giả lại suy nghĩ như trên đã nói, rằng: 'Người có Thức, người suy nghĩ việc này, người ấy đời này, đời sau, không có chỗ dừng', nên không được tịnh quán nhất tướng. Nếu hành giả khởi ý giải thoát ý nghĩ ấy, đó là hạnh quán nhất tướng thứ năm."

Đức Phật đã dạy như thế!

PHẬT THUYẾT THẤT XỨ TAM QUÁN KINH
PHẦN MƯỜI CHÍN

Tôi nghe như vầy:

Một thời, Đức Phật ngự tại vườn Cấp Cô Độc, rừng Kỳ-đà, nước Xá-vệ.

Đức Phật bảo với các vị tỳ-kheo:

"Có năm nhân duyên khiến tỳ-kheo làm cho mắt người không an trụ, sinh si, hoạt trí, làm não người, khiến không được pháp vô vi. Thế nào là năm?

"Một là ái dục.

"Hai là sân hận.

"Ba là thùy miên.

"Bốn là năm thứ dục lạc.

"Năm là nghi ngờ không tin."

Đức Phật đã nói như thế!

PHẬT THUYẾT THẤT XỨ TAM QUÁN KINH
PHẦN HAI MƯƠI

Tôi nghe như vầy:

Một thời, Đức Phật ngự tại vườn Cấp Cô Độc, rừng Kỳ-đà, nước Xá-vệ.

Bấy giờ Đức Phật bảo với các vị tỳ-kheo:

"Đi bộ có năm đức. Thế nào là năm?

1. Có thể chạy.
2. Có sức mạnh.
3. Trừ được buồn ngủ.
4. Cơm ăn dễ tiêu, không sanh bệnh tật.
5. Đối với hành giả dễ được Định ý[224], đã được định ý thì lâu bền."

Đức Phật đã nói như vậy!

PHẬT THUYẾT THẤT XỨ TAM QUÁN KINH
PHẦN HAI MƯƠI MỐT

Tôi nghe như vầy:

Một thời, Đức Phật ngự tại vườn Cấp Cô Độc, rừng Kỳ-đà, nước Xá-vệ.

Bấy giờ Đức Phật bảo với các vị tỳ-kheo:

"Nếu có tỳ-kheo thực hành đủ năm pháp, có thể ở trên núi hay chốn đầm lầy, có thể ở trên thảm cỏ thơm mà an cư, nằm nghỉ. Thế nào là năm?

---

[224] Định ý, 定意, Skt. Pāli: *Samādhi*, Trạng thái định tâm, tập trung cao độ, là nền tảng để phát triển trí tuệ.

Có thể trì giới, không phạm, giữ gìn các học giới.

Có thể nhiếp hộ các căn môn, giữ gìn các hạnh.

Cũng có thể thực hành tinh tấn, có đầy đủ sức tinh tấn, thân cận không rời điều thiết yếu, không bỏ tinh tấn cho đến khi được đạo.

Đã thọ luật Phật, tự mình hiểu rõ.

Nghe kinh cũng dễ hiểu đúng.

Nếu hành giả thọ trì năm pháp này như trên đã nói, có thể ở trên núi hay chốn đầm lầy."

Đức Phật đã nói như vậy!

PHẬT THUYẾT THẤT XỨ TAM QUÁN KINH
PHẦN HAI MƯƠI HAI

Tôi nghe như vầy:

Một thời, Đức Phật ngự tại vườn Cấp Cô Độc, rừng Kỳ-đà, nước Xá-vệ.

Bấy giờ Đức Phật bảo với A-nan:

"Này A-nan! Ta nói thân không nên làm ác, lời nói, ý nghĩ cũng vậy."

A-nan bạch với Đức Phật rằng:

"Bạch Đức Thế Tôn! Tất cả thân, khẩu, ý đều không nên làm ác. Nếu người làm ác không dừng, rốt cuộc sẽ chịu bao nhiêu điều ác?"

Đức Phật bảo với A-nan:

"Có năm điều ác. Thế nào là năm?

1. Tự dối gạt thân mình.
2. Cũng dối gạt người khác.
3. Khi nói năng, trên dưới không hợp ý với bậc Hiền.
4. Danh tiếng không vang đến mọi nơi.

5. Khi chết đọa vào địa ngục."

Đức Phật lại bảo A-nan:

"Này A-nan! Tất cả thân thực hành điều thiện theo lời ta dạy. Lời nói, ý nghĩ cũng vậy."

A-nan lại bạch:

"Bạch Đức Thế Tôn! Tất cả thân thực hành điều thiện, theo lời Phật dạy, con đều y giáo phụng hành. Lời nói, ý nghĩ cũng vậy. Nếu người hành những điều này, rốt cuộc được bao nhiêu phước?

Đức Phật bảo A-nan:

"Có năm phước. Thế nào là năm?

1. Không tự dối gạt mình.
2. Cũng không dối gạt người khác.
3. Khi nói năng, trên dưới hợp lý bậc Hiền.
4. Mười phương được tiếng tốt.
5. Khi chết sinh lên trời."

Đức Phật đã nói như vậy!

PHẬT THUYẾT THẤT XỨ TAM QUÁN KINH
PHẦN HAI MƯƠI BA

Tôi nghe như vầy:

Một thời, Đức Phật ngự tại vườn Cấp Cô Độc, rừng Kỳ-đà, nước Xá-vệ.

Bấy giờ Phật bảo với các tỳ-kheo rằng:

"Có năm điều phiền não khi mọi người nương tựa nhau. Thế nào là năm?

"Thứ nhất, nếu tỳ-kheo đã nương tựa nhau rồi, có khi người mình nương tựa ấy phạm lỗi thì tỳ-kheo ấy không muốn gặp. Ra ngoài lại nương tựa người khác, nghĩ rằng: 'Người ấy là chỗ ta nương tựa'. Nếu người ấy phạm lỗi thì, Tỳ-kheo tăng liền không muốn gặp, rồi sanh tâm chấp trước, chẳng muốn đến chỗ Tỳ-kheo chúng đang tụ họp. Tự nghĩ: 'Ta sao còn phải đến chỗ chúng Tỳ-kheo nữa'. Rồi chẳng còn đi đến nữa.

"Đã không đến chỗ chúng thì chẳng còn thấy chúng Tỳ-kheo, không thấy chúng Tỳ-kheo thì chẳng nghe pháp, không nghe pháp thì ra ngoài pháp, lìa pháp, chẳng ở trong pháp. Đây là điều thứ nhất khi mọi người nương tựa nhau.

"Thứ hai, lại có tỳ-kheo nếu người mình thương mến ấy phạm lỗi, vào chỗ chúng Tỳ-kheo bị xếp ngồi chỗ thấp nhất. Tỳ-kheo ấy nghĩ: 'Người ấy là chỗ ta thương mến, mà nay vào chúng Tỳ-kheo bị xếp chỗ ngồi thấp nhất. Ta sẽ không đến chỗ chúng Tỳ-kheo tụ họp nữa'."

"Phần sau cũng như trên điều thứ nhất đã nói.

"Thứ ba, mang bình bát và y Ca-sa sang nước khác.

"Thứ tư, bỏ giới thọ bạch y.

"Thứ năm, tự ngồi buồn rầu, mất danh tiếng.

"Đoạn sau đều giống như điều thứ nhất đã nói."

Đức Phật đã nói như vậy!

PHẬT THUYẾT THẤT XỨ TAM QUÁN KINH
PHẦN HAI MƯƠI BỐN

Tôi nghe như vầy:

Một thời, Đức Phật ngự tại vườn Cấp Cô Độc, rừng Kỳ-đà, nước Xá-vệ.

Bấy giờ Đức Phật bảo với các tỳ-kheo rằng:

"Có năm điều ác do không nhẫn nhục. Thế nào là năm?

"Một là nhiều oán.

"Hai là nhiều gièm pha.

"Ba là nhiều điều trái ý.

"Bốn là mười phương không được nghe danh tiếng, chỉ có những ác hạnh được biết đến.

"Năm là sau khi mạng chung, thân đọa địa ngục ác thú.

"Đó là năm điều ác do không nhẫn nhục đưa đến."

Đức Phật lại bảo các tỳ-kheo:

"Có năm điều thiện do nhẫn nhục đưa đến:

"Một là không có oán.

"Hai là không bị sự gièm pha.

"Ba là không có điều trái ý.

"Bốn là danh tiếng vang khắp mười phương.

"Năm là sau khi mạng chung được Sanh lên cõi trời."

Đức Phật đã nói như vậy!

PHẬT THUYẾT THẤT XỨ TAM QUÁN KINH
PHẦN HAI MƯƠI LĂM

Tôi nghe như vầy:

Một thời, Đức Phật ngự tại vườn Cấp Cô Độc, rừng Kỳ-đà, nước Xá-vệ.

Bấy giờ Đức Phật bảo với các vị tỳ-kheo:

"Có năm điều ác do không có hạnh kiên nhẫn đối với người khác. Này các tỳ-kheo! Những gì là năm?

"Một là theo người không có hạnh nhẫn nại, vì vậy trở nên thô lỗ.

"Hai là tánh nóng nảy.

"Ba là sau đó hối hận.

"Bốn là không được nhiều người thương mến, bị nhiều oán ghét.

"Năm là khi mạng chung, thân đọa địa ngục.

"Trái lại với những điều trên là thanh tịnh."

Đức Phật đã nói như vậy!

PHẬT THUYẾT THẤT XỨ TAM QUÁN KINH
PHẦN HAI MƯƠI SÁU

Tôi nghe như vầy:

Một thời, Đức Phật ngự tại vườn Cấp Cô Độc, rừng Kỳ-đà, nước Xá-vệ.

Bấy giờ Đức Phật bảo với các vị tỳ-kheo:

"Voi có năm tướng để phù hợp với triều đình, ứng chức quan được dùng trong hoàng cung, hợp ý vua, dẫn vua theo đúng pháp. Thế nào là năm?

"Một là nghe và tiếp nhận.

"Hai là có thể trụ lại, dừng trụ không loạn động.

"Ba là có thể đóng chặn, gìn giữ cửa thành.

"Bốn là có thể chạy, di chuyển linh hoạt.

"Năm là có thể tự bảo vệ.

"Thế nào là tỳ-kheo tự bảo vệ mình giống như voi trong hoàng cung tự giữ mình?

"Nếu voi vào trong quân trận, chân trước có thể dò đường, chân sau, mông, lưng, bụng, vai, cổ, mũi đều có thể tự bảo vệ. Như vậy gọi là tự giữ gìn.

"Nếu tỳ-kheo đầy đủ năm nhân duyên liền đáng được người kính lễ, danh tiếng vang xa, đáng được người chắp tay cung kính tiếp đón.

Đó là phước địa không cùng tận.

"Thế nào là năm?

"Một là nghe và tiếp nhận.

"Hai là có thể an trụ.

"Ba là thọ nhận (tiếp nhận giáo pháp).

"Bốn là thực hành.

"Năm là tự bảo vệ.

"Thế nào là vị trong miệng, sự trơn láng trong thân, niệm trong tâm ý, những thứ có thể chế ngự, không tiếp nhận tướng?

"Như vậy, tỳ-kheo có thể tự bảo vệ, là giữ gìn sáu điều suy tổn. Điều thứ hai là hành Thiền.Điều thứ ba là thọ nhận, tức nhẫn nhục. Điều thứ tư là có thể trì giới. Điều thứ năm nghe và tiếp nhận, đó là tinh tấn.

"Người tu hành có đủ năm điều ấy liền đáng được có danh tiếng, đáng được người cung kính chắp tay đón tiếp. Đó là vùng đất phước không cùng không tận.

"Đệ tử nghe điều hợp ý thì nên tiếp nhận."

PHẬT THUYẾT THẤT XỨ TAM QUÁN KINH
PHẦN HAI MƯƠI BẢY

Tôi nghe như vầy:

Một thời, Đức Phật ngự tại vườn Cấp Cô Độc, rừng Kỳ-đà, nước Xá-vệ.

Bấy giờ Đức Phật bảo với các vị tỳ-kheo:

"Có năm điều xấu không nên nương tựa vào người khác. Thế nào là năm?

"Một là không nương theo kẻ mà họ không hiểu chính họ.

"Hai là không nương theo kẻ mà tâm ý của họ uẩn khúc, rời xa.

"Ba là không nương theo kẻ mà chính họ còn không hiểu ý họ.

"Bốn là không nương vào kẻ phạm đạo hạnh.

"Năm là không nương theo kẻ không tiếp nhận lời giáo giới nghiêm túc của Phật.

"Có năm điều tốt nên nương tựa vào người khác:

"Một là nương vào kẻ không có ý ganh ghét nhau.

"Hai là nương vào kẻ có thiện ý, hiểu nhau.

"Ba là nương vào kẻ cái hiểu của họ không làm loạn động tâm mình.

"Bốn là nương vào kẻ hiểu được hạnh ý của thiên hạ.

"Năm là nương vào kẻ đến sau được cho mắt sáng, đạo nhãn."

Đức Phật đã nói như vậy!

PHẬT THUYẾT THẤT XỨ TAM QUÁN KINH
PHẦN HAI MƯƠI TÁM

Tôi nghe như vầy:

Một thời, Đức Phật ngự tại vườn Cấp Cô Độc, rừng Kỳ-đà, nước Xá-vệ.

Bấy giờ Đức Phật bảo với các vị tỳ-kheo:

"Này các tỳ-kheo! Trong các sự sợ hãi, đáng sợ nhất là Dục. Trong tất cả các khổ, cái khổ nhất là cũng là Dục. Trong tất cả các tật bệnh, nguyên nhân của tật bệnh cũng là do Dục. Tất cả sự trói buộc cũng là do Dục. Các vết thương trong tâm cũng do Dục đưa đến. Các nhiễm ô bùn vẩn cũng do Dục. Mọi sự chấp trước cũng do Dục. Sự tái sanh trong thai mẹ cũng đều do Dục. Vì sao vậy? Các sự sợ hãi là do Dục mà có. Người ngu si ở thế gian bị dòng nước tham dục cuốn trôi, bị sợi dây tham dục trói buộc nên đời này không thoát khỏi sự sợ hãi, đời sau cũng không thể thoát khỏi. Này các tỳ-kheo, vì nhân duyên ấy nên nói tất cả mọi sự sợ hãi đều từ nơi Dục mà ra.

"Này các tỳ-kheo! Vì sao nói tất cả các pháp là do Dục? Vì người ngu si ở thế gian bị tham dục cuốn trôi, bị Thức dục, thứ ham muốn ăn uống nuôi lớn nên đời này không thoát khỏi sự sợ hãi, đời sau cũng không thoát được. Này các tỳ-kheo, vì nhân duyên ấy nên nói tất cả các khổ đều do Dục sanh ra.

"Này các tỳ-kheo! Vì sao mà nói tất cả các bệnh tật là do Dục sanh? Vì người ngu si ở thế gian bị tham dục cuốn trôi, bị tham dục trói buộc, nên đời này không thoát được các sợ hãi, đời sau cũng không thể thoát được. Này các tỳ-kheo, vì thế nên nói tất cả các bệnh tật đều do Dục sanh ra.

"Này các tỳ-kheo! Vì sao lại nói tất cả các sự trói buộc, các kiết sử là do Dục mà ra? Vì người ngu si ở thế gian bị dòng nước tham dục cuốn trôi, bị tham dục trói buộc, nên đời này không thể thoát khỏi sự sợ hãi, đời sau cũng không thể thoát. Vì nhân duyên ấy nên nói các kiết sử đều do Dục mà có.

"Này các tỳ-kheo! Vì sao lại nói tất cả các vết thương là do Dục? Vì người ngu si ở thế gian bị tham dục cuốn trôi, bị tham dục trói buộc, nên đời này không thể thoát khỏi sự sợ hãi, đời sau cũng không thể thoát. Này các tỳ-kheo! Vì nhân duyên ấy nên tất cả các vết thương lở lói là do Dục.

"Này các tỳ-kheo! Vì sao lại nói tất cả các nhiễm ô bùn vẩn là do Dục? Vì người ngu si ở thế gian bị tham dục cuốn trôi, bị tham dục trói buộc, nên đời này không thể thoát khỏi sự sợ hãi, đời sau cũng không thể thoát. Này các tỳ-kheo! Vì thế nên nói tất cả các sự nhiễm ô là do Dục.

"Này các tỳ-kheo! Vì sao mà nói mọi sự chấp trước là do Dục? Vì người ngu si ở thế gian bị tham dục cuốn trôi, bị tham dục trói buộc, nên đời này không thể thoát khỏi sự sợ hãi, đời sau cũng không thể thoát. Này các tỳ-kheo! Vì thế nên nói mọi sự chấp trước là do Dục sanh ra.

"Này các tỳ-kheo! Vì sao nói việc đọa vào thai mẹ là do Dục? Vì người ngu si ở thế gian bị tham dục cuốn trôi, bị tham dục trói buộc, nên đời này không thể thoát khỏi sự sợ hãi, đời sau cũng không thể thoát. Này các tỳ-kheo! Vì vậy nên nói việc đọa vào thai mẹ là do Dục."

Đức Phật đã nói như thế.

Tóm lại:

"Sợ hãi, khổ não, bệnh tật, lở lói thảy đều do Dục. Người ngu bị những thứ ấy trói buộc, rồi tùy theo sắc chất mà đọa vào thai mẹ, như trên đã nói.

"Này các tỳ-kheo! Chánh y đã biết, chớ lìa các sợ hãi. Vì bậc trí tuệ sâu sắc vượt qua điều ấy nên quán sát thế gian sanh già và các hành luân chuyển."

Đức Phật đã nói như vậy!

Các thứ ung nhọt (sang) có tám hạng.

1. Ung nhọt do nghi hoặc (Nghi sang).
2. Ung nhọt ái luyến (Ái sang).
3. Ung nhọt do tham lam (Tham sang).
4. Ung nhọt do sân hận (Sân nhuế sang).
5. Ung nhọt do si mê (Si sang).
6. Ung nhọt do kiêu mạn (Kiêu mạn sang).
7. Ung nhọt do tà kiến (Tà sang).
8. Ung nhọt do sanh tử luân hồi (Sanh tử sang).

PHẬT THUYẾT THẤT XỨ TAM QUÁN KINH
PHẦN HAI MƯƠI CHÍN

Tôi nghe như vầy:

Một thời, Đức Phật ngự tại vườn Cấp Cô Độc, rừng Kỳ-đà, nước Xá-vệ.

Bấy giờ Phật gọi các tỳ-kheo đến. Khi các tỳ-kheo đã đến, Đức Phật liền nói thí dụ này:

"Này các tỳ-kheo! Con người rồi sẽ đến cái tuổi bị phù thủng, ung nhọt. Trải qua nhiều năm tháng bệnh thủng ấy sẽ phát tiết ra nơi chín lỗ, tạo thành chín chỗ đau, chín chỗ rỉ chảy.

"Từ các lỗ ấy, chỗ rỉ, chỗ chảy ra, chỉ toàn bài tiết ra những thứ bất tịnh, tuôn ra những thứ bất tịnh, thật là hôi thối, xấu ác, khó chịu, khó nhìn, tuôn chảy, sưng tấy.

"Này các tỳ-kheo! Do bốn nhân duyên mà có thân này, gọi là Tứ nhân duyên thân[225]. Đó là chín lỗ, chín chỗ đau, chín chỗ rỉ chảy, và từ chỗ rỉ chảy đó chỉ chảy ra toàn thứ bất tịnh, toàn mồ hôi thối. Như vậy này các tỳ-kheo, đó là nhân duyên của sự phù thủng, ung nhọt, đáng hổ thẹn, đáng sợ hãi, đáng kinh ngại, đáng để quán học.

"Như vậy, này các tỳ-kheo!" Đức Phật đã nói như vậy. Các tỳ-kheo nên hoan hỷ phụng hành.

PHẬT THUYẾT THẤT XỨ TAM QUÁN KINH
PHẦN BA MƯƠI

Tôi nghe như vầy:

Một thời, Đức Phật ngự trên núi Kê Túc ở thành Vương Xá.

Bấy giờ Phật bảo với các vị tỳ-kheo:

"Sự sống chết của con người ở thế gian trong một đời, tất cả xương cốt của họ còn lại mà không hư hoại, không tan rã, không tiêu mất, nếu gom hết lại thì có thể chất cao như núi Tu-di. Có người trải qua trăm kiếp sanh tử hoặc ngàn kiếp sanh tử mà vẫn chưa chứng được quả A-la-hán, chưa chứng nhập Niết-bàn."

---

[225] Tứ nhân duyên thân, 四因緣身, Skt catvāra-hetupratyaya-kāya, Bốn nhân duyên tạo nên thân thể, giúp hành giả hiểu rõ bản chất tạm bợ của thân.

Phật bảo các tỳ-kheo: "Con người trong một kiếp, nếu gom góp hết xương cốt họ lại sẽ ngang bằng núi Tu-di. Vì thế ta hiển bày rõ nhân duyên gốc của việc ấy. Này các tỳ-kheo, nếu các ông có thể nhổ tận gốc rễ, dứt lìa tận cội ác, thì nhờ đó sẽ không còn sanh tử nữa. Không còn sanh tử, liền được vượt qua thế gian, đạt đạo Niết-bàn."

Đức Phật đã nói như vậy!

PHẬT THUYẾT THẤT XỨ TAM QUÁN KINH
PHẦN BA MƯƠI MỐT

Tôi nghe như vầy:

Một thời, Đức Phật ngự tại vườn Cấp Cô Độc, rừng Kỳ-đà, nước Xá-vệ.

Bấy giờ Đức Phật bảo với các vị tỳ-kheo:

"Có chín loại nhân duyên khiến mạng người chưa hết mà lại chết ngang[226]. Những gì là chín?

1. Vì ăn uống không hợp.
2. Vì ăn uống không có mức độ, hạn lượng.
3. Vì ăn thứ thực phẩm không quen.
4. Vì không tiêu hóa được.
5. Vì nín khi cần bài tiết.
6. Vì không giữ giới.
7. Vì gần gũi ác tri thức.
8. Vì vào làng không đúng thời, không đúng pháp.
9. Vì chỗ đáng tránh né mà không tránh né.

Như vậy, có chín nhân duyên khiến người chết ngang."

---

[226] Chết ngang, 橫死, Skt. *apamṛtyu*, Cái chết bất đắc kỳ tử, thường là kết quả của nghiệp ác, cần tránh trọng tu tập.

Các Tỳ-kheo nghe lời Phật dạy, hoan hỷ phụng hành.

"Thế nào gọi là ăn uống không hợp? Nghĩa là ăn món ăn không hợp ý, hoặc ăn món ăn khiến bụng không yên, khó chịu. Đó là ăn uống không hợp.

"Thế nào gọi là ăn thứ thực phẩm không quen? Nghĩa là không biết thời tiết, mùa đông hay mùa hè. Khi đến một xứ sở khác không biết phong tục ẩm thực của xứ sở đó, do chưa quen nên không tiêu hóa được. Đó gọi là ăn thứ thực phẩm không quen.

"Thế nào gọi là không tiêu hóa được? Nghĩa là thức ăn không tiêu, chưa tiêu lại ăn tiếp, không dùng thuốc để nôn ra hay xổ xuống, không kịp tiêu hóa. Đó gọi là không đào thải, không tiêu hóa được.

"Thế nào gọi là nín khi cần bài tiết? Nghĩa là khi mót đại tiểu tiện mà không đi ngay; khi muốn ợ, muốn nôn, muốn xì hơi mà cố nhịn. Đó là nín khi cần bài tiết.

"Thế nào là không giữ giới? Nghĩa là phạm năm giới: Giết hại, trộm cắp, tà dâm, nói dối, uống rượu, cũng có các giới khác, phạm vào thì bị bắt vào nha môn, hoặc bị xử tử, bị đánh chết, hoặc bị giam giữ đến chết đói, hoặc dù thoát khỏi công quyền lại bị kẻ thù giết chết, hoặc vì kinh sợ, lo nghĩ mà chết. Đó gọi là vì không giữ giới.

"Thế nào là thân cận ác tri thức? Nghĩa là ác tri thức, bạn bè xấu lôi kéo mình cũng làm điều ác. Vì sao? Vì không rời ác tri thức nên không phân biệt được thiện ác, không suy xét hành vi xấu của họ. Đó gọi là thân cận ác tri thức.

"Thế nào gọi là vào làng không đúng thời, không đúng pháp? Nghĩa là đi đêm, hoặc đi vào lúc dân gian kiêng kỵ, hoặc gặp quan quân truy bắt mà không tránh. Hoặc vào làng, tự tiện vào nhà người khác, thấy điều không nên thấy, nghe điều không nên nghe, làm điều không nên làm, nói điều không nên nói, ham điều không nên ham, tìm điều không nên tìm. Đó gọi là vào làng không đúng thời, không đúng pháp.

"Thế nào là chỗ đáng tránh né mà không tránh né? Nghĩa là nên tránh voi dữ, ngựa chứng, bò chạy, xe lao, ngựa phi, rắn độc, hố giếng, nước lửa, kẻ rút dao, kẻ say, người ác và nhiều thứ khác; nhưng lại không tránh. Đó gọi là chỗ đáng tránh mà không tránh.

"Này các tỳ-kheo! Chín nhân duyên như vậy, khiến người tuy mạng chưa hết mà đã chết ngang. Mọi người nên biết và tránh các nhân duyên ấy. Tránh được thì được hai thứ phúc: Một là sống lâu, hai là nhờ sống lâu mà được nghe đạo, nghe lời dạy kẻ tốt, cũng có thể làm đạo."

Đức Phật đã nói như vậy, ai nấy đều hoan hỷ phụng hành.

PHẬT THUYẾT THẤT XỨ TAM QUÁN KINH
PHẦN BA MƯƠI HAI

Tôi nghe như vầy:

Một thời, Đức Phật ngự tại vườn Cấp Cô Độc, rừng Kỳ-đà, nước Xá-vệ.

Bấy giờ Đức Phật bảo với các vị tỳ-kheo:

"Có hai hạng người ở đời thật khó gặp. Thế nào là hai?

"Một là hạng người trước kia từng đem cho người khác.

"Hai là hạng người đã nhận ơn rồi lại không quên, biết báo đáp."

Đức Phật đã nói như vậy!

PHẬT THUYẾT THẤT XỨ TAM QUÁN KINH
PHẦN BA MƯƠI BA

Tôi nghe như vầy:

Một thời, Đức Phật ngự tại vườn Cấp Cô Độc, rừng Kỳ-đà, nước Xá-vệ.

Bấy giờ Đức Phật bảo với các vị tỳ-kheo:

"Có hai hạng người ở đời thật khó gặp. Thế nào là hai?

"Một là hạng người trước tránh điều không nên làm, chuyên làm việc ân nghĩa.

"Hai là hạng người nhận ơn rồi biết ơn."

Đức Phật đã nói như vậy!

PHẬT THUYẾT THẤT XỨ TAM QUÁN KINH
PHẦN BA MƯƠI BỐN

Tôi nghe như vầy:

Một thời, Đức Phật ngự tại vườn Cấp Cô Độc, rừng Kỳ-đà, nước Xá-vệ.

Bấy giờ Đức Phật bảo với các vị tỳ-kheo:

"Có hai hạng người ở đời thật khó gặp. Thế nào là hai?

"Một là hạng người được rồi lại tụ hội.

"Hai là hạng người được rồi mà không rời bỏ đi."

Đức Phật đã nói như vậy!

PHẬT THUYẾT THẤT XỨ TAM QUÁN KINH
PHẦN BA MƯƠI LĂM

Tôi nghe như vầy:

Một thời, Đức Phật ngự tại vườn Cấp Cô Độc, rừng Kỳ-đà, nước Xá-vệ.

Bấy giờ Đức Phật bảo với các vị tỳ-kheo:

"Trên thế gian có hai hạng người dễ chán. Thế nào là hai?

"Một là hạng người được rồi lại chấp giữ.

"Hai là hạng người được rồi lại bỏ đi."

Đức Phật đã nói như vậy!

PHẬT THUYẾT THẤT XỨ TAM QUÁN KINH
PHẦN BA MƯƠI SÁU

Tôi nghe như vầy:

Một thời, Đức Phật ngự tại vườn Cấp Cô Độc, rừng Kỳ-đà, nước Xá-vệ.

Bấy giờ Đức Phật bảo với các vị tỳ-kheo rằng:

"Có hai hạng người ở thế gian khó được gặp. Thế nào là hai?

"Một là hạng người có khả năng tự no.

"Hai là hạng người làm cho người khác no."

Đức Phật đã nói như vậy!

PHẬT THUYẾT THẤT XỨ TAM QUÁN KINH
PHẦN BA MƯƠI BẢY

Tôi nghe như vầy:

Một thời, Đức Phật ngự tại vườn Cấp Cô Độc, rừng Kỳ-đà, nước Xá-vệ.

Bấy giờ Đức Phật bảo với các vị tỳ-kheo rằng:

"Có hai hạng người ở thế gian khó được gặp. Thế nào là hai?

"Một là hạng người bố thí mà tâm không hối tiếc.

"Hai là tỳ-kheo nơi chánh pháp đạt được pháp Vô vi[227]."

Đức Phật đã nói như vậy!

PHẬT THUYẾT THẤT XỨ TAM QUÁN KINH
PHẦN BA MƯƠI TÁM

Tôi nghe như vầy:

Một thời, Đức Phật ngự tại vườn Cấp Cô Độc, rừng Kỳ-đà, nước Xá-vệ.

Bấy giờ Đức Phật bảo với các vị tỳ-kheo rằng:

"Có hai hạng người ở thế gian khó được gặp. Thế nào là hai?

"Một là người có khả năng xa lìa cấu uế, tâm không bỏn xẻn, ở nhà làm nghề chăn nuôi, tự tay sẵn sàng đem cho, thường ưa thích thực hành bố thí, phân chia đồng đều khi bố thí.

"Hai là tỳ-kheo từ chánh pháp tu học đạt được đến pháp Vô vi."

Đức Phật đã nói như vậy!

PHẬT THUYẾT THẤT XỨ TAM QUÁN KINH
PHẦN BA MƯƠI CHÍN

Tôi nghe như vầy:

Một thời, Đức Phật ngự tại vườn Cấp Cô Độc, rừng Kỳ-đà, nước Xá-vệ.

Bấy giờ Đức Phật bảo với các vị tỳ-kheo rằng:

---

[227] Pháp vô vi, 無為法, Skt. *Asaṃskṛtadharma*, Pháp không bị tạo tác, thuộc về Niết-bàn, nơi không còn sự chi phối của nhân duyên.

"Có hai hạng người ở thế gian khó dứt được, khó thắng được. Thế nào là hai?

"Một là hạng người ở trong nhà luôn bố thí, y phục, thực phẩm, giường nằm cùng thuốc men để dùng khi bệnh, nói chung những thứ người cần dùng thì liền đem cho.

"Hai là tỳ-kheo có lòng tin, không dùng đến nhà cửa, thực hành mọi thứ hành xả của thân, dứt ái, bỏ thọ, hướng đến Vô vi, không rời Vô vi."

Đức Phật đã nói như vậy!

PHẬT THUYẾT THẤT XỨ TAM QUÁN KINH
PHẦN BỐN MƯƠI

Tôi nghe như vầy:

Một thời, Đức Phật ngự tại vườn Cấp Cô Độc, rừng Kỳ-đà, nước Xá-vệ.

Bấy giờ Đức Phật bảo với các vị tỳ-kheo rằng:

"Có hai pháp thanh bạch có thể quán rõ thế gian. Thế nào là hai?

"Một là tàm (tự mình xấu hổ khi làm điều xấu).

"Hai là quý (hổ thẹn với người khi mình làm điều xấu).

"Nếu ở đời không có hai pháp này thì sẽ không thể phân biệt được đâu là cha, đâu là mẹ, đâu là anh, đâu là em, đâu là nam, đâu là nữ, đâu là đệ tử, đâu là thầy, đâu là vua, đâu là bậc trưởng thượng.

"Nếu trong đời này không có sự phân biệt ấy thì con người chẳng khác gì trâu ngựa, voi, gà, heo, chó và các loài súc sanh! Chỉ nhờ quán hai pháp thanh bạch này, tàm và quý nên mới có thể phân minh ai là cha, là mẹ, là anh, là em, là nam, là nữ, là đệ tử, là thầy, là vua, là bậc trưởng thượng. Nếu đời không có sự phân biệt này, thì cũng như trâu, ngựa, lừa, gà, heo, chó và các loài súc sanh. Chỉ có pháp thanh bạch này nên mới có thể phân biệt được rõ ràng."

Đức Phật đã nói như vậy!

PHẬT THUYẾT THẤT XỨ TAM QUÁN KINH
PHẦN BỐN MƯƠI MỐT

Tôi nghe như vầy:

Một thời, Đức Phật ngự tại vườn Cấp Cô Độc, rừng Kỳ-đà, nước Xá-vệ.

Bấy giờ Đức Phật bảo với các vị tỳ-kheo rằng:

"Hãy xả bỏ ác hạnh nơi thân. Vì sao vậy? Vì có thể xả bỏ. Nếu không thể xả bỏ ác hạnh nơi thân thì Phật cũng không thể nói về việc xả bỏ ác hạnh nơi thân. Ác hạnh nơi thân có thể xả bỏ được, vì vậy ta mới nói về việc xả bỏ ác hạnh nơi thân.

"Không có xả bỏ ác hạnh nơi thân thì liền mất hẳn tài sản, cũng không thể thực hành bố thí, đây là rơi vào hai sự tổn hại, giống như người có mắt mà chẳng nhìn thấy gì, từ đó đọa vào địa ngục.

"Người không có mắt tức là hạng người đã đến chỗ ấy rồi mà vẫn không biết tự giữ mình, hạng người ấy gọi là người chỉ có một mắt. Hạng người này chuyên trộm cắp, gian tà, nói hai lưỡi, vọng ngữ. Hạng người này chỉ có tài sản, chỉ hưởng thọ dục lạc thế gian, dùng pháp hoặc phi pháp để nịnh bợ, cầu cho được nhiều tài sản, nhưng cũng chẳng tự vui, cũng chẳng bố thí, khi mạng chung đọa vào địa ngục một mắt.

"Chỉ có hạng người có hai mắt là pháp bậc nhất. Đó là hạng người làm ăn sinh sống, có của, tự nuôi mình lại còn bố thí, nhờ phước hạnh ấy mà được tự tại. Nếu không xảo trá, tự nuôi mình mà còn bố thí, đến thời thì sanh lên cõi trời, thường không lìa pháp.

"Kẻ không có mắt hoặc một mắt thì nên tránh xa, chớ gần gũi.

"Người thông minh thì chỉ nên bắt chước những người hai mắt.

Hai mắt là đệ nhất, đời này và đời sau."

Đức phật đã nói như vậy!

PHẬT THUYẾT THẤT XỨ TAM QUÁN KINH
PHẦN BỐN MƯƠI HAI

Tôi nghe như vầy:

Một thời, Đức Phật ngự tại vườn Cấp Cô Độc, rừng Kỳ-đà, nước Xá-vệ.

Bấy giờ Hiền giả A-nan đi đến chỗ Phật, đến nơi rồi đảnh lễ Phật, bạch với Đức Phật rằng:

"Chữ Thế trong thế gian, vì sao mà gọi là Thế[228]?"

Phật bảo A-nan:

"Chữ Thế trong thế gian có ba thứ: Một là Dục thế[229]; Hai là Sắc thế[230]; Ba là Vô sắc thế[231]. Nếu người tạo tội mà khiến quả báo được sanh lại cõi này thì đó gọi là Thế.

"Này A-nan, nếu không có sự tạo tội do Dục, thì Dục thế cũng không có."

A-nan bạch Phật:

"Không rời điều ấy *(đúng như vậy)*."

Đức Phật lại bảo với A-nan:

---

[228] Thế, 世, Skt. Pāli: *Loka*, Thế gian, nơi chúng sinh sinh sống và chịu ảnh hưởng của nghiệp và phiền não.

[229] Dục thế, 欲世, Pāli *Kāma-loka*, Cõi dục giới, nơi chúng sinh bị chi phối bởi các dục vọng như tham và sân.

[230] Sắc thế, 色世, Skt. Pāli *Rūpa-loka*, Cõi sắc giới, nơi chúng sinh có hình thể tinh tế, đạt được qua thiền định.

[231] Vô sắc thế, 無色世, Skt. *Arūpa-loka*, Cõi vô sắc giới, nơi không có hình thể, đạt được qua thiền định cao cấp.

"Này A-nan! Tội là đất, Thức là hạt giống, dục là ái, si là tối tăm. Người đã si mê thì không có mắt, liền hành ác. Đã ác thì Thức ở trong ác, đọa vào Dục thế.

"Này A-nan! Không tạo hạnh thuộc về sắc thì Sắc thế cũng không có."

Đức Phật lại bảo với A-nan:

"Nếu không tạo thì có Sắc thế chăng?"

A-nan bạch Phật:

"Không rời điều ấy *(đúng như vậy)*."

Đức Phật lại bảo với A-nan:

"Hành ấy lấy Thức làm hạt giống, dục tạo ra ái, si đưa đến tối tăm. Si và tối tăm ở giữa, Hành và Thức dừng ở trong ấy, từ đó mà có Sắc thế.

"Này A-nan! Do phước hạnh thuộc về Vô sắc nên có Vô sắc thế. Nếu không có Hành thuộc về Vô sắc thì cũng không có Vô sắc."

A-nan bạch với Đức Phật rằng:

"Không rời điều ấy *(đúng như vậy)*."

"Này A-nan! Từ hành ấy tạo nên đất phước, hạt giống dục và ái, ngu si và tối tăm đã không còn. Người có si mê là người không có mắt. Vì đã không có con mắt sáng suốt nên không thấy Sắc. Loại thức vi tế cao nhất ấy gọi là Vô hữu sắc thế."

Đức phật đã nói như vậy!

PHẬT THUYẾT THẤT XỨ TAM QUÁN KINH
PHẦN BỐN MƯƠI BA

Tôi nghe như vầy:

Một thời, Đức Phật ngự tại vườn Cấp Cô Độc, rừng Kỳ-đà, nước

Xá-vệ.

Bấy giờ Đức Phật bảo với các vị tỳ-kheo rằng:

"Này các tỳ-kheo!"

Các vị tỳ-kheo đáp:

"Thưa vâng! Bạch Đức Thế Tôn."

Đức Phật liền nói:

"Người có lòng tin thì có ba hạnh, khiến theo hạnh mà lòng tin được thanh tịnh. Ba hạnh ấy là gì?

"Một là, mong được thấy bậc sáng suốt, bậc giác ngộ.

"Hai là mong được nghe Kinh, Pháp.

"Ba là dứt bỏ tâm cấu uế và tham xan.

"Ở trong nhà tự chăn nuôi, trả phí sòng phẳng, tự tay phân phát và chia đều cho người, lòng luôn khởi tâm bình đẳng bố thí.

"Tóm lại: Mong được thấy bậc sáng suốt, thường ưa thích nghe Kinh, đồng thời trừ bỏ tâm cấu uế và xan tham, đó gọi là người có lòng tin."

Đức phật đã nói như vậy!

PHẬT THUYẾT THẤT XỨ TAM QUÁN KINH
PHẦN BỐN MƯƠI BỐN

Tôi nghe như vầy:

Một thời, Đức Phật ngự tại vườn Cấp Cô Độc, rừng Kỳ-đà, nước Xá-vệ.

Bấy giờ Đức Phật bảo với các vị tỳ-kheo rằng:

"Này các tỳ-kheo!"

Chư tỳ-kheo đáp:

"Thưa vâng! Bạch Đức Thế Tôn."

Đức Phật liền dạy:

"Có ba thứ niềm vui an lành và tốt đẹp. Người trí huệ nếu mong cầu ba điều ấy thì phải nên hộ trì giới pháp.

"Một là muốn được tiếng tốt, danh thơm, pháp và tướng đều đi cùng thì nên hộ trì giới pháp.

"Hai là, muốn được tài lạc, của cải đầy đủ, tâm ý vừa lòng, thì nên hộ trì giới pháp.

"Ba là, nên nhớ rằng hết thân này rồi sẽ thọ thân khác, muốn vượt qua đời này sanh lên cõi trời thì phải nên hộ trì giới pháp.

"Tóm lại, người có lòng từ ái thì phải nên hộ trì giới pháp. Muốn được ba điều nguyện ước: Danh tiếng, lợi ích đời sau và vui thú cõi trời thì phải nên hộ trì giới pháp. Nếu người trí có thể tu tập việc này như đã nói ở trên, thì ở thế gian sẽ được an vui và thanh tịnh."

Đức phật đã nói như vậy!

PHẬT THUYẾT THẤT XỨ TAM QUÁN KINH
PHẦN BỐN MƯƠI LĂM

Tôi nghe như vầy:

Một thời, Đức Phật ngự tại vườn Cấp Cô Độc, rừng Kỳ-đà, nước Xá-vệ.

Bấy giờ Đức Phật bảo với các vị tỳ-kheo rằng:

"Ở đời có ba chứng bệnh lớn, nơi thân người ai cũng có cả. Thế nào là ba?

"Một là gió.

"Hai là nóng.

"Ba là lạnh.

"Này các tỳ-kheo! Ba chứng bệnh lớn ấy cũng có ba thứ thuốc lớn. Bệnh gió thì thuốc lớn là dầu mè, hoặc các loại dầu tương tự. Bệnh nóng thì thuốc lớn là lạc và tô *(bơ sữa)*, hoặc các loại tương tự. Bệnh lạnh thì thuốc lớn là mật, hoặc các loại tương tự.

"Như vậy, đối với ba chứng bệnh lớn của tỳ-kheo thì cũng có ba thứ thuốc lớn như vậy.

"Con người cũng có ba thứ bệnh, cùng sinh hoạt, cùng ở chung thì những phép tắc đạo đức ở đời đã nói. Thế nào là ba? Một là dục; Hai là sân; Ba là si.

"Ba chứng bệnh lớn của tỳ-kheo thì có ba loại thuốc lớn. Bệnh lớn là Dục thì có thuốc lớn là Quán bất tịnh. Bệnh lớn là sân thì thuốc lớn là thực hành tâm bình đẳng. Bệnh lớn là si thì thuốc lớn là Quán nhân duyên từ nơi gốc rễ của nó. Ba thứ bệnh lớn của tỳ-kheo đều có ba thứ thuốc như vậy."

Đức Phật đã nói như thế!

PHẬT THUYẾT THẤT XỨ TAM QUÁN KINH
PHẦN BỐN MƯƠI SÁU

Tôi nghe như vầy:

Một thời, Đức Phật ngự tại vườn Cấp Cô Độc, rừng Kỳ-đà, nước Xá-vệ.

Bấy giờ Đức Phật bảo với các vị tỳ-kheo rằng:

"Có ba gốc rễ của điều ác. Tham là gốc ác thứ nhất. Sân là gốc ác thứ hai. Si là gốc ác thứ ba.

"Do tham là gốc ác, nên xan cũng từ gốc tham mà ra. Do xan tham, không lìa được xan tham nên thân làm ác, miệng làm ác, ý làm ác, thân khẩu ý cũng đều gọi là ác.

"Do xan tham nên thân không thật thọ nhận, tâm cũng không thật thọ nhận kỹ càng. Đó cũng là gốc ác. Do xan tham, chấp trước vào xan tham nên tự hoại thân mình, cũng hại thân người khác. Đó cũng là ác.

"Do xan tham nên không biết thân mình, cũng không biết thân người khác. Cả hai đều là ác.

"Do xan tham, chấp trước vào xan tham, khi người khác muốn bố thí thì cản trở, hoặc giết, hoặc trói, hoặc buộc, hoặc làm mất đi, hoặc tranh luận đúng sai. Đó cũng là ác.

"Do xan tham, chấp trước vào xan tham, thấy người khác bố thí mà gây khó, gây khổ, như dùng việc bố thí ấy làm cớ để hoặc giết, hoặc trói, hoặc buộc, hoặc làm mất đi, hoặc tranh luận, lại còn trong lòng vui mừng, theo ý mình muốn. Đó cũng là ác.

"Người như vậy, này các tỳ-kheo! Gọi là người nói không đúng thời, cũng gọi là nói chẳng hợp pháp, cũng gọi là nói điều ác không dừng. Vì sao vậy! Này các tỳ-kheo! Người ấy nói không đúng thời, cũng gọi là nói điều ác không dừng. Như thế chỉ là tự lừa dối mình, đã si mê lại càng thêm si mê nữa mà thôi!

"Nếu có người nói lời chí thành, mình biết nhưng không muốn nhận lời chí thành. Nếu có người nói lời không chí thành, nhưng mình lại không vừa ý, cật vấn rằng: 'Có phải vậy không ta?' Ta không có như thế. Người như thế là nói ác, không chí thành, không đưa đến tốt đẹp, nói trái pháp, nói điều ác không dừng.

"Người như thế, này các tỳ-kheo, xan từ nhân duyên xan mà ra, nhiều chứ chẳng phải một, các ác pháp đều từ đó mà ra. Sân si cũng từ đó mà ra, hệt như vậy. Người như thế về sau, vô số chẳng phải một, tham sân si thô ác, những phiền não phi pháp che đậy, phủ kín, trói buộc. Nay thấy pháp như vậy, nói dừng khổ, lại thêm lo sầu, phiền não, sợ hãi, hại thân, ắt sẽ đọa vào đường ác.

"Này các tỳ-kheo! Ví như vừa mới mọc chồi non lại bị che phủ, bịt kín, phong lại. Như vậy không chỉ một loại mà có hàng ngàn thứ tham, sân, si và các pháp bất thiện, cũng tự mình che đậy, phủ kín, bưng bít. Như thế là khổ, trong hiện tại, dừng lại nơi khổ, để cho những ưu sầu phiền não thiêu đốt thân mình, rơi vào nẻo ác.

"Có ba gốc phúc lành.

"Một là gốc lành không tham.

"Hai là gốc lành không sân.

"Ba là gốc lành không si.

"Nếu không tham, đó cũng là điều lành. Không dính vào xan tham, thân làm điều lành, miệng nói điều lành, ý nghĩ điều lành, như vậy thân khẩu ý thảy thiện lành. Thân thọ nhận một cách thành thật, kỹ lưỡng, miệng thọ nhận một cách thành thật, kỹ lưỡng, ý thọ nhận một cách thành thật, kỹ lưỡng, đó cũng là thiện lành.

"Nếu không nghĩ đến việc xâm phạm thân mình, không nghĩ đến việc xâm phạm thân người khác, không nghĩ đến việc xâm phạm cả hai, đó cũng là thiện lành.

"Nếu không xan tham, cũng không kết hợp với người khác xan tham, biết rõ mình, cũng biết rõ người, biết cả hai, đó cũng là thiện lành.

"Nếu không xan tham, không kết hợp với người khác xan tham, không khiến người khác vì mình mà chịu khổ, buồn, hoặc khiến họ bị giết, chém, đánh, phỉ báng, mất mát, tranh cãi … thì đó cũng là thiện lành.

"Nếu không xan tham, không chấp trước xan tham, không khiến người khác lo buồn, không để xảy ra giết hại, làm hại, đánh đập, phỉ báng, mất mát, tranh cãi, và trong tâm không nhận, không vui theo ý người khác như mong muốn, thì đó cũng là điều thiện lành. Người như vậy gọi là người nói đúng thời, nói như thật, nói điều phước đức, nói như pháp, nói lời dừng ác.

"Vì sao vậy? Vì người ấy biết rõ trạng thái của mình, cũng biết rõ trạng thái của người khác, luôn không che giấu, không che đậy. Nếu tự biết mình ngu si, kiêu mạn và còn có các tánh xấu khác nữa, nếu nhận ra thì nói cho người khác biết, không giấu giếm. Khi nghe lời khuyên thì không nói: 'Tôi không biết', hoặc có người luận bàn nhưng không thật tâm, ngay lúc đó, tự hiểu ý và đáp lại việc ấy: Nói 'tôi không có việc nào là không hết lòng, cũng không có ta hay ta làm việc đó'. Vì vậy, người nói đúng thời, nói như thật, nói điều phước báo, nói đúng pháp, nói dừng ác.

"Không xan tham, không tạo nhân duyên với xan tham, cũng như thế, chẳng phải một. Bao nhiêu pháp lành từ đây cho đến khi chết cũng không có sân nhuế. Cũng như vậy, không có si mê, từ đây đến chết cũng không có.

"Như vậy, này các tỳ-kheo! Chẳng phải là một, baonhiêu tham, sân, si, các pháp xấu ác đã bỏ thì không sanh lại nữa. Đối với pháp hiện tại cứ an ổn mà hành trì, không còn khổ sở, chẳng có phiền não, không còn lo âu, nóng bức. Khi thân hoại mạng chung thì sanh về thế giới an lành, tốt đẹp.

"Ví như cây trong vườn mới trồng, mầm non mới chớm liền được che phủ, đóng kín, lấp đầy. Nếu có người đến thì không cho họ động đến, không muốn cho nó bị động, không muốn cho nó được thông thoáng, rồi họ đào rễ, chặt gốc. Đã chặt gốc rồi lại chặt cành, chặt cành rồi thì bẻ nhánh, bẻ nhánh rồi chẻ ra, chẻ ra rồi bị gió lớn làm khô, sau đó dùng lửa đốt, lửa đốt ra tro. Thành tro rồi thị bị gió lớn thổi bay, hoặc ném xuống sông kia. Từ nhân duyên gốc đã dứt đoạn. Đã chặt đứt gốc rễ từ trên xuống dưới không còn thấy nữa, về sau cũng không thể sanh lại. Như vậy, này các tỳ-kheo! Hãy tự lấy đó làm ví dụ. Người tu hành thượng căn cũng vậy, chẳng phải một hạng. Bao nhiêu tham sân si, các pháp ác đã bỏ thì không sanh lại nữa. Cứ theo pháp hiện tại mà an ổn hành trì, không còn khổ ác, không còn phiền não, chẳng có lo buồn, chẳng còn bức bách. Khi thân hoại mạng chung thì hướng đến cảnh giới tốt đẹp."

Đức Phật đã nói như vậy!

PHẬT THUYẾT THẤT XỨ TAM QUÁN KINH
PHẦN BỐN MƯƠI BẢY

Tôi nghe như vầy:

Một thời, Đức Phật ngự tại vườn Cấp Cô Độc, rừng Kỳ-đà, nước

Xá-vệ.

Bấy giờ Đức Phật bảo với các vị tỳ-kheo rằng:

"Có bốn hạnh là sở hữu của bậc trí, được bậc hiền giả biết đến, không phải kẻ ngu biết được, được bậc trí tuệ vui lòng. Bốn hạnh ấy là gì?

"Này các tỳ-kheo! Một là bố thí. Bậc trí biết, người hiền biết, bậc trí hoan hỷ, không xem thường. Tất cả người trí trong thiên hạ đều biết như trên đã nói.

"Hai là hiếu thờ cha mẹ, bậc trí biết như trên đã nói.

"Ba là làm sa-môn, bậc trí biết, như trên đã nói.

"Bốn là hành đạo theo pháp, bậc trí biết, người hiền biết, người ngu không thể biết, bậc trí vui lòng.

"Tóm lại, tự biết mình có hạnh bố thí, không xem thường, chế ngự tâm mình, tự giữ mình, cũng hiếu với cha mẹ, giữ gìn hạnh lành, những việc ấy đều là hạnh của bậc trí. Như vậy có thể thấy, người ấy được thành tựu ở thế gian, được toại nguyện những mong muốn thanh tịnh."

Đức Phật đã nói như vậy!

SÁCH DẪN

A

A-du-ca (cây) 114
Ái diệt xứ
   prītinirodha-āyatana 80
A-na-bát-na 安那般那
   ānāpānasmṛti 84
A-na-hàm 288
A-na-luật
   Aniruddha 175, 176, 180

B

Bằng-kỳ-xà 朋耆奢
   Vaṅgīsa 48, 49
Bát-đàm-ma 鉢曇摩
   Padma 166
Bạt-già-phạm 薄伽梵
   Bhagavān ...106, 108, 279, 281, 282
Bát-hòa-lan, 鉢和蘭
   Pravāraiā 57, 58, 59, 60
Bảy giác phần
   Satta-bojjhaṅgā 213
Bốn loại Xả 309
Bốn pháp hành 310, 311
bốn sự vận hành pháp luân 305

C

Ca-lăng-tần-già 117
Càn-thát-bà 乾闥婆
   Gandharva ..111, 208, 215, 232, 267

Câu giải thoát 63
Chiên-già nữ
   Caṇḍāla-strī 269
Cửu bộ kinh 九部經
   Navāṅga-sat-sūtra 174

D

Dã can 268

Đ

Đàm-vô-lan 曇無蘭
   Dharmaruci 50
Địa cư thiên 110
Đông Uyển Lộc Mẫu 東苑鹿母 43

G

Già-đà 伽陀
   gāthā 64, 168
Giải thoát tri kiến 72

H

Hải long vương 55
Huệ giải thoát 64

K

khát sanh tử
   tṛṣṇā-saṃsāra ... 120, 121, 122, 123,
   124, 125, 126, 127, 128, 129,
   130, 131, 132, 133, 134, 135,

136, 137, 138, 139, 140, 141, 142, 143, 144, 145, 146, 147, 148, 149, 150, 151, 152

Không tịch 空寂
    Śūnyatā-śānta 171, 188

Không xứ
    ākāśānantyāyatana 80

Kim luân vương tử 金輪王子
    cakravartin-kumāra 62

Kỳ-đà, rừng . 50, 69, 89, 111, 172, 215, 282, 288, 293, 300, 301, 303, 305, 306, 307, 309, 310, 311, 312, 313, 314, 315, 317, 318, 319, 320, 321, 322, 323, 324, 325, 326, 328, 330, 332, 333, 334, 335, 336, 337, 338, 339, 340, 341, 342, 345

M

Mã âm tàng 馬陰藏 116

Ma-ha-diễn 摩訶衍
    Mahāyāna .. 173, 209, 210, 211, 212, 213, 214, 246, 247, 259, 260, 261

Mục-kiền-liên 目犍連
    Mahā-Moggallāna ... 38, 51, 59, 171, 172, 196, 197, 198, 215

Mười pháp Bất học 105

N

Nan-đầu-hòa Long vương 54

Nhân-đà-la 119

Nhất-xiển-đề 一闡提
    Icchantika .. 199, 200, 201, 240, 242, 247, 250, 259

Niết-bàn
    Pl. *nibbāna* 37, 41, 46, 47, 71, 72, 80, 107, 110, 120, 145, 152, 181, 192, 204, 210, 211, 213, 218, 230, 231, 237, 240, 247, 257, 288, 329, 330, 335

Ni-kiền
    Nirgrantha/Jain 190

P

Phạ-nghi-xá, Tôn giả
    Pārāgika 64, 65

Phi vấn luận
    avyākṛta-vastu 253, 256

Q

Quán bất tịnh 342
Quán đảnh 62, 63
Quán Nhất tướng 317

S

Sa-môn Đà-ta
    Samaṇa Datta 176, 177

T

Tam đạt 三達 48

Tam-ma-đề
    samādhi 83, 84

Thân-đầu-la 申頭羅 164

Thánh pháp vô học 86

Thập chủng lực 214

Thế tục tưởng
    laukika-saṃjñā 253

thọ tuế 受歲
    Vassa-pavāraṇā 44, 45, 47

Tôn-đà-la Nan-đà
    Sundarananda 184, 185

Trúc Pháp Hộ, 竺法護
    Dharmarakṣa 43

Tứ Thiên vương 165

Tứ ý chỉ
    Smṛtyupasthāna 102, 274, 277

Tỳ-lâu-giá-na (Phật)
    Vairocana 220

U

Ương-quật-ma 111, 114, 115, 116, 117, 118, 119, 120, 121, 122, 123, 124, 125, 126, 127, 128, 129, 130, 131, 132, 133, 134, 135, 136, 137, 138, 139, 140, 141, 142, 143, 144, 145, 146, 147, 148, 149, 150, 151, 152, 153, 154, 155, 156, 158, 159, 160, 161, 162, 163, 164, 165, 166, 167, 168, 169, 170, 171, 172, 173, 174, 175, 176, 177, 178, 184, 185, 186, 187, 188, 190, 191, 193, 196, 197, 198, 199, 201, 202, 203, 206, 207, 208, 209, 214, 215, 217, 218, 219, 220, 230, 231, 232, 240, 241, 242, 243, 244, 245, 247, 251, 252, 259, 261, 263, 264, 265, 266, 267, 268, 270, 271

Ưu-ba-li
Upāli 185, 186, 187

V

Văn Thù Sư Lợi 187, 190, 191, 193, 218, 219, 220

Vô sanh 無生
anutpāda 72, 80, 120, 218

Vô sở hữu 無所有
Asvabhāva/Aprāpti 187

GIÁO HỘI PHẬT GIÁO VIỆT NAM THỐNG NHẤT
HỘI ĐỒNG HOẰNG PHÁP[*]

CHỨNG MINH:
Trưởng lão HT Thích Huyền Tôn   (Úc châu),
HT Thích Bảo Lạc   (Úc châu)

CỐ VẤN:
HT Thích Minh Đạt   (Hoa Kỳ)

CHÁNH THƯ KÝ:
HT Thích Như Điển   (Đức)

PHÓ THƯ KÝ:
HT Thích Nguyên Siêu   (Hoa Kỳ),
HT Thích Bổn Đạt   (Canada)

THÀNH VIÊN:
Âu châu: HT Thích Quảng Hiền (Thụy Sĩ), HT Thích Thông Trí (Pháp), HT Thích Nguyên Lộc (Pháp).
Úc châu: HT Thích Minh Hiếu, HT Thích Tâm Minh
Hoa Kỳ: HT Thích Nhật Huệ, HT Thích Từ Lực

---
[*] Cập nhật ngày 19/10/2025.

BAN PHIÊN DỊCH & TRƯỚC TÁC:
Cố Vấn: HT Thích Minh Đạt (Hoa Kỳ)
Trưởng Ban: (bổ sung sau)
Phó Ban: HT Thích Thiện Quang (Canada)
Phụ Tá: TT Thích Như Tú (Thụy Sĩ)
Thư Ký: TT Thích Hạnh Giới (Đức)
Ban Viên: ĐĐ Thích Thanh An (Tích Lan), NT Thích Nữ Giới Châu (Hoa Kỳ), NS Thích Nữ Quảng Trạm (Pháp), SC Thích Nữ Giác Anh (Úc), CS Hạnh Cơ (Canada).

BAN TRUYỀN BÁ GIÁO LÝ:
Trưởng Ban: HT Thích Nguyên Siêu (Hoa Kỳ)
Phó Ban: HT Thích Bổn Đạt (Canada)
Phó Ban: HT Thích Trường Sanh (Úc châu)
Phó Ban: HT Thích Tâm Huệ (Âu châu)
Thư Ký: TT Thích Hạnh Tấn (Đức)
Ban Viên: HT Thích Nhựt Huệ (Hoa Kỳ), HT Thích Thiện Long (Hoa Kỳ), HT Thích Hoằng Khai (Na Uy), TT Thích Giác Tín (Úc Châu), TT Thích Thiện Trí (Hoa Kỳ), TT Thích Đạo Tỉnh (Hoa Kỳ), TT Thích Chúc Đại (Hoa Kỳ), SC Thích Thông Niệm (Canada), SC Thích Tịnh Nghiêm (Hoa Kỳ), v.v...

BAN BÁO CHÍ & XUẤT BẢN:

Trưởng Ban: TT Thích Nguyên Tạng (Úc)
Phó Ban: TT Thích Hạnh Tuệ, CS Tâm Quang Vĩnh Hảo (Hoa Kỳ)
Thư Ký: CS Tâm Thường Định Bạch Xuân Phẻ (Hoa Kỳ)
Ban Viên: CS Tâm Huy Huỳnh Kim Quang (Hoa Kỳ), CS Quảng Tường Lưu Tường Quang (Úc), CS Nguyên Đạo Văn Công Tuấn (Đức), CS Quảng Trà Nguyễn Thanh Huy (Hoa Kỳ), CS Quảng Anh Lê Ngọc Hân (Úc), CS Thanh Phi Nguyễn Ngọc Yến (Úc).

BAN BẢO TRỢ:

Cố Vấn: HT Thích Trường Phước (Canada)
Trưởng Ban: HT Thích Tâm Hòa (Canada)
Phó Ban Úc Châu: HT Thích Tâm Phương (Úc)
Phó Ban Âu Châu: TT Thích Quảng Đạo (Pháp), NT Thích Nữ Diệu Phước (Đức), NS Thích Nữ Huệ Châu (Đức)
Phó Ban Châu Mỹ: NS Thích Nữ Diệu Tánh (Hoa Kỳ), TT Thích Thường Tịnh (Hoa Kỳ)
Phụ Tá: ĐĐ Thích Thông Giới (Canada), SC Thích Nữ Thông Tịnh (Canada)
Thủ Quỹ: NS Thích Nữ Bảo Quang (Canada)
Thư Ký: NS Thích Nữ Đức Nghiêm (Canada)

HỘI ẤN HÀNH ĐẠI TẠNG KINH VIỆT NAM*
VIETNAM TRIPITAKA FOUNDATION

(trực thuộc Hội Đồng Hoằng Pháp)

Hội trưởng: HT Thích Nguyên Siêu
Thư ký: TT Thích Hạnh Tuệ
Thủ quỹ: CS Tâm Quang Vĩnh Hảo

Ban Ấn hành:

Trưởng Ban: HT Thích Nguyên Siêu
Phó Ban: CS Nguyên Đạo Văn Công Tuấn
- Đặc trách Ấn loát: CS Tâm Thường Định Bạch Xuân Phẻ,
                        CS Nhuận Pháp Trần Nguyễn Nhị Lâm
- Đặc trách Kỹ thuật: CS Quảng Pháp Trần Minh Triết,
                        CS Quảng Hạnh Tuệ Nguyễn Lê Trung Hiếu

---

Ghi chú các chữ viết tắt: HT: Hòa thượng; TT: Thượng tọa; ĐĐ: Đại đức; NT: Ni trưởng; NS: Ni sư; SC: Sư cô; CS: Cư sĩ.

---

* Cập nhật ngày 15/09/2024.

Liên lạc HỘI ĐỒNG HOẰNG PHÁP

Hòa thượng Thích Như Điển, Chánh Thư Ký, HĐHP
Chùa Viên Giác, Karlsruher Str. 6, 30519 Hannover, Germany
Website: www.hoangphap.org; Email: hdhp.ctk@gmail.com;
Tel: + 49 511 879 630

Thượng tọa Thích Nguyên Tạng, Trưởng ban Báo Chí & Xuất Bản, HĐHP
Tu Viện Quảng Đức, 105 Lynch Road, Fawkner, Vic.3060 Australia
Website: www.hoangphap.org; Email: hdhp.bbc@gmail.com;
Tel: +61 481 169 631

Hòa thượng Thích Tâm Hòa, Trưởng ban Bảo Trợ, HĐHP
Trung Tâm Văn Hóa Phật Giáo Pháp Vân, Ontario, Canada
420 Traders Blvd E, Mississauga, ON L4Z 1W7, Canada
Website: www.phapvan.ca; Email: thichtamhoa@gmail.com
Tel: +1 905-712-8809

www.ingramcontent.com/pod-product-compliance
Lightning Source LLC
Chambersburg PA
CBHW060412010526
44107CB00006B/664